ലെനിനിസം
ഉത്ഭവവും വളർച്ചയും

leninism : udbhavavum valarchayum

•

ems

•

first edition
june 1992

•

second edition
november 1998

•

third edition
march 2014

•

published
chintha publishers, thiruvananthapuram

•

typesetting
megha

•

cover
vinod

•

വിതരണം

ദേശാഭിമാനി ബുക്ക് ഹൗസ്

H O തിരുവനന്തപുരം-695 035
phone: 0471-2303026, 6063026
www.chinthapublishers.com
chinthapublishers@gmail.com

ബ്രാഞ്ചുകൾ

ഹെഡ്ഓഫീസ് ബ്രാഞ്ച് കുന്നുകുഴി • സ്റ്റാച്യു തിരുവനന്തപുരം • കെ എസ് ആർ ടി സി ബസ് സ്റ്റേഷൻ ആലപ്പുഴ • കെ എസ് ആർ ടി സി ബസ് സ്റ്റേഷൻ എറണാകുളം • മച്ചിങ്ങൽ ലെയ്ൻ തൃശൂർ • ഐ ജി റോഡ് കോഴിക്കോട് • മാവൂർ റോഡ് കോഴിക്കോട് • എൻ ജി ഒ യൂണിയൻ ബിൽഡിങ് കണ്ണൂർ • സെൻട്രൽ ബസ് ടെർമിനൽ കോംപ്ലക്സ് താവക്കര കണ്ണൂർ

CR - 1340 / 3371

ലെനിനിസം
ഉത്ഭവവും വളർച്ചയും

ഇ എം എസ്

ചിന്ത പബ്ലിഷേഴ്സ്
തിരുവനന്തപുരം-695 035

ഇ എം എസ് (1909 - 1998)

ഉള്ളടക്കം

1

എംഗൽസിന്റെ പിന്മുറക്കാരൻ

ലെനിൻ എന്ന പേരിൽ പിന്നീട് ലോകപ്രശസ്തനായിത്തീർന്ന വ്ളാദിമർ ഇല്ലിച്ച് ഉല്യനോവ് 1870 ഏപ്രിൽ 25 നാണ് ജനിച്ചത്. അദ്ദേഹത്തിന്റേത് ഒരു റഷ്യൻ ബുദ്ധിജീവി കുടുംബമായിരുന്നു. അച്ഛൻ ഇല്യാ നിക്കോളായേവിച്ച് ഉല്യനോവ് ഒരു താണ ഇടത്തരം കുടുംബത്തിൽപ്പെട്ട പുരോഗമന ചിന്താഗതിക്കാരനായ അധ്യാപകനായിരുന്നു. അമ്മയും അധ്യാപനത്തിനുവേണ്ട പരിശീലനം നേടിയിരുന്നുവെങ്കിലും, കുടുംബ പ്രാരാബ്ധംമൂലം അധ്യാപികയായില്ല. അവരിരുവരുടെയും സ്വാധീനം വ്ളാദിമറിലും സഹോദരി-സഹോദരന്മാരിലും ധാരാളമുണ്ടായിരുന്നു.

വ്ളാദിമറും മൂത്ത സഹോദരനായ അലക്സാണ്ടറും താന്താങ്ങൾ പഠിച്ച ക്ലാസുകളിൽ ഒന്നാംകിട വിദ്യാർഥികളായംഗീകരിക്കപ്പെട്ടിരുന്നു. മൂത്തവനായ അലക്സാണ്ടറുടെയും ഇരുവരുടെയും അച്ഛനായ ഇല്യാനിക്കോളായേവിച്ചിന്റെയും പുരോഗമനപരമായ ആശയങ്ങൾ വ്ളാദിമറിന്റെ ബാല്യകാലത്തെ രൂപപ്പെടുത്തി. റഷ്യയിലെ സാറിസ്റ്റ് ഭരണത്തിൽ നടന്ന മർദന-ചൂഷണങ്ങൾക്കെതിരായ പ്രതിഷേധം വ്ളാദിമറിന്റെ കുട്ടിക്കാലത്തുതന്നെ അദ്ദേഹത്തിന്റെ സ്വഭാവത്തെ രൂപപ്പെടുത്തി. അനീതിയോട് പൊരുത്തപ്പെടാതിരിക്കുക, സ്വതന്ത്രചിന്ത വളർത്തുക മുതലായ സ്വഭാവവിശേഷങ്ങൾ അച്ഛനിൽനിന്നും ജ്യേഷ്ഠനിൽനിന്നും വ്ളാദിമറിലേക്ക് പകർന്നു. അങ്ങനെ ക്ലാസുകളിൽ അംഗീകരിക്കപ്പെട്ട പ്രതിഭാശാലിയായ വിദ്യാർഥിയും ആദർശശാലിയായ ഒരു കുടുംബാംഗവുമായി വ്ളാദിമർ വളർന്നു. പഠിപ്പിലെന്നപോലെ കളികളിലും വിനോദങ്ങളിലും താൽപ്പര്യം പ്രകടിപ്പിച്ച വ്ളാദിമറിൽ ഒരു സകലകലാവല്ലഭനാകാനുള്ള വിശേഷഗുണങ്ങളെല്ലാം ഒത്തുചേർന്നു.

അധഃസ്ഥിത വിഭാഗങ്ങളോട് വിദ്യാർഥിയായിരുന്ന വ്ളാദിമറിനുണ്ടാ

യിരുന്ന സാഹോദര്യഭാവത്തിന്റെ ഒരുദാഹരണം ലെനിന്റെ ജീവചരിത്രകാരൻ ഇങ്ങനെ രേഖപ്പെടുത്തുന്നു:

> ചുവാഷ് എന്ന ജനവിഭാഗത്തിൽപ്പെട്ട ഒരു ദരിദ്രവിദ്യാർഥി മിടുക്കനായിരുന്നുവെങ്കിലും ഉപരിവിദ്യാഭ്യാസത്തിനാവശ്യമായ പരീക്ഷയ്ക്ക് പഠിക്കാൻ പണമില്ലാത്തതിനാൽ വിഷമിച്ചു നിൽക്കുകയായിരുന്നു. അയാളെ 18 മാസം തുടർച്ചയായി പ്രതിഫലമൊന്നും വാങ്ങാതെ വ്ളാദിമർ പഠിപ്പിച്ചു. അയാൾ പരീക്ഷ പാസാവുകയും സർവകലാശാലയിൽ ചേരുകയും ചെയ്തു.

സാർ ചക്രവർത്തിയുടെ ഏകാധിപത്യഭരണത്തിനെതിരെ ശക്തമായ പ്രതിഷേധം പ്രകടിപ്പിക്കുന്ന യുവതി-യുവാക്കൾ പരസ്യമായി സംഘടിക്കാൻ നിവൃത്തിയില്ലാത്തതുകാരണം രഹസ്യ സംഘടനകൾ രൂപീകരിച്ച് പ്രവർത്തിക്കുകയായിരുന്നു. ആ സംഘടനകളിൽ മിക്കതും സാർ ചക്രവർത്തിക്കും ഉദ്യോഗസ്ഥവൃന്ദത്തിനുമെതിരെ കൈത്തോക്കും ബോംബും പ്രയോഗിക്കുന്നവരെന്ന അർഥത്തിൽ 'ഭീകരപ്രസ്ഥാന'ക്കാരായിരുന്നു. അവയിലൊന്നിൽ അലക്സാണ്ടറും അംഗമായി. പക്ഷേ, സ്വേച്ഛാധിപത്യ ഭരണത്തെ അട്ടിമറിക്കുന്നതിന് 'ഭീകരപ്രസ്ഥാനം' സഹായകരമല്ല, പണിയെടുക്കുന്നവരുടെ സമരങ്ങളിൽ ഊന്നിനിൽക്കുന്ന ബഹുജനപ്രസ്ഥാനമാണ് വേണ്ടത് എന്ന ആശയം പതുക്കെപ്പതുക്കെയാണെങ്കിലും റഷ്യൻ യുവാക്കളിൽ വളർന്നുവരാൻ തുടങ്ങിയിരുന്നു. അതിന്റെ സ്വാധീനത്തിൽ അലക്സാണ്ടറും പെട്ടു.

പക്ഷേ, അതിന്റേതായ പ്രക്രിയ പൂർത്തിയാകുംമുമ്പ് അദ്ദേഹമുൾപ്പെടുന്ന ഒരു 'ഭീകര'സംഘം സാർ ചക്രവർത്തിയെ കൊലപ്പെടുത്താനുള്ള ശ്രമം നടത്തി. തുടർന്ന് പൊലീസ് എടുത്ത കേസിൽ അലക്സാണ്ടറും അറസ്റ്റുചെയ്യപ്പെട്ടു. അതേയവസരത്തിൽ അലക്സാണ്ടറുടെയും വ്ളാദിമറിന്റെയും സഹോദരിയായ അന്നയും അറസ്റ്റുചെയ്യപ്പെട്ടു. ഏതാനും ദിവസങ്ങൾക്കകത്ത് അലക്സാണ്ടർ തൂക്കിക്കൊല്ലപ്പെട്ടു.

വ്ളാദിമറിന്റെ വളർച്ചയിൽ ഇതൊരു വഴിത്തിരിവായിരുന്നു. സഹോദരി അന്നയുടെ ഭാഷയിൽ "അലക്സാണ്ടർ ഉല്യനോവ് ജീവൻ ത്യജിച്ചത് ഒരു ധീരപുരുഷനായിട്ടായിരുന്നു. അദ്ദേഹത്തിന് കിട്ടിയ വിപ്ലവകാരിത്വവും രക്തസാക്ഷിത്വവും അനുജനായ വ്ളാദിമീറിന്റെ മാർഗത്തിന് വെളിച്ചമേകി."

എന്നാൽ ജ്യേഷ്ഠൻ തൂക്കിക്കൊല്ലപ്പെട്ട വാർത്ത കേട്ടപ്പോൾ വ്ളാദിമീർ പറഞ്ഞതിങ്ങനെയാണ്:

"ഇല്ല, ആ മാർഗം ഞങ്ങൾ സ്വീകരിക്കുകയില്ല. അതല്ല ശരിയായ മാർഗം."

താനംഗീകരിക്കുന്ന മാർഗം മാർക്സിസത്തിന്റെതാണെന്ന് വ്ളാദിമീറിന് ഉറപ്പുണ്ടായിരുന്നു. ജ്യേഷ്ഠന്റെ കൈയിൽനിന്നുതന്നെ മാർക്സിന്റെ *മൂലധന*മടക്കമുള്ള ചില ഗ്രന്ഥങ്ങൾ വാങ്ങി പഠിച്ച വ്ളാദിമീർ തൊഴി

ലാളിവർഗത്തിൽ അടിയുറച്ചുനിൽക്കുന്ന വിപ്ലവപ്രസ്ഥാനത്തിന്റെ മാർഗ മാണംഗീകരിച്ചത്. അതിന്റേതായ ആശയഗതികൾ പ്രചരിപ്പിക്കുകയും അതിനുവേണ്ട രഹസ്യ സംഘടനകൾ രൂപപ്പെടുത്തുകയും ചെയ്യുന്ന ജോലിയാണ് വ്ളാദിമർ ആദ്യം ഏറ്റെടുത്തത്. എങ്കിലും ജീവാവസാനം വരെ ജ്യേഷ്ഠനും അദ്ദേഹത്തിന്റെ സഖാക്കളും പ്രകടിപ്പിച്ച ധീരത, ത്യാഗസന്നദ്ധത മുതലായ വിപ്ലവകാരി സ്വഭാവങ്ങളെ ലെനിൻ അങ്ങേ യറ്റം ബഹുമാനിച്ചു. ഭീരുക്കളുടെതായ ബൂർഷ്വാ മിതവാദത്തിനെതിരെ പെറ്റിബൂർഷ്വാ വിപ്ലവകാരിത്വം വളർന്നുവന്നു. അതിന് തൊഴിലാളിവർഗ വിപ്ലവകാരിത്വത്തിന്റെ സ്വഭാവം ഉണ്ടാവുകയാണ് ചെയ്യുന്നതെന്ന് പിന്നീട് തൊഴിലാളിവർഗ വിപ്ലവപ്രസ്ഥാനത്തിന്റെ നേതാവായിത്തീർന്ന ലെനിൻ മനസിലാക്കി.

വിദ്യാലയങ്ങളിലെ ക്ലാസുകളിൽ ഒന്നാംകിടക്കാരായ വിദ്യാർഥികളി ലൊരാളായിരുന്നു വ്ളാദിമർ എന്നു പറഞ്ഞുവല്ലോ. സ്കൂൾ വിദ്യാഭ്യാസം കഴിഞ്ഞ് കോളേജിൽ പ്രവേശനത്തിനുള്ള അർഹത കിട്ടാനുള്ള പരീക്ഷ കഴിഞ്ഞപ്പോഴേക്കും ജ്യേഷ്ഠൻ കൊലചെയ്യപ്പെട്ടു. അത്തരമൊരു വിദ്യാർഥിക്ക് അയാളുടെ കഴിവുകൾ അംഗീകരിക്കുന്ന മെഡൽ കൊടു ക്കാമോ എന്ന് അധികൃതർക്ക് ആദ്യം സംശയമുണ്ടായിരുന്നു. പക്ഷേ, പരീക്ഷാഫലം നോക്കുമ്പോൾ മെഡൽ കൊടുക്കാതിരിക്കാൻ നിർവാ ഹമില്ലെന്ന് അവർക്ക് മനസിലായി. അങ്ങനെ വ്ളാദിമറിന് സ്വഭാവ സർട്ടി ഫിക്കറ്റ് നൽകിയ ഹെഡ്മാസ്റ്റർ ഇങ്ങനെ എഴുതി:

> മികച്ച കഴിവുള്ള ഒരു കുട്ടി, കഠിന പ്രയത്നശാലി, മുഷിഞ്ഞ് പഠിക്കുന്നവൻ - ഇതാണ്, ഉല്യനോവ്. എല്ലാ ക്ലാസുകളിലും അവൻ ഒന്നാമനായിരുന്നു. സ്കൂൾ വിദ്യാഭ്യാസം അവസാനിപ്പി ച്ചപ്പോൾ അവന് ഒരു സ്വർണമെഡൽ കൊടുത്തു. പഠിത്തത്തി ലുള്ള പുരോഗതി, സത്സ്വഭാവം എന്നിവയ്ക്കുള്ള അംഗീകാര മാണ് ഈ മെഡൽ.

ഈ സർട്ടിഫിക്കറ്റ് ഉണ്ടായതിനാലാണ് തുടർന്ന് പഠിക്കാനുള്ള കസാൻ സർവകലാശാലയിൽ വ്ളാദിമറിന് പ്രവേശനം കിട്ടിയത്.

കസാൻ സർവകലാശാലയിൽ പഠിക്കാൻ തുടങ്ങിയതോടെ, ഭാവി തൊഴിലാളിവർഗ നേതാവിന്റെ പൊതുപ്രവർത്തനവും തുടങ്ങി. വിദ്യാർഥി കളുടെ എല്ലാത്തരം സംഘടനകളെയും നിരോധിച്ച അന്നത്തെ നിയമ ങ്ങളെയും ചട്ടങ്ങളെയും വെല്ലുവിളിച്ചുകൊണ്ട് കസാൻ സർവകലാശാല യിലെ വിദ്യാർഥികൾ 1887 ഡിസംബർ 4 ന് ഒരു യോഗം ചേർന്നു. വിദ്യാർ ഥിസമിതികൾ സംഘടിപ്പിക്കാൻ അനുവദിക്കണമെന്നും അതിനെതിരായ നിയമങ്ങളും ചട്ടങ്ങളും റദ്ദാക്കണമെന്നും പുറത്താക്കിയ വിദ്യാർഥികളെ തിരിച്ചെടുക്കണമെന്നും പുറത്താക്കൽ നടപടിയെടുത്ത ഉദ്യോഗസ്ഥ ന്മാരെ ശിക്ഷിക്കണമെന്നും യോഗം ആവശ്യപ്പെട്ടു. അത് സംഘടിപ്പിച്ച തിൽ വ്ളാദിമർ സജീവമായ പങ്കുവഹിച്ചു. തുടർന്ന് ഡിസംബർ 5 ന്

സർവകലാശാലാ അധികൃതർക്ക് വ്ളാദിമർ താഴെക്കൊടുക്കുന്ന ഒരു പ്രതിഷേധ കത്തെഴുതി.

> ഇന്നത്തെ സർവകലാശാലാ ജീവിതത്തിന്റെ ചുറ്റുപാടിൽ വിദ്യാഭ്യാസം തുടരാൻ എനിക്ക് കഴിയുകയില്ല. അതുകൊണ്ട് സർവകലാശാലയിലെ വിദ്യാർഥികളുടെ ലിസ്റ്റിൽനിന്ന് എന്റെ പേർ വെട്ടിക്കളയാൻ ഞാൻ അങ്ങയോട് അഭ്യർഥിക്കുന്നു.

ഇതിനെത്തുടർന്ന് വ്ളാദിമർ അറസ്റ്റ് ചെയ്യപ്പെട്ട് ജയിലിൽ അടയ്ക്കപ്പെട്ടു. ജയിലിലേക്ക് പോകുന്ന വഴി തന്നെ കൊണ്ടുപോകുന്ന പൊലീസ് ഉദ്യോഗസ്ഥനും വ്ളാദിമറും തമ്മിൽ ഒരു സംഭാഷണം നടന്നു.

"എതിർത്തിട്ടെന്താണു ഫലം? നിങ്ങളുടെ മുമ്പിൽ ഒരു കന്മതിലുള്ളത് കാണുന്നില്ലേ?" എന്ന് പൊലീസ് ഉദ്യോഗസ്ഥൻ. അതിന് വ്ളാദിമറിന്റെ മറുപടി: "ഉവ്വ്, ഞാൻ കാണുന്നുണ്ട്. പക്ഷേ, ഈ കന്മതിൽ ഉറകുത്തി നിൽക്കുകയാണ്. ഒരു തട്ട് കൊടുക്കുകയേ വേണ്ടൂ, അത് താഴെ വീഴാൻ."

താൻ തുടങ്ങിവെക്കാൻ പോകുന്ന വിപ്ലവജീവിതത്തിന്റെ ദർശനമാകെ ധീരവും ശുഭാപ്തിവിശ്വാസപൂർണവുമായ ഈ മറുപടിയിൽ കാണാം. തുടർന്നുള്ള 37 വർഷത്തെ ലെനിന്റെ ജീവിതത്തിലേക്കുള്ള ഒരു ചൂണ്ടുപലകയാണ് വ്ളാദിമർ ഉല്യനോവ് അന്ന് നൽകിയ ഈ മറുപടി.

ജയിലിലെത്തിയപ്പോൾ അവിടെയുണ്ടായിരുന്ന വിദ്യാർഥികൾ തമ്മിൽ കൂടിയാലോചിച്ച് ഭാവി പരിപാടിയെക്കുറിച്ച് ഓരോരുത്തരും പറയാൻ തുടങ്ങി. തന്റെ മുമ്പിൽ ഒരൊറ്റ വഴിയേയുള്ളൂ — വിപ്ലവകരമായ സമരത്തിന്റെ വഴി എന്ന് വ്ളാദിമർ ഉത്തരം നൽകി. പിറ്റേന്ന് ലെനിനെയും സഹപ്രവർത്തകരായ വിദ്യാർഥികളെയും സർവകലാശാലയിൽ നിന്ന് പുറത്താക്കി. വ്ളാദിമർ കസാനിൽ താമസിക്കരുതെന്ന ഉത്തരവ് കൂടിവന്നു. കൊകിഷ്കിനൊ എന്ന ഒരു ഗ്രാമത്തിൽ താമസിക്കാൻ ഉത്തരവായി. പൊലീസ് അകമ്പടിയോടെയാണ് കൊകിഷ്കിനോവിലേക്ക് കൊണ്ടുപോയത്. അതാണ് ലെനിന്റെ വിപ്ലവപ്രവർത്തനത്തിന്റെ തുടക്കം.

കൊകിഷ്കിനൊവിൽ താമസിക്കാൻ തുടങ്ങിയ കാലംതൊട്ടാണ് വ്ളാദിമർ ഉല്യനോവ് മാർക്സിസ്റ്റാവാൻ തുടങ്ങിയത്. 1888 ഒക്ടോബറിൽ കൊകിഷ്കിനൊവിൽനിന്ന് കസാനിലേക്ക് തിരിച്ചുപോകാൻ അനുവാദം കിട്ടി. അവിടെവെച്ചാണ് അദ്ദേഹം മാർക്സിന്റെ *മൂലധനം* പഠിക്കുകയും ഫെദോസയെവ് എന്ന മാർക്സിസ്റ്റ് വിപ്ലവകാരിയുടെ നേതൃത്വത്തിലുള്ള മാർക്സിസ്റ്റ് സംഘടനകളിലൊന്നിൽ അംഗമാവുകയും ചെയ്തത്. 1889 ജൂലായിൽ ഫെദോസയെവിനെയും അദ്ദേഹത്തിന്റെ നേതൃത്വത്തിലുള്ള സംഘടനകളിലെ മറ്റ് അംഗങ്ങളെയും അറസ്റ്റ് ചെയ്തു. ലെനിൻ അംഗമായിരുന്ന സംഘടനയിലെ അംഗങ്ങളും അറസ്റ്റ്

ചെയ്യപ്പെട്ടു. ഇതോടെ മാർക്സിസ്റ്റ് ആശയഗതി പ്രചരിപ്പിക്കുന്ന വിപ്ലവകാരി യുവാക്കളിൽ പ്രാമാണ്യം വഹിക്കുന്ന ഒരാളായി ലെനിൻ ഉയർന്നു.

ഇതിനിടയ്ക്കാണ് സെന്റ് പീറ്റേഴ്സ്ബർഗ് സർവകലാശാലയിൽ ഒരു നിയമവിദ്യാർഥിയായി വ്ളാദിമർ ഉല്യനോവിന്റെ പേർ രജിസ്റ്റർ ചെയ്യുകയും 1892 ജനുവരി 26 ന് നിയമബിരുദം കിട്ടുകയും ചെയ്തത്. ആ വർഷം ആഗസ്ത് 4 ന് കോടതിയിൽ പ്രാക്ടീസ് ചെയ്യാനുള്ള അനുവാദം അദ്ദേഹത്തിന് കിട്ടി.

ഈ ഘട്ടമായപ്പോഴാണ് ഉയർന്നുവരുന്ന റഷ്യൻ മാർക്സിസ്റ്റ് പണ്ഡിതന്മാരിൽ നല്ല ഒരു സ്ഥാനം കരസ്ഥമാക്കുന്ന കൃതികൾ ലെനിൻ രചിക്കാൻ തുടങ്ങിയത്. 1893 ൽ എഴുതിയ രണ്ടും 1894 ൽ എഴുതിയ ഒന്നും ചേർന്ന മൂന്ന് ഗ്രന്ഥങ്ങൾ ഒക്ടോബർവിപ്ലവത്തിനുശേഷം പ്രസിദ്ധീകരിക്കപ്പെട്ട ലെനിന്റെ *സമാഹൃത കൃതി*കളുടെ ഒന്നാം വാല്യത്തിൽ ചേർത്തിട്ടുണ്ട്. വിരുദ്ധ ചിന്താഗതികൾക്കെതിരെ താത്വികരംഗത്ത് സമരം നടത്തുന്ന ഒരു മാർക്സിസ്റ്റ് വിപ്ലവകാരിയായി വ്ളാദിമർ ഉയർന്നുകഴിഞ്ഞിരുന്നു. അദ്ദേഹം ലെനിനായി മാറുന്നതിന്റെ തുടക്കം.

ഇതിന്റെ പശ്ചാത്തലത്തിലാണ് 1895 ലെ ശരൽക്കാലത്ത് എഴുതി പ്രസിദ്ധീകരിച്ച 'ഫ്രെഡറിക് എംഗൽസ്' എന്ന ലേഖനത്തിലൂടെ ലെനിൻ മാർക്സിസത്തോട് തനിക്കുള്ള പ്രതിബദ്ധത പുറത്തുകൊണ്ടുവന്നത്. ആ ലേഖനം തുടങ്ങുന്നതിങ്ങനെയാണ്:

> ഫ്രെഡറിക് എംഗൽസ് 1895 ആഗസ്ത് 5 ന് ലണ്ടനിൽ മരിച്ചു. അദ്ദേഹത്തിന്റെ സുഹൃത്തായിരുന്ന കാൾ മാർക്സ് 1883 ൽ മരിച്ചതിൽ പിന്നീട് പരിഷ്കൃതലോകത്തിലാകെ ആധുനിക തൊഴിലാളിവർഗത്തിന്റെ ഏറ്റവും നല്ല അധ്യാപകനും പണ്ഡിതനും എംഗൽസായിരുന്നു. കാൾ മാർക്സിനെയും ഫ്രെഡറിക് എംഗൽസിനെയും വിധി ഒന്നിച്ചുചേർത്ത സമയം മുതൽ ഈ രണ്ട് സുഹൃത്തുക്കളും ഒരു പൊതുലക്ഷ്യത്തിനുവേണ്ടി തങ്ങളുടെ ജീവിതത്തിലെ പ്രവർത്തനത്തെയാകെ സമർപ്പിച്ചു. അതിനാൽ തൊഴിലാളിവർഗത്തിനുവേണ്ടി ഫ്രെഡറിക് എംഗൽസ് എന്തുചെയ്തു എന്ന് മനസിലാക്കണമെങ്കിൽ, സമകാല തൊഴിലാളിവർഗ പ്രസ്ഥാനത്തിന്റെ വികാസത്തിൽ മാർക്സിന്റെ സിദ്ധാന്തത്തിനും പ്രവർത്തനത്തിനുമുള്ള പ്രാധാന്യത്തെപ്പറ്റി വ്യക്തമായ ഒരു ധാരണ നമുക്കുണ്ടായിരിക്കണം.

തുടർന്നുള്ള ലേഖന ഭാഗങ്ങളിൽ മാർക്സിനെയും എംഗൽസിനെയും മാർക്സിസത്തെയും കുറിച്ചുള്ള ലഘുവിവരണമാണ്. അതിന്റെ തന്നെ കൂടുതൽ സവിസ്തരമായ രൂപമാണ് പിന്നീട് ലെനിൻ എഴുതിയ *കാൾ മാർക്സ്* (സംക്ഷിപ്തമായ ഒരു ജീവിതക്കുറിപ്പും മാർക്സിസത്തിന്റെ വിശദീകരണവും) എന്ന ലഘുഗ്രന്ഥം. മാർക്സിനെയും എംഗൽ

സിനെയും മാർക്സിസത്തെയും കുറിച്ച് ലളിതമായും സംക്ഷിപ്തമായും പ്രതിപാദിക്കുന്ന ഒരു ലഘുകൃതിയും കൂടുതൽ ബൃഹത്തായ മറ്റൊന്നു മാണ് ഈ രണ്ടും.

എന്നാൽ, ലെനിൻ മാർക്സിന്റെയും എംഗൽസിന്റെയും സിദ്ധാന്ത ങ്ങൾ വിശദീകരിക്കുക മാത്രമല്ല, തന്റെ ജീവിതകാലത്ത് ചെയ്തത്. റഷ്യയിലും ലോകത്താകെയും ഉയർന്നുവന്ന സമകാലീന പ്രശ്നങ്ങളെ മാർക്സിസത്തിന്റെ അടിസ്ഥാനത്തിൽ പരിശോധിക്കുകകൂടി അദ്ദേഹം ചെയ്തു. അങ്ങനെ ദർശനം, അർഥശാസ്ത്രം, രാജ്യതന്ത്രവും സാമൂഹ്യ ശാസ്ത്രവും എന്നീ മേഖലകളിലെല്ലാം മാർക്സിസ്റ്റ് കാഴ്ചപ്പാടുള്ള ഒട്ടേറെ ഗ്രന്ഥങ്ങൾ, ലഘുഗ്രന്ഥങ്ങൾ, പ്രബന്ധങ്ങൾ, കത്തുകളും കുറി പ്പുകളും എന്നിവയെല്ലാം ചേർന്നതും 'സാമ്രാജ്യത്വ കാലഘട്ടത്തിലെ മാർക്സിസം' എന്നു വിളിക്കപ്പെടുന്നതുമായ ലെനിനിസ്റ്റ് സിദ്ധാന്ത ങ്ങൾക്ക് രൂപംനൽകി.

കൂടാതെ പ്രായോഗിക വിപ്ലവത്തിന്റെ രംഗത്ത് സോവിയറ്റ് ഭരണ കൂടവും കമ്യൂണിസ്റ്റ് ഇന്റർനാഷണൽ എന്ന ആഗോള വിപ്ലവത്തൊഴി ലാളി സംഘടനയും രൂപപ്പെടുത്തി. താത്വികവും പ്രായോഗികവുമായ ഈ പ്രവർത്തനങ്ങൾ എങ്ങനെ പടിപടിയായി പുരോഗമിച്ചു എന്നാണ് ഈ ലഘുഗ്രന്ഥത്തിൽ വിവരിക്കാൻ പോകുന്നത്.

2

ആശയപ്രചാരണത്തിൽനിന്ന് രാഷ്ട്രീയ പ്രക്ഷോഭത്തിലേക്ക്

ജ്യേഷ്ഠൻ അലക്സാണ്ടറുടെ 'ഭീകര പ്രസ്ഥാന' രാഷ്ട്രീയത്തിൽ നിന്ന് മാർക്സിസത്തിലേക്ക് തിരിഞ്ഞ ലെനിന്റെ രാഷ്ട്രീയജീവിതം തുടങ്ങിയത് തൊഴിലാളികളുടെ ഇടയിൽ മാർക്സിസ്റ്റ് ആശയങ്ങൾ പ്രചരിപ്പിച്ചുകൊണ്ടാണ്. 1887 തൊട്ട് ഈ ജോലിയിൽ ഏർപ്പെട്ടിട്ടാണ് അദ്ദേഹം 1890 കളുടെ തുടക്കത്തിൽ ഒരു മുഴുവൻസമയ രാഷ്ട്രീയപ്രവർത്തകനായി രംഗപ്രവേശം ചെയ്തത്.

കസാൻ സർവകലാശാലയിലെ വിദ്യാർഥി പ്രക്ഷോഭത്തെത്തുടർന്ന് യുവാവായ ലെനിന് കൊകിഷ്കിനൊ എന്ന ഗ്രാമത്തിൽ കഴിയേണ്ടി വന്നുവല്ലോ. അന്നുമുതൽക്കാണ് അദ്ദേഹം മാർക്സിസ്റ്റ് പഠനഗ്രൂപ്പുകളിൽ ഒന്നിൽ ചേർന്ന് ആശയപ്രചാരണമെന്ന പ്രവർത്തനത്തിലേർപ്പെട്ടത്. പിന്നീടദ്ദേഹം സമാറാ നഗരത്തിലേക്ക് താമസം മാറ്റിയപ്പോൾ മാർക്സിസ്റ്റ് ആശയങ്ങൾ പ്രചരിപ്പിക്കുകയെന്ന തന്റെ ജോലി തുടർന്നുപോന്നു. അതിനിടയ്ക്കുതന്നെ സ്വകാര്യമായി പഠിച്ച് സർവകലാശാല പരീക്ഷ അദ്ദേഹം പാസായി. തുടർന്ന് 1891 ൽ സെന്റ്പീറ്റേഴ്സ്ബർഗ് യൂണിവേഴ്സിറ്റിയിൽ നിയമപരീക്ഷയ്ക്ക് ചേർന്ന് അത് പാസാവുകയും സമാറാ കോടതിയിൽ പ്രാക്ടീസ് തുടങ്ങുകയും ചെയ്തു.

1891–93 കാലത്ത് 15 തവണ അദ്ദേഹം പ്രതിഭാഗത്ത് ഹാജരായി വാദിച്ചു. പക്ഷേ, കോടതികളിലെ പ്രാക്ടീസ് അദ്ദേഹത്തിന് ഒട്ടും ഇഷ്ടപ്പെട്ടില്ല. മാർക്സിസം പഠിക്കുകയും സജീവ വിപ്ലവ പ്രവർത്തനത്തിന് തയാറെടുക്കുകയും ചെയ്യുന്നതിലാണ് തന്റെ കഴിവുകൾ മുഴുവൻ അദ്ദേഹം വിനിയോഗിച്ചത്. വിദ്യാർഥികളടക്കമുള്ള യുവജനങ്ങൾ അംഗങ്ങളായും നിയമവിരുദ്ധമായി പ്രവർത്തിക്കേണ്ടിവന്നിരുന്നതുമായ ഒട്ടേറെ

പഠനഗ്രൂപ്പുകൾ അക്കാലത്ത് സമാറായിലുണ്ടായിരുന്നു. അവ വഴിയാണ് ലെനിൻ തന്റെ രാഷ്ട്രീയ പ്രവർത്തനം തുടങ്ങിയത്.

നരോദ്നിക് എന്ന റഷ്യൻ പേരിൽ അറിയപ്പെടുന്ന വിപ്ലവ ഗ്രൂപ്പുകളിൽ ഒന്നിലാണ് ലെനിന്റെ ജ്യേഷ്ഠൻ അലക്സാണ്ടർ പ്രവർത്തിച്ചത്.

ലെനിൻ സമാറായിൽ എത്തിയപ്പോൾ ആ ഗ്രൂപ്പിൽപ്പെട്ട പല റഷ്യൻ വിപ്ലവകാരികളും അവിടെ താമസിച്ചിരുന്നു. അവരെപ്പറ്റിയും അവരുടെ വീരകൃത്യങ്ങളെക്കുറിച്ചും മനസിലാക്കാൻ ലെനിൻ പ്രത്യേകം ശ്രദ്ധിച്ചു. അവരുടെ ആശയസംഹിതയോട് യോജിപ്പില്ലായിരുന്നുവെങ്കിലും നിസ്വാർഥ വിപ്ലവപ്രവർത്തനം നടത്തുന്ന അവരുടെ നേരെ അദ്ദേഹത്തിന് അങ്ങേയറ്റത്തെ ബഹുമാനമുണ്ടായിരുന്നു. ലെനിന്റെ പ്രവർത്തനഫലമായി നരോദ്നിക് അനുയായികളിൽ പലരും 'ഭീകരപ്രസ്ഥാന'ത്തിന്റെ ആശയഗതിവിട്ട് മാർക്സിസത്തിലേക്ക് വരാൻ തുടങ്ങി.

ഈ സാഹചര്യത്തിൽ നരോദ്നിക് ചിന്താഗതികൾക്ക് എതിരെ വിട്ടുവീഴ്ചയില്ലാത്ത ആശയസമരം നടത്താൻ ലെനിൻ നിർബന്ധിക്കപ്പെട്ടു. ആ ചിന്താഗതിയുടെ അയഥാർഥതയും അപ്രായോഗികതയും തുറന്നുകാണിച്ചുകൊണ്ട് പല പഠനഗ്രൂപ്പുകളിലും അദ്ദേഹം ഭാഷണങ്ങൾ നടത്തി. മാർക്സിന്റെയും എംഗൽസിന്റെയും കൃതികളെ ആസ്പദമാക്കി ഒട്ടേറെ പ്രസംഗങ്ങൾ അദ്ദേഹം നടത്തി. *ദർശനത്തിന്റെ ദാരിദ്ര്യം* എന്ന മാർക്സിന്റെ കൃതി വിശദീകരിച്ചുകൊണ്ടുള്ള ഒട്ടേറെ പ്രഭാഷണങ്ങൾ ഇക്കൂട്ടത്തിൽപ്പെടും. മാർക്സിസ്റ്റ് ആശയഗതികൾക്ക് വ്യാപകമായ പ്രചാരം ഇതുമൂലം കിട്ടി. ഈ പ്രവർത്തനങ്ങളുടെ ഫലമായി സമാറായിലെ വിപ്ലവകാരികൾക്കിടയിൽ ലെനിന്റെ പ്രശസ്തി ഉയർന്നു.

മാർക്സിസ്റ്റ് ആശയഗതികൾ പ്രചരിപ്പിക്കുന്നതിൽ ലെനിന് സവിശേഷമായ ഒരു രീതിയുണ്ടായിരുന്നു. മാർക്സോ എംഗൽസോ എഴുതിയെന്ന ഏക കാരണത്താൽ അംഗീകരിക്കുകയെന്ന നിലപാടല്ല അദ്ദേഹത്തിനുണ്ടായിരുന്നത്. മാർക്സിന്റേതടക്കം എല്ലാവരുടെയും അഭിപ്രായങ്ങൾ സത്യസന്ധവും വസ്തുനിഷ്ഠവുമായി പരിശോധിച്ച് ശരിയായതെന്ന് കാണുന്നത് മാത്രം അംഗീകരിക്കുക എന്നായിരുന്നു അദ്ദേഹത്തിന്റെ നിലപാട്.

കൂടാതെ, ദാർശനികവും അർഥശാസ്ത്രപരവും സാമൂഹ്യവുമായ പ്രശ്നങ്ങളെക്കുറിച്ച് മാർക്സ് എഴുതിയ കൃതികളിലടങ്ങിയ തത്വം പുറത്തുകൊണ്ടുവരുന്നതിന് ശ്രോതാക്കളുടെ ജീവിതാനുഭവത്തിൽനിന്ന് ധാരാളം ഉദാഹരണങ്ങൾ അദ്ദേഹം എടുത്തുകാട്ടി. അതുകൊണ്ടും സംശയങ്ങൾ ഉള്ളവർക്ക് അവ പ്രകടിപ്പിക്കാൻ അവസരം നൽകിക്കൊണ്ടാണ് പ്രഭാഷണം നടത്തിയതെന്നതിനാലും ലെനിൻ എടുത്ത ക്ലാസുകളുടെ സാരം ശ്രോതാക്കൾക്ക് നല്ലതുപോലെ സ്വായത്തമാക്കാൻ കഴിഞ്ഞു.

മാർക്സിന്റെ ആശയങ്ങൾക്ക് പ്രചാരം നൽകുന്നതുപോലെ തന്നെ റഷ്യൻ സ്ഥിതിഗതികൾ സത്യസന്ധമായി പഠിക്കുന്നതിനുള്ള മാർഗ മായും മാർക്സിസത്തെ ഉപയോഗിക്കുകകൂടി ചെയ്യുന്ന സാമൂഹ്യ ശാസ്ത്രകാരന്റെ നിലപാടാണ് ലെനിൻ എടുത്തത്. അതുകൊണ്ട് വെറും 23 വയസ്സ് പ്രായമായിരുന്ന ലെനിൻ 1893 ൽ തന്റെ ആദ്യത്തെ താത്വിക കൃതി രചിച്ചു. *തെക്കൻ റഷ്യയിലെ കാർഷികവൃത്തി* എന്ന മറ്റൊരു ഗ്രന്ഥത്തെ ആസ്പദമാക്കി റഷ്യയിലെ കാർഷിക പ്രശ്നം പരി ശോധിക്കുകയാണ് ആ ഗ്രന്ഥത്തിൽ ലെനിൻ ചെയ്തത്. *കൃഷിക്കാരുടെ ജീവിതത്തിൽ പുതിയ സംഭവവികാസങ്ങൾ* എന്ന തലക്കെട്ടിലെഴുതിയ ആ ഗ്രന്ഥം റഷ്യൻ നാട്ടിൻപുറങ്ങളിലെ ജീവിതത്തെ ശാസ്ത്രീയമായി അപഗ്രഥിച്ചു. കാർഷിക മേഖലയെ സംബന്ധിച്ചുള്ള നരോദ്നിക് ചിന്താ ഗതിയെ നിശിതമായി വിമർശിക്കുന്ന ആ ഗ്രന്ഥം റഷ്യയിലെ നാട്ടിൻപുറ ങ്ങളിൽ ഉണ്ടായിക്കൊണ്ടിരുന്ന മാറ്റങ്ങളെ മാർക്സിസ്റ്റ് വീക്ഷണ ത്തോടെ വിലയിരുത്തി. നാട്ടിൻപുറങ്ങളിലെ ജീവിതത്തെ സംബന്ധിച്ച് നരോദ്നിക്കുകാർ പ്രചരിപ്പിച്ച ആശയങ്ങളെ നല്ലതുപോലെ തുറന്നുകാട്ടി. കർഷകജനസാമാന്യത്തിൽനിന്ന് ന്യൂനപക്ഷം വരുന്ന ഒരു ധനിക വിഭാ ഗവും ബഹുഭൂരിപക്ഷം വരുന്ന ദരിദ്രവിഭാഗവുമെന്ന രണ്ട് ചേരികൾ ഉരുത്തിരിഞ്ഞുവരുന്നുവെന്ന സത്യം ലെനിൻ പുറത്തുകൊണ്ടുവന്നു. എന്നാൽ അന്നത്തെ നിയമവിരുദ്ധ പ്രവർത്തനത്തിന്റെ സാഹചര്യത്തിൽ ആ ഗ്രന്ഥം പ്രസിദ്ധീകരിക്കാൻ കഴിഞ്ഞില്ല. 1923 ലാണ് ആദ്യമായി അത് പ്രസിദ്ധീകരിച്ചത്.

ഈ ആദ്യഗ്രന്ഥത്തിൽ അവതരിപ്പിച്ചിരുന്ന ആശയങ്ങൾ പിന്നീട് രചിച്ച മറ്റുപല കൃതികളിലും ലെനിൻ വിശദമായി വിവരിച്ചു. റഷ്യൻ ജനത ദരിദ്ര ജനവിഭാഗങ്ങളുടെതാകയാൽ മുതലാളിത്ത വളർച്ചയുടെ ഫലമായുണ്ടാകുന്ന ഉൽപ്പന്നങ്ങൾക്ക് ആവശ്യക്കാരില്ല. അതു വ്യവസായ ങ്ങളോ മുതലാളിത്തമോ വളരുകയില്ല, എന്ന നരോദ്നിക് ആശയത്തിന്റെ അടിത്തറ തകർത്ത് മുതലാളിത്ത വളർച്ചയുടെ സ്വാഭാവികഫലമായി ത്തന്നെ ആഭ്യന്തര വിപണി അനുസ്യൂതം വളർന്നുകൊണ്ടിരിക്കുമെന്ന് ലെനിൻ സ്ഥാപിച്ചെടുത്തു. ഈ ആശയം വിശദീകരിക്കുന്ന ഒരു ലഘു ലേഖ ലെനിൻ എഴുതിയത് താനടക്കമുള്ള നിയമവിരുദ്ധപ്രവർത്തകരെ ആവേശംകൊള്ളിച്ച കഥ ലെനിന്റെ ഭാവി വധുവായ ക്രൂപ്സ്കായ രേഖ പ്പെടുത്തിയിട്ടുണ്ട്.

അതിന്റെതന്നെ വിപുലീകൃതമായ രൂപമാണ് പിന്നീട് ലെനിൻ രചിച്ച *റഷ്യയിലെ മുതലാളിത്ത വളർച്ച* എന്ന ബൃഹദ്ഗ്രന്ഥം. അത് രചിച്ച തോടെ റഷ്യയിലെ അംഗീകൃത മാർക്സിസ്റ്റ് ആയി ലെനിൻ ഉയർന്നു. ലോക മുതലാളിത്തത്തിന്റെ വളർച്ചയെ സൂക്ഷ്മമായി പഠിച്ച് അപഗ്രഥി

ക്കുന്ന മാർക്സിന്റെ *മൂലധനം* റഷ്യൻ സ്ഥിതിഗതികളിലേക്ക് പകർത്തുകയാണ് ആ ഗ്രന്ഥത്തിൽ ലെനിൻ ചെയ്തത്.

ആദ്യം കസാനിലും പിന്നീട് സമാറായിലും നടത്തിയ ആശയപ്രചാരണ ജോലി അവസാനിപ്പിച്ച് 1893 ൽ ലെനിൻ സെന്റ് പീറ്റേഴ്സ്ബർഗിലേക്ക് പോയി. വഴിക്ക് നിഷനിരവ്ഗോറദ്, മോസ്കൊ എന്നീ നഗരങ്ങളും ലെനിൻ സന്ദർശിച്ചു (അന്ന് ഉല്യാനോവ് കുടുംബം മോസ്കൊവിലാണ് താമസിച്ചത്). ഈ രണ്ട് നഗരങ്ങളിലുമുള്ള മാർക്സിസ്റ്റ് ഗ്രൂപ്പുകളുമായി ബന്ധപ്പെടുകയും പ്രശസ്ത ലൈബ്രറികളിൽനിന്ന് ഗ്രന്ഥങ്ങൾ എടുത്ത് പഠിക്കുകയും ചെയ്തതിനുശേഷമാണ് ആഗസ്ത് 31 ന് ലെനിൻ സെന്റ് പീറ്റേഴ്സ്ബർഗിലെത്തിയത്.

അവിടത്തെ മാർക്സിസ്റ്റുകാർക്ക് ലെനിന്റെ വരവ് ഒരു പ്രധാന സംഭവമായിരുന്നു. അവരൊന്നും റഷ്യയുടെ അർഥശാസ്ത്ര പ്രശ്നങ്ങൾ പരിശോധിക്കുന്നതിന് മാർക്സിസത്തെ ഉപയോഗിക്കാൻ പഠിച്ചിരുന്നില്ല. അവരിൽ ഒരാൾ എടുത്തുപറഞ്ഞതുപോലെ, "ഔദ്യോഗിക സ്ഥിതിവിവരക്കണക്കുകളെ ആസ്പദമാക്കി റഷ്യൻ സമ്പദ്വ്യവസ്ഥയെ അപഗ്രഥിക്കാൻ ഞങ്ങളൊന്നും അതേവരെ പഠിച്ചിരുന്നില്ല. സാമൂഹ്യശക്തികളെ തൊഴിലാളിവർഗ നിലപാടിൽനിന്ന് അപഗ്രഥിക്കുന്ന കാര്യത്തിൽ ലെനിൻ കാണിച്ച ആശയവൈപുല്യവും സൂക്ഷ്മദൃഷ്ടിയും ഞങ്ങൾക്കാർക്കുമില്ലായിരുന്നു."

ലെനിന്റെ വരവോടുകൂടി സെന്റ് പീറ്റേഴ്സ്ബർഗിലെ തൊഴിലാളിവർഗ പ്രസ്ഥാനത്തിന് ഒരു പുതിയ ഉണർവുണ്ടായി. തന്റെ ബുദ്ധിശക്തിയും കായികശക്തിയും മുഴുവൻ ലെനിൻ ഉപയോഗിച്ചത് തൊഴിലാളികളുടെ രാഷ്ട്രീയബോധത്തിന്റെ നിലവാരം ഉയർത്തുന്നതിനാണ്. അതിനദ്ദേഹം തൊഴിലാളികളിൽനിന്ന് സ്വയം പഠിച്ചുകൊണ്ടാണ് അവരെ പഠിപ്പിക്കാൻ തുടങ്ങിയത്. ജോലിസ്ഥലത്തും താമസസ്ഥലത്തും തൊഴിലാളികൾക്ക് നേരിടാനുള്ള പ്രശ്നങ്ങൾ നേരിൽ കണ്ട് മനസിലാക്കി, അവയ്ക്ക് പരിഹാരങ്ങൾ കാണണമെങ്കിൽ സാറിസ്റ്റ് സ്വേച്ഛാധിപത്യം അവസാനിപ്പിക്കണമെന്ന് അവരെ പഠിപ്പിച്ചുകൊണ്ടാണ് അവരിൽ വർഗബോധമുയർത്താൻ ലെനിൻ ശ്രമിച്ചത്.

ഈ പ്രവർത്തനത്തിൽനിന്ന് ലെനിൻ ഒരു പുതിയ നിഗമനത്തിലെത്തി. രാഷ്ട്രീയ വളർച്ചയെത്തിയ തൊഴിലാളി വൃത്തങ്ങളിൽ മാർക്സിസ്റ്റ് ആശയഗതിക്ക് പ്രചാരം ഉണ്ടാക്കിയാൽ മാത്രം പോര, തൊഴിലാളി ബഹുജനങ്ങളുടെ ഇടയിൽ രാഷ്ട്രീയപ്രക്ഷോഭം നടത്തുകകൂടി വേണം. ഈ കാഴ്ചപ്പാടോടെയാണ് രാഷ്ട്രീയ പ്രക്ഷോഭത്തിനുപകരിക്കുന്ന തന്റെ ആദ്യത്തെ ലഘുലേഖ ലെനിൻ എഴുതി തൊഴിലാളികൾക്കിടയിൽ പ്രചരിപ്പിച്ചത്. പണിമുടക്കുകൾക്ക് തയാറെടുപ്പ് നടത്തുമ്പോഴും

പണിമുടക്ക് നടക്കുമ്പോൾത്തന്നെയും അതുമായി ബന്ധപ്പെട്ട പ്രശ്നങ്ങളെ രാഷ്ട്രീയ പശ്ചാത്തലത്തോട് ബന്ധപ്പെടുത്തി തൊഴിലാളികളെ ജനാധിപത്യത്തിനുവേണ്ടിയുള്ള രാഷ്ട്രീയസമരത്തിന്റെ അനിവാര്യതയിലേക്ക് തിരിച്ചുവിടുകയായിരുന്നു ഈ പ്രവർത്തനശൈലിയുടെ ലക്ഷ്യം.

അങ്ങനെ തൊഴിലാളിവർഗത്തിന്റെ നിത്യജീവിതത്തിലും പ്രശ്നങ്ങളിലും വേരുള്ള ഒരു രാഷ്ട്രീയപ്രസ്ഥാനം രൂപപ്പെടുത്തുന്നതിന്റെ തുടക്കമായിരുന്നു ലഘുലേഖകൾ.

3

അവസരവാദ ചിന്താഗതികൾക്കെതിരെ

രണ്ടാം ഇന്റർനാഷണലിൽ പ്രകടമായിവന്ന അവസരവാദത്തിനെതിരായ സമരത്തിലൂടെയാണല്ലോ ലെനിൻ ആഗോള വിപ്ലവത്തൊഴിലാളി പ്രസ്ഥാനത്തിന്റെ നേതാവായി ഉയർന്നുവന്നത്. അതിന്റെ ആദ്യസൂചനകൾ യുവവിപ്ലവകാരിയെന്ന നിലയ്ക്ക് 1890 കളിൽ പ്രവർത്തിക്കാൻ തുടങ്ങിയ കാലത്തുതന്നെ ലെനിനിൽനിന്ന് വന്നിരുന്നു.

പഴയ 'ഭീകരപ്രസ്ഥാന'ത്തിന്റെ സംഘടനയായിരുന്നുവല്ലോ നരോദ്നിക് പാർട്ടി ('ജനങ്ങളുടെ ബന്ധുക്കൾ' എന്നാണ് 'നരോദ്നിക് വാലിയ' എന്ന റഷ്യൻ പദത്തിന്റെ അർഥം. അതുകൊണ്ട് ആ പ്രസ്ഥാനത്തെ നരോദ്നിസം എന്നു വിളിച്ചുവന്നു). എന്നാൽ, ആ പ്രസ്ഥാനത്തിന്റെ ചരിത്രത്തിൽ രണ്ട് ഘട്ടങ്ങളുണ്ടായിരുന്നു.

ആദ്യഘട്ടത്തിൽ (ലെനിന്റെ ജ്യേഷ്ഠൻ അലക്സാണ്ടർ തൂക്കിക്കൊല്ലപ്പെടുന്നതിനുമുമ്പ്) നിസ്വാർഥരും ത്യാഗമൂർത്തികളുമായ വീരസാഹസിക യുവാക്കളുടെ സംഘടനയായിരുന്നു അത്. ആ നിലയ്ക്കാണ് അതിനോട് ലെനിനും മറ്റ് തൊഴിലാളിവർഗ വിപ്ലവകാരികൾക്കും ബഹുമാനമുണ്ടായിരുന്നത്.

എന്നാൽ, ക്രമേണ ആ പ്രസ്ഥാനത്തിന്റെ സ്വഭാവത്തിൽ മാറ്റം വന്നു. ആദ്യഘട്ടത്തിലെ വിപ്ലവമനോഭാവത്തിനും വീരസാഹസികതയ്ക്കും പകരം തൊഴിലാളിവർഗവിരുദ്ധ ചിന്താഗതികളുടെതായ രണ്ടാം ഘട്ടം തുടങ്ങി. ഈ ഘട്ടത്തിൽ ആ പ്രസ്ഥാനത്തിന്റെ നേതാക്കൾ സാറിസ്റ്റ് സ്വേച്ഛാധിപത്യത്തോട് എതിർപ്പ് കുറച്ച് ഒരു മിതവാദ ചിന്താഗതി പ്രദർശിപ്പിച്ചിരുന്നു. ഈ ഘട്ടത്തിലാണ് ഈ പുത്തൻ പ്രവണതയ്ക്ക് എതിരെ പോരാടി ലെനിൻ രംഗത്ത് വന്നത്. അതുകൊണ്ട് അവരെ നിസ്സങ്കോചം തുറന്നുകാട്ടുകയെന്ന ജോലി അദ്ദേഹം ഏറ്റെടുക്കേണ്ടിവന്നു.

നരോദ്നിക് ചിന്താഗതിയുടെ ഒരു രൂപവും അതിനെതിരെ ലെനിൻ നടത്തിയ വിമർശനവും ഇതിനുമുമ്പ് സൂചിപ്പിച്ചിട്ടുണ്ട്. റഷ്യയിൽ മുതലാളിത്തം വളർന്നിട്ടില്ല, വളരാൻ സാധ്യതയില്ല എന്ന വാദഗതിയെ ഖണ്ഡിച്ച് മുതലാളിത്തം വളർന്നുവരാൻ തുടങ്ങിയ വസ്തുത പുറത്തുകൊണ്ടുവരികയാണ് തന്റെ ആദ്യകാല കൃതികളിൽ ലെനിൻ ചെയ്തത്. അതോടൊപ്പം നരോദ്നിസത്തിന്റെ മറ്റൊരു രൂപത്തെക്കൂടി തുറന്നുകാട്ടിയാണ് തന്റെ മാർക്സിസ്റ്റ് വീക്ഷണം ലെനിൻ തെളിയിച്ചത്.

സാധാരണ ജനതയിൽനിന്ന് 'ഉയർന്നു' നിൽക്കുന്നവരും 'വിമർശനാത്മക'മായി ചിന്തിക്കുന്നവരുമായ ഒരുകൂട്ടം വ്യക്തികളാണ് സമൂഹത്തിന്റെ പുരോഗതിയെ സഹായിക്കുകയെന്നതായിരുന്നു നരോദ്നിക്കുകാരുടെ ദാർശനിക നിലപാട്. ഇത് തികച്ചും അസംബന്ധമാണെന്ന് ശാസ്ത്രീയ വാദഗതികളിലൂടെ ലെനിൻ തെളിയിച്ചു. സാധാരണക്കാരിൽനിന്ന് ഉയർന്നുനിൽക്കുന്ന വ്യക്തികളല്ല, സാധാരണക്കാരായ ജനങ്ങൾ (തൊഴിലാളികൾ വിശേഷിച്ചും) കൂട്ടായാണ് സമൂഹത്തിന്റെ പുരോഗതി സാധ്യമാക്കുകയെന്ന് ലെനിൻ വ്യക്തമാക്കി. അങ്ങനെ ചരിത്രം വ്യക്തികൾക്ക് ചുറ്റും തിരിയുന്നുവെന്ന അബദ്ധധാരണ പൊളിച്ച് സമൂഹത്തിന്റെ കൂട്ടായ പങ്ക് ലെനിൻ പുറത്തുകൊണ്ടുവന്നു.

സാധാരണക്കാരെക്കാൾ കഴിവുള്ള വ്യക്തികൾ ഇല്ലെന്നല്ല ലെനിന്റെ വാദം. അങ്ങനെയുള്ളവരുണ്ട്. പക്ഷേ, അവർക്കുതന്നെ സമൂഹപുരോഗതിയെ സഹായിക്കാൻ കഴിയണമെങ്കിൽ സമൂഹത്തിലെ ഏറ്റവും പുരോഗമിച്ച വിഭാഗത്തിന്റെ വികാരവിചാരങ്ങളുമായി അവർ താദാത്മ്യം പ്രാപിക്കണം. അങ്ങനെ താദാത്മ്യം പ്രാപിക്കുന്ന വ്യക്തികൾക്ക് മാത്രമേ ചരിത്രത്തിന്റെ ഗതി നിർണയിക്കാൻ കഴിയൂ.

ഇതിനർഥം ഇതാണ്: അസാമാന്യ കഴിവുള്ള വ്യക്തികൾക്ക് തന്നെ ചരിത്രത്തിന്റെ ഗതി നിർണയിക്കാൻ കഴിയണമെങ്കിൽ സമൂഹത്തിന്റെ ഏറ്റവും മുന്നണിവിഭാഗമായി പ്രവർത്തിക്കുന്ന വർഗത്തിന്റെ (മുതലാളിത്ത സമൂഹത്തിൽ തൊഴിലാളിവർഗത്തിന്റെ) വികാരവിചാരങ്ങളുമായി താദാത്മ്യം പ്രാപിക്കണം.

ഈ സിദ്ധാന്തം ലെനിൻ പുതുതായി ആവിഷ്കരിക്കുകയായിരുന്നില്ല. മാർക്സും എംഗൽസും അത് ആവിഷ്കരിക്കുകയും സവിസ്തരം വിശദീകരിക്കുകയും ചെയ്തിരുന്നു. അത് റഷ്യൻ സ്ഥിതിഗതികളിൽ പ്രയോഗിക്കുകയാണ് ലെനിൻ ചെയ്തത്. ലെനിന്റെ രാഷ്ട്രീയ ഗുരുക്കളും നേതാക്കന്മാരുമെന്നപോലെ അനുയായികളും ഈ സിദ്ധാന്തം കൂടുതൽ സമ്പുഷ്ടമാക്കി. രാഷ്ട്രീയ ജീവിതത്തിലെന്നപോലെ സാമൂഹ്യജീവിതത്തിന്റെ എല്ലാ തുറകളിലും മാർക്സിസ്റ്റ് – ലെനിനിസ്റ്റുകാർ ഈ സിദ്ധാന്തം പ്രയോഗത്തിൽ വരുത്തിക്കൊണ്ടിരിക്കുന്നുണ്ട്.

ഉദാഹരണത്തിന്, സൗന്ദര്യശാസ്ത്രസംബന്ധമായ ചർച്ചകളിൽ പ്രതിഭാശാലികളായ കലാകാരന്മാർക്കും അവർ ജീവിച്ചിരിക്കുന്ന കാലത്തും രാജ്യത്തുമുള്ള സമൂഹങ്ങൾ തമ്മിലുള്ള ബന്ധം സംബന്ധിച്ച

സിദ്ധാന്തത്തിനും ഇത് ബാധകമാണ്. മാർക്സിസ്റ്റ് സൗന്ദര്യശാസ്ത്ര നിരൂപകന്മാർ കലാകാരന്മാരുടെ പ്രതിഭയെ നിഷേധിക്കുന്നില്ല. പക്ഷേ, പ്രതിഭാശാലികളായ കലാകാരന്മാർ തങ്ങളുടെ സംരംഭങ്ങളിൽ വിജയിക്കണമെങ്കിൽ, സമകാലീന സമൂഹത്തിലെ ഏറ്റവും പുരോഗമനാത്മകമായ വർഗവും പ്രസ്ഥാനവുമായി ഇഴുകിച്ചേരണമെന്ന് മാർക്സിസ്റ്റ് - ലെനിനിസ്റ്റ് നിരൂപകന്മാർ ചൂണ്ടിക്കാണിക്കുന്നു. ഇതിനെതിരെ ഉന്നയിക്കുന്ന പ്രതിഭാശാലികളായ വ്യക്തികളുടെ സ്വന്തം സൃഷ്ടിയാണ് ഉത്തമകലയെന്ന പ്രതിലോമ ചിന്താഗതിയെ മാർക്സിസ്റ്റ്–ലെനിനിസ്റ്റ് നിരൂപകർ നിർദയം തുറന്നുകാട്ടുന്നു.

അങ്ങനെ റഷ്യയിൽ മുതലാളിത്തം വളർന്നുകൊണ്ടിരിക്കയാണെന്നും അതിന്റെ സ്വാഭാവികഫലമായി തൊഴിലാളിവർഗമെന്ന ഏറ്റവും പുരോഗമനപരമായ സാമൂഹ്യനീതി ഉയർന്നുവന്നുകൊണ്ടിരിക്കുന്നുവെന്നും ശാസ്ത്രീയമായി തെളിയിച്ചതാണ് ലെനിൻ ആദ്യകാല കൃതികളിലൂടെ മാർക്സിസത്തിന് നൽകിയ മഹത്തായ സംഭാവന.

ഈ സത്യം പുറത്തുകൊണ്ടുവരുന്നതിനാകട്ടെ, 'ജനങ്ങളുടെ ബന്ധുക്കൾ' എന്ന അർഥത്തിലുള്ള നരോദ്നിക്കുകാരുടെ സിദ്ധാന്തത്തിൽ എല്ലാ വശങ്ങളെയും തുറന്നുകാട്ടുന്ന ഒരു ഗ്രന്ഥം ലെനിന് എഴുതേണ്ടിവന്നു. ആ ഗ്രന്ഥത്തിന്റെ തലക്കെട്ട് ഇതാണ്: "ജനങ്ങളുടെ ബന്ധുക്കൾ എന്തുചെയ്യുന്നു. അവർ സോഷ്യൽ ഡെമോക്രാറ്റുകാരെ എങ്ങനെ എതിർക്കുന്നു."

റഷ്യൻ സമൂഹത്തിൽ തൊഴിലാളിവർഗത്തിനുള്ള നേതൃത്വപരമായ പങ്ക് പുറത്തുകൊണ്ടുവന്ന് അതിനെ ശാസ്ത്രീയമായി സ്ഥാപിച്ചെടുക്കലാണ് ആ ഗ്രന്ഥത്തിന്റെ കാതലായ ഉള്ളടക്കം. അതിൽ ലെനിൻ ഇങ്ങനെ എഴുതി:

> സോഷ്യൽ ഡെമോക്രാറ്റുകാരുടെ രാഷ്ട്രീയ പ്രവർത്തനംമൂലം തൊഴിലാളിവർഗ പ്രസ്ഥാനം വളരുകയും സംഘടിതമാവുകയും ചെയ്യുന്നു; ഒറ്റയ്ക്കും തെറ്റയ്ക്കുമുള്ള പ്രതിഷേധപ്രകടനങ്ങളും കലാപങ്ങളും പണിമുടക്കങ്ങളും യാതൊരു ഉദ്ദേശലക്ഷ്യങ്ങളുമില്ലാത്ത സ്ഥിതിയിൽനിന്ന് ബൂർഷ്വാ ഭരണത്തിനെതിരായ സംഘടിത തൊഴിലാളിവർഗ സമരത്തിലേക്ക് ഉയരുന്നു; അധ്വാനിക്കുന്ന ജനവിഭാഗങ്ങളെ ചൂഷണം ചെയ്യുന്ന പ്രമാണിവർഗത്തിൽനിന്ന് അവരുടെ സ്വത്തുക്കൾ പിടിച്ചെടുത്ത് മർദനരഹിതമായ ഒരു സാമൂഹ്യരീതി നിലവിൽവരുത്തുന്നതിനുവേണ്ടി അത് പ്രവർത്തിക്കുന്നു. ഈ പ്രവർത്തനങ്ങളുടെ കേന്ദ്രമായി നിൽക്കുന്നതാകട്ടെ, റഷ്യയിലെ എല്ലാ അധ്വാനിക്കുന്ന ബഹുജനങ്ങളുടെയും പ്രതിനിധി റഷ്യൻ തൊഴിലാളിവർഗമാണെന്ന പൂർണബോധ്യമാണുതാനും.

തൊഴിലാളിവർഗത്തിന് ചരിത്രത്തിലുള്ള പങ്ക് ശാസ്ത്രീയമായി

സ്ഥാപിച്ചെടുക്കുന്ന ഈ പ്രവൃത്തിയിൽ ലെനിനും സഹപ്രവർത്തകർക്കും ഒരു സഖ്യശക്തി ഉണ്ടായിരുന്നു. നരോദ്നിക്കുകാരുടെ അവസരവാദ ചിന്താഗതിയെ തുറന്നുകാട്ടുന്നതിൽ ലെനിനോടും കൂട്ടുകാരോടും സഹകരിച്ചവരും 'നിയമവിധേയ മാർക്സിസ്റ്റുകാർ' എന്നറിയപ്പെടുന്നവരുമായ ഒരു ഗ്രൂപ്പ്. നരോദ്നിക്കുകാരുടെ വാദഗതികളെ ഖണ്ഡിക്കുന്നതിനുവേണ്ടി അവർ ആശ്രയിച്ചിരുന്നത് നിയമവിധേയമായി നടത്തുന്ന പത്രങ്ങളും മറ്റ് പ്രസിദ്ധീകരണങ്ങളുമായിരുന്നു. (അതുകൊണ്ടാണ് ആ ഗ്രൂപ്പിന്റെ പേർ നിയമവിധേയ മാർക്സിസ്റ്റായത്.) അതായിരുന്നില്ല ലെനിന്റെയും കൂട്ടുകാരുടെയും കാഴ്ചപ്പാട്. സാറിസ്റ്റ് സ്വേച്ഛാധിപത്യം നിലനിൽക്കുന്ന റഷ്യയിൽ നിയമവിധേയ പ്രസിദ്ധീകരണങ്ങളിലൂടെ മാത്രം നരോദ്നിക്കുകാരെ എതിർക്കാൻ കഴിയുകയില്ലെന്ന് അവർക്ക് അറിയാമായിരുന്നു. അതുകൊണ്ട് നിയമവിരുദ്ധ പ്രസിദ്ധീകരണങ്ങളെയാണ് അവർ പ്രധാനമായും ആശ്രയിച്ചത്.

എങ്കിലും, നരോദ്നിക്കുകാരുടെ തെറ്റായ ചിന്താഗതികളെ തുറന്നു കാണിക്കുന്നതിന് 'നിയമവിധേയ മാർക്സിസ്റ്റു'കാരുമായി താൽക്കാലികമായ ഒരൊത്തുതീർപ്പ് ലെനിനും സഹപ്രവർത്തകരും ഉണ്ടാക്കി. അവരിരുവരും ചേർന്ന് ഒരു ഗ്രന്ഥം പ്രസിദ്ധീകരിച്ചു. അതിലേക്ക് ഒരു പ്രബന്ധം ലെനിൻതന്നെ എഴുതിക്കൊടുത്തു. പക്ഷേ, ലെനിന്റെ പ്രബന്ധമടക്കം ആ ഗ്രന്ഥം സാറിസ്റ്റ് ഗവൺമെന്റ് നിയമവിരുദ്ധമാക്കുകയും അതിന്റെ അച്ചടിച്ച 2000 കോപ്പികളിൽ 100 ഒഴിച്ച് മറ്റെല്ലാം പിടിച്ചെടുക്കുകയും ചെയ്തു. നിയമവിധേയ പ്രവർത്തനത്തിന്റെ സാധ്യതകൾ പരമാവധി പ്രയോജനപ്പെടുത്തുമ്പോൾത്തന്നെ നിയമവിരുദ്ധമായ സംഘടന ശക്തിപ്പെടുത്തുകയെന്ന ലെനിനിസ്റ്റ് മാത്രം ഇതോടെ വ്യക്തമായി.

നരോദ്നിക്കുകാർക്ക് എതിരെ ലെനിൻ നടത്തിയ ആശയസമരത്തിന്റെ ഒരു പ്രധാന ഭാഗമായിരുന്നു തൊഴിലാളിവർഗവും കർഷക ജനസാമാന്യമടക്കമുള്ള മറ്റധ്വാനിക്കുന്ന ബഹുജനങ്ങളും തമ്മിലുള്ള ബന്ധം. 'ജനങ്ങളുടെ ബന്ധുക്കൾ' എന്ന് സ്വയം വിശേഷിപ്പിച്ച് നരോദ്നിക്കുകാരുടെ കാഴ്ചപ്പാടനുസരിച്ച് ജനങ്ങൾക്കിടയിൽ ഒരു വ്യത്യാസവുമില്ലായിരുന്നു. നേരെമറിച്ച് മാർക്സിസ്റ്റുകാരുടെ ദൃഷ്ടിയിൽ 'ജനങ്ങൾ' എന്ന പൊതുപേരിൽ അറിയപ്പെടുന്ന സാധാരണക്കാരിൽ തൊഴിലാളിവർഗമുണ്ട്. കർഷകജനസാമാന്യമുണ്ട്, മറ്റധ്വാനിക്കുന്ന ജനവിഭാഗങ്ങളുണ്ട്. ഇവ മൂന്നും തമ്മിലുള്ള വ്യത്യാസം, തൊഴിലാളിവർഗത്തിനുള്ള നേതൃത്വപരമായ പങ്ക്, പ്രധാനമാണ്. പക്ഷേ, കർഷകജനസാമാന്യവും മറ്റധ്വാനിക്കുന്ന വിഭാഗങ്ങളുമായി വിപ്ലവകരമായ ബന്ധം സ്ഥാപിക്കാൻ കഴിഞ്ഞില്ലെങ്കിൽ തൊഴിലാളിവർഗത്തിന് അതിന്റെ ചരിത്രപരമായ കടമ നിറവേറ്റാൻ കഴിയില്ല. മാർക്സും എംഗൽസും ആവർത്തിച്ചാവർത്തിച്ച് ഊന്നിപ്പറഞ്ഞ ഈ സത്യം റഷ്യൻ സ്ഥിതിഗതികളിൽ പ്രസക്തമാണെന്ന് ചൂണ്ടിക്കാണിക്കുകയാണ് ലെനിൻ ചെയ്തത്.

ഇത്രയും ജോലി റഷ്യയിൽ ചെയ്തതിൽ പിന്നീടാണ് റഷ്യക്ക് വെളി

യിൽപ്പോയി റഷ്യയിലെ ആദ്യതലമുറയിൽപ്പെട്ട ആദരണീയനായ മാർക്സിസ്റ്റ് നേതാവിനെ — പ്ലഹാനോവിനെ — ലെനിൻ സന്ദർശിച്ചതും അദ്ദേഹവുമായി ആശയവിനിമയം നടത്തിയതും. നരോദ്നിക്കുകാരെയും 'നിയമവിധേയ, മാർക്സിസ്റ്റു'കാരെയും തുറന്നുകാട്ടുന്ന കാര്യത്തിൽ പ്ലഹാനോവിന് ലെനിനോട് പൂർണ യോജിപ്പായിരുന്നു. പക്ഷേ, തൊഴിലാളിവർഗത്തിന്റെ ഉറച്ച സഖ്യശക്തി കർഷകജനസാമാന്യമാണ്, ലിബറൽ ബൂർഷ്വാസിയല്ല, എന്ന ലെനിന്റെ നിലപാടിനോട് പ്ലഹാനോവിന് യോജിപ്പില്ലായിരുന്നു. ഈ യോജിപ്പും വിയോജിപ്പുമാണ് പിന്നീട് (റഷ്യൻ സോഷ്യൽ ഡെമോക്രാറ്റിക് ലേബർ പാർട്ടി രൂപീകരിക്കുന്ന കാര്യത്തിൽ) ലെനിനും പ്ലഹാനോവും തമ്മിലുണ്ടായ യോജിപ്പിനും വിയോജിപ്പിനും അടിസ്ഥാനം.

4

റഷ്യൻ തൊഴിലാളിവർഗ പാർട്ടിയുടെ മുന്നോടി

ആയിരത്തി എണ്ണൂറ്റി തൊണ്ണൂറ്റിയഞ്ചിൽ റഷ്യൻ തൊഴിലാളിവർഗ പ്രസ്ഥാന ചരിത്രത്തിൽ സുപ്രധാനമായ ഒരു സംഭവം നടന്നു. സെന്റ് പീറ്റേഴ്സ്ബർഗ് നഗരത്തിലെ മാർക്സിസ്റ്റ് ഗ്രൂപ്പുകൾ ലെനിന്റെ നേതൃത്വത്തിൽ യോഗം ചേർന്ന് ഏകീകൃതമായ ഒരു രാഷ്ട്രീയ സംഘടനയ്ക്ക് രൂപംനൽകി. ഭാവിയിലെ റഷ്യൻ തൊഴിലാളിവർഗ പാർട്ടിയുടെ ആദ്യരൂപമായിരുന്നു അത്. ആ സംഘടനയ്ക്ക് അതിന്റെ പ്രവർത്തകർ നൽകിയ പേര് 'തൊഴിലാളിവർഗത്തിന്റെ മോചനത്തിനുള്ള സമരസംഘടന' എന്നായിരുന്നു. അതിൽ ലെനിനും മറ്റ് സഖാക്കൾക്കും പുറമെ ലെനിന്റെ ഭാവി വധുവായ ക്രൂപ്സ്കായയും ഉണ്ടായിരുന്നു.

ആ വർഷം നവംബറിൽ സംഘടനയുടെ നേതൃത്വത്തിൽ തോൺടൻ ഫാക്ടറിയിൽ ഒരു പണിമുടക്ക് നടന്നു. അതിനുള്ള പ്രചാരത്തിന്റെ ഭാഗമായി *നെയ്ത്തുകാർ എന്താവശ്യപ്പെടുന്നു* എന്ന ഒരു ലഘുലേഖ പ്രസിദ്ധീകരിച്ചു. പണിമുടക്ക് സംബന്ധിച്ച വിവിധ പ്രദേശങ്ങളിലെ സ്ഥിതിഗതികൾ മനസിലാക്കുന്നതിനും ഒരു പ്രവർത്തനപരിപാടി ആവിഷ്കരിക്കുന്നതിനുമായി നഗരത്തിലുള്ള പ്രധാന പ്രവർത്തകരുടെ ഒരു യോഗം ചേർന്നു. തുടർന്ന് മറ്റൊരു ലഘുലേഖ പ്രസിദ്ധീകരിച്ചു. *തോൺടൻ ഫാക്ടറിയിലെ സ്ത്രീ–പുരുഷ തൊഴിലാളികളോട്* എന്ന തലക്കെട്ടിലുള്ള ആ ലഘുലേഖ എഴുതിയത് ലെനിൻ ആയിരുന്നു.

പണിമുടക്കിലേർപ്പെട്ട നെയ്ത്തുകാർക്ക് പിന്തുണ നൽകാൻ തൊഴിലാളികളോടഭ്യർഥിക്കുന്ന ആ ലഘുലേഖ ഇങ്ങനെ പറഞ്ഞു:

> സഖാക്കളെ, നമുക്ക് ഉറച്ചുനിന്ന് സമരത്തെ വിജയകരമായി പര്യവസാനത്തിലെത്തിക്കാം. നാമെല്ലാം ഒരുമിച്ചുനിന്നാൽ മാത്രമേ

നമ്മുടെ സ്ഥിതി കൂടുതൽ നന്നാക്കിത്തീർക്കാൻ കഴിയുകയുള്ളൂ എന്ന് നാം ഓർമിക്കണം.

ആ ലഘുലേഖ തൊഴിലാളികൾക്കിടയിൽ നല്ല മതിപ്പുണ്ടാക്കി. പണിമുടക്ക് വിജയിച്ചു. ഈ ഉദാഹരണം സെന്റ് പീറ്റേഴ്സ്ബർഗിലെ മറ്റ് തൊഴിലാളി വിഭാഗങ്ങളെക്കൂടി ആവേശഭരിതരാക്കി.

തൊഴിലാളികളെ നേരിടുന്ന പ്രശ്നങ്ങളെ ആസ്പദമാക്കി അവർക്ക് മനസിലാകും വിധത്തിൽ എഴുതാൻ ലെനിന് വലിയ ഉത്സാഹമായിരുന്നു. ഈ പണിമുടക്ക് നടക്കുന്ന കാലത്തുതന്നെ *ഫാക്ടറി തൊഴിലാളികളുടെമേൽ* അടിച്ചേൽപ്പിക്കുന്ന പിഴശിക്ഷയെ സംബന്ധിച്ച വിശദീകരണം എന്ന തലവാചകത്തിൽ ലെനിൻ ഒരു ലഘുലേഖ എഴുതി. മുതലാളിമാർ തൊഴിലാളികളെ ചൂഷണം ചെയ്യുന്നതിന്റെ രീതി സാധാരണക്കാർക്ക് മനസിലാകുംവിധത്തിൽ വിശദീകരിച്ച് സ്വന്തം താൽപ്പര്യം സംരക്ഷിക്കുന്നതിനുവേണ്ടി പോരാടാൻ തൊഴിലാളികളെ പ്രേരിപ്പിക്കുകയായിരുന്നു ലെനിൻ. ഇതുപോലെ നിത്യജീവിതം സംബന്ധിക്കുന്ന മറ്റനവധി പ്രശ്നങ്ങളെ ആസ്പദമാക്കി സാധാരണക്കാർക്ക് മനസിലാവുന്ന ഭാഷയിലും ശൈലിയിലും ലഘുലേഖകളെഴുതാൻ കിട്ടിയ ഒരവസരവും ലെനിൻ പാഴാക്കിയില്ല.

എന്നാൽ, തൊഴിലാളികൾ നേരിടുന്ന അടിയന്തരപ്രശ്നങ്ങളെ സംബന്ധിച്ച് വിശദീകരണം നൽകുക മാത്രമല്ല ലെനിനും അദ്ദേഹത്തിന്റെ നേതൃത്വത്തിലുള്ള രാഷ്ട്രീയസംഘടനയും ചെയ്തത്. ഈ അടിയന്തരപ്രശ്നങ്ങളും സാറിസ്റ്റ് സ്വേച്ഛാധിപത്യത്തിനെതിരായ രാഷ്ട്രീയ സമരത്തിന്റെ പ്രശ്നങ്ങളും തമ്മിലുള്ള ബന്ധം വിശദീകരിക്കുകകൂടി അവർ ചെയ്തു. ഇതിലൂടെ ചരിത്രപ്രധാനമായ ഒരു ദൗത്യം അവർ നിറവേറ്റുകയായിരുന്നു. ശാസ്ത്രീയ സോഷ്യലിസത്തെ സംഘടിത തൊഴിലാളിവർഗ പ്രസ്ഥാനവുമായി സംയോജിപ്പിച്ചുകൊണ്ടുള്ള ആദ്യത്തെ റഷ്യൻ സംഘടനയായിരുന്നു സെന്റ് പീറ്റേഴ്സ്ബർഗിലെ ഈ സമര സംഘടന.

റഷ്യയിൽ എല്ലായിടത്തുമുള്ള തൊഴിലാളിവർഗ ഗ്രൂപ്പുകളെ സംയോജിപ്പിച്ച് ഒരു അഖില റഷ്യൻ സംഘടന രൂപപ്പെടുത്തുന്നതിനുള്ള ആദ്യ ശ്രമമായിരുന്നു അത്. അതിന്റെ ആഭിമുഖ്യത്തിൽ നിയമവിരുദ്ധമായി പുറത്തിറങ്ങുന്ന ഒരു പത്രം തുടങ്ങാനും അതിന്റെ പ്രവർത്തകർ പദ്ധതിയിട്ടു. അതിൽ പ്രസിദ്ധീകരിക്കേണ്ട ലേഖനങ്ങൾ മറ്റുള്ളവരെക്കൊണ്ട് എഴുതിച്ചും സ്വയം എഴുതിയും ലെനിൻ പത്രത്തിന്റെ രാഷ്ട്രീയ നേതൃത്വം വഹിച്ചു. ആ പത്രത്തിലാണ് എംഗൽസ് അന്തരിച്ചപ്പോൾ അദ്ദേഹത്തെ അനുസ്മരിക്കുന്ന ഒരു ലേഖനം ലെനിൻ എഴുതിയത് (അതിന്റെ വിശദാംശങ്ങൾ ഇതിനുമുമ്പ് കൊടുത്തിട്ടുണ്ട്).

ഈ പത്രത്തിനുവേണ്ടി ലെനിൻ എഴുതിയ മുഖപ്രസംഗത്തിലും പ്രസിദ്ധീകരിക്കപ്പെട്ട മറ്റ് ലേഖനങ്ങളിലും റഷ്യൻ വിപ്ലവപ്രസ്ഥാന

ത്തിന്റെ ചരിത്രത്തിൽ തൊഴിലാളിവർഗത്തിനുള്ള സുപ്രധാനപങ്ക് ഊന്നി പ്പറഞ്ഞിരുന്നു. ലെനിന്റെ നേതൃത്വത്തിൽ പിന്നീട് പുറത്തുവന്ന പാർട്ടി മുഖപത്രങ്ങളുടെ മുന്നോടിയായിരുന്നു അത്.

പക്ഷേ, പത്രത്തിന്റെ ആദ്യലക്കംപോലും പുറത്തുവന്നില്ല. അത് സംബന്ധിച്ച ജോലി നടന്നുകൊണ്ടിരുന്നപ്പോൾത്തന്നെ ഒരു രാത്രി ലെനിനും സെന്റ്പീറ്റേഴ്സ്ബർഗിലെ അദ്ദേഹത്തിന്റെ ഒട്ടനവധി സഖാ ക്കളും അറസ്റ്റ് ചെയ്യപ്പെട്ടു. ഒന്നാംലക്കത്തിനുവേണ്ടി തയാറാക്കിയ എല്ലാ ലേഖനങ്ങളും പൊലീസ് പിടിച്ചെടുത്തു. ലെനിനെയും സഖാക്കളെയും അറസ്റ്റുചെയ്ത് തടങ്കലിൽ വെച്ചു. ഇതിൽ പ്രതിഷേധിച്ച് സെന്റ്പീറ്റേ ഴ്സ്ബർഗിലെ തൊഴിലാളികൾ തികച്ചും രാഷ്ട്രീയമായ ഒരു ലഘുലേഖ തയാറാക്കി കല്ലച്ച് കോപ്പികളായി വിതരണം ചെയ്തു.

ലെനിന്റെയും സഖാക്കളുടെയും അറസ്റ്റ് സെന്റ്പീറ്റേഴ്സ്ബർഗ് നഗ രത്തിലെ തൊഴിലാളിവർഗ പ്രസ്ഥാനത്തിനേറ്റ കനത്ത ആഘാതമായി രുന്നു. പക്ഷേ, ലെനിന്റെ നേതൃത്വത്തിൽ രൂപംപൂണ്ട സമരസംഘടന തുടർന്നും പ്രവർത്തിച്ചു. ആശയപ്രചാരണപരവും രാഷ്ട്രീയ പ്രക്ഷോ ഭപരവുമായ പ്രവർത്തനങ്ങൾ ജയിലിന് വെളിയിലുള്ള സഖാക്കൾ നിര ന്തരം നടത്തിക്കൊണ്ടിരുന്നു. അതിനുവേണ്ടി പ്രവർത്തിക്കുന്ന മാർക്സിസ്റ്റ് ഗ്രൂപ്പുകളും പണിമുടക്കുപോലുള്ള പ്രക്ഷോഭസമരങ്ങൾ നടത്തുന്ന തൊഴിലാളികളും തമ്മിലുള്ള ബന്ധം കൂടുതൽ കൂടുതൽ ദൃഢമായി. 1891 വേനൽക്കാലത്ത് സെന്റ്പീറ്റേഴ്സ്ബർഗിൽ പണിമുടക്ക് സമരങ്ങളുടെ ഒരു വേലിയേറ്റം തന്നെ ഉണ്ടായി. അതുമായി ബന്ധപ്പെട്ട് മാർക്സിസ്റ്റ് ഗ്രൂപ്പുകളുടെ സംയുക്ത സംഘടന ഒരൊറ്റ മാസത്തിനു ള്ളിൽ 13 ലഘുലേഖകൾ പ്രസിദ്ധീകരിച്ചു.

ഇതോടെ "നമ്മുടെ വിപ്ലവത്തെയാകെ സ്വാധീനിക്കുന്ന ഒരു ഘടക മായി തൊഴിലാളിവർഗ പ്രസ്ഥാനം അനുക്രമം വളർന്നുവരുന്ന ഒരു കാല ഘട്ടം തുടങ്ങി"യതായി ലെനിൻ ചൂണ്ടിക്കാണിച്ചു. 19-ാം നൂറ്റാണ്ടിന്റെ അവസാനവർഷങ്ങളിൽ സെന്റ്പീറ്റേഴ്സ്ബർഗിലെ തൊഴിലാളികൾ റഷ്യയിൽ ആകെയുള്ള തൊഴിലാളി പ്രസ്ഥാനത്തിന്റെ മുന്നണിയി ലെത്തി.

ലെനിന്റെ സെന്റ്പീറ്റേഴ്സ്ബർഗ് വാസവും അവിടെ അദ്ദേഹം നട ത്തിയ പ്രവർത്തനവും അദ്ദേഹത്തിന്റെ ജീവിതചരിത്രത്തിലെ ഒരു പ്രധാ നഘട്ടമാണ്. അവിടെവെച്ചാണ് തലസ്ഥാനനഗരിയിലുള്ള പരമ്പരാഗത തൊഴിലാളിവർഗവുമായി അടുത്ത ബന്ധം സ്ഥാപിക്കാനും തൊഴിലാ ളികളുടെ ആവശ്യങ്ങളും ആഗ്രഹങ്ങളും ഉൾക്കൊള്ളാനും അദ്ദേഹ ത്തിന് കഴിഞ്ഞത്. തൊഴിലാളിവർഗത്തിന്റെ സംഘാടകനും നേതാവു മെന്ന നിലയ്ക്ക് ലെനിന്റെ പ്രശസ്തി ഉയർന്നു. കൊച്ചുകൊച്ച് ഗ്രൂപ്പു കൾ വഴി ആശയപ്രചാരണം നടത്തുകയെന്ന പഴയ രീതിയിൽനിന്ന് രാഷ്ട്രീയ തലത്തിലുള്ള പ്രക്ഷോഭസമരങ്ങളുടെതായ മാർഗത്തിലേക്ക് ലെനിന്റെ നേതൃത്വത്തിലുള്ള മാർക്സിസ്റ്റ് ഗ്രൂപ്പുകൾ ഉയർന്നു.

ജയിലിൽ ആയിരുന്നപ്പോഴും ലെനിൻ തന്റെ താത്വികനും പ്രായോഗികവുമായ പ്രവർത്തനം തുടർന്നുപോന്നു. പാർട്ടിയുടെ പൊതുവീക്ഷണം, വിപ്ലവസമരതന്ത്രം, അനുദിനരാഷ്ട്രീയ പ്രവർത്തനത്തിന്റെ അടവുകൾ എന്നിവ വിശദീകരിക്കുന്ന ഒരു പാർട്ടി കരട് പരിപാടി അദ്ദേഹം എഴുതിയുണ്ടാക്കി. റഷ്യയിൽ മുതലാളിത്തത്തിന്റെ വളർച്ച അതിസൂക്ഷ്മമായി വിശദീകരിച്ചുകൊണ്ട് തൊഴിലാളിവർഗ സമരത്തിന്റെ മൗലിക കടമ ആ രേഖയിൽ അദ്ദേഹം എടുത്തുകാട്ടി. സാറിസ്റ്റ് സ്വേച്ഛാധിപത്യത്തെ അട്ടിമറിക്കുക, തുടർന്ന് മുതലാളിത്തത്തെ അധികാരഭ്രഷ്ടമാക്കുക, അങ്ങനെ പരമാധികാരം തൊഴിലാളിവർഗത്തിന്റേതാക്കുക എന്ന കാഴ്ചപ്പാടും ഉൽപ്പാദനോപകരണങ്ങളിൽ സ്വകാര്യസ്വത്ത് എന്ന സമ്പ്രദായമവസാനിപ്പിച്ച് സോഷ്യലിസ്റ്റ് സമൂഹം കെട്ടിപ്പടുക്കുക എന്ന കടമയും അതിൽ വിശദീകരിച്ചു.

14 മാസമാണ് ലെനിൻ ജയിലിൽ കഴിച്ചുകൂട്ടിയത്. അക്കാലത്തും അദ്ദേഹം തന്റെ താത്വിക പ്രവർത്തനം തുടർന്നു. റഷ്യയുടെ അർഥശാസ്ത്രം സംബന്ധിച്ച പ്രശ്നങ്ങളെക്കുറിച്ച് മുമ്പ് തുടങ്ങിയ നിഷ്കൃഷ്ടമായ പഠനഗവേഷണങ്ങൾ ജയിലിലും അദ്ദേഹം തുടർന്നു. മാർക്സിന്റെ *മൂലധന*ത്തിന്റെ മാതൃകയിൽ റഷ്യൻ മുതലാളിത്തത്തിന്റെ വളർച്ച വിശദമായി വിവരിക്കുന്ന ഒരു ബൃഹദ്ഗ്രന്ഥം എഴുതുന്നതിനുള്ള വസ്തുതകൾ അദ്ദേഹം ശേഖരിക്കുകയായിരുന്നു. സയൻസ് അക്കാദമി, സർവകലാശാല മുതലായ ഗവേഷണസ്ഥാപനങ്ങളിൽനിന്ന് ഒട്ടേറെ ഗ്രന്ഥങ്ങൾ വരുത്തി പഠിക്കാനും അവയിൽനിന്ന് കിട്ടിയ വിവരങ്ങളെ ആസ്പദമാക്കി ലഘുപ്രബന്ധങ്ങൾ എഴുതാനും അദ്ദേഹം തുടങ്ങി. പിന്നീട് രണ്ടു മൂന്ന് വർഷത്തെ പ്രവർത്തനഫലമായി പുറത്തുവന്ന *റഷ്യയിലെ മുതലാളിത്ത വളർച്ച* എന്ന ബൃഹദ്ഗ്രന്ഥത്തിന്റെ മുന്നോടികളായിരുന്നു ഈ പ്രബന്ധങ്ങൾ.

താത്വികരംഗത്ത് നടത്തിക്കൊണ്ടിരുന്ന ഈ ഗവേഷണ പഠനങ്ങളോടൊപ്പംതന്നെ പ്രായോഗികമായും തന്റെ ജയിൽ ജീവിതം ലെനിൻ പരമാവധി ഉപയോഗപ്പെടുത്തി. തന്റെ കൂടെയോ മറ്റ് ജയിലുകളിലോ കിടക്കുന്ന സഖാക്കളുടെ ആരോഗ്യസ്ഥിതിയും മറ്റ് വിവരങ്ങളും സദാ അന്വേഷിക്കുകയും അവർക്ക് ആവശ്യമുള്ള കാര്യങ്ങൾ സാധിപ്പിച്ച് കൊടുക്കുകയും ചെയ്യുന്നതിനുള്ള ഒരവസരവും അദ്ദേഹം പാഴാക്കിയില്ല. ജയിലിനകത്തെ സ്വന്തം ദിനചര്യയാവട്ടെ സുസംഘടിതമായിരുന്നുതാനും. ആരോഗ്യം നിലനിർത്താനും ബൗദ്ധികപഠനങ്ങൾ നടത്താനും എന്നപോലെ ജയിലിലും വെളിയിലുമുള്ള സഖാക്കളുമായി ബന്ധംവെച്ച് അവരെ ആശ്വസിപ്പിക്കുകയും ആവേശഭരിതരാക്കുകയും ചെയ്യാൻ കൂടി പറ്റുംവിധത്തിലാണ് തന്റെ ദൈനംദിന ജീവിതചര്യ അദ്ദേഹം ക്രമപ്പെടുത്തിയത്.

അങ്ങനെ 14 മാസത്തിലധികം കാലം ജയിലിൽക്കിടന്ന് പുറത്തുവന്നപ്പോഴാകട്ടെ, ലെനിന് പുതിയ ഒരു ഉത്തരവ് ഗവൺമെന്റിൽനിന്ന്

കിട്ടി. മൂന്നു വർഷത്തേക്ക് കിഴക്കൻ സൈബീരിയയിലേക്ക് നാട് കടത്തിയിരിക്കുന്നു; ഇക്കാലത്ത് മുഴുവൻ പൊലീസിന്റെ കർശനമായ മേൽനോട്ടത്തിലേ ജീവിക്കാൻ ഒക്കൂ. ഈ ഉത്തരവ് കിട്ടിയത് 1897 ഫെബ്രുവരി 13–നാണ്. സെന്റ്പീറ്റേഴ്സ്ബർഗിലെ മാർക്സിസ്റ്റ് ഗ്രൂപ്പുകളെല്ലാം ചേർന്ന് ഒരു 'തൊഴിലാളിവർഗ സമര സംഘടന' രൂപപ്പെടുത്തി, 14 മാസം കഴിഞ്ഞപ്പോൾ.

ജയിൽമോചനം കഴിഞ്ഞ് സൈബീരിയയിലെ നാടുകടത്തൽ സ്ഥലത്ത് എത്തുന്നതുവരെ ഏതാനും ദിവസത്തെ ഇടവേള ഉണ്ടായിരുന്നു. അത് മുഴുവൻ പാർട്ടിയുടെ പ്രവർത്തനം ശക്തിപ്പെടുത്തുന്നതിനായി ഉപയോഗിക്കാൻ ലെനിന് കഴിഞ്ഞു. എന്തുകൊണ്ടെന്നാൽ, മൂന്നു ദിവസം സെന്റ്പീറ്റേഴ്സ്ബർഗിൽത്തന്നെ താമസിക്കാൻ അദ്ദേഹത്തിന് അനുവാദം കിട്ടി. ഇതിനിടയ്ക്ക് നഗരത്തിലെ സോഷ്യൽ ഡെമോക്രാറ്റിക് ഗ്രൂപ്പുകളായി ചർച്ചകൾ നടത്താൻ അദ്ദേഹത്തിനവസരം ലഭിച്ചു. കൂടാതെ, സെന്റ്പീറ്റേഴ്സ്ബർഗിൽനിന്ന് സൈബീരിയയിലേക്കുള്ള യാത്ര സ്വന്തം ചെലവിൽ നടത്താനുള്ള അനുവാദവും അദ്ദേഹത്തിന് കിട്ടി. നിർദിഷ്ട സ്ഥലത്ത് എത്തുന്നതിനുമുമ്പ് മോസ്കൊവിലും മറ്റു പല സ്ഥലങ്ങളിലും തങ്ങി അതാതിടത്തെല്ലാമുള്ള സഖാക്കളുമായി ബന്ധപ്പെടാൻ കഴിഞ്ഞു.

ഏപ്രിൽ അവസാനത്തിലാണ്, സൈബീരിയയിൽപ്പെട്ട മിനുസിൻസ്ക് ജില്ലയിലെ ഷുഷൻസ്കോവ് എന്ന ഗ്രാമത്തിലാണ് അദ്ദേഹം താമസിക്കേണ്ടതെന്ന ഉത്തരവ് ഗവൺമെന്റിൽനിന്ന് കിട്ടിയത്. പിന്നീടുള്ള യാത്രകൂടി കഴിഞ്ഞ് മെയ് 8 ന് നാടുകടത്തൽ സ്ഥലമായ ഗ്രാമത്തിൽ ലെനിൻ ചെന്നെത്തി. അങ്ങനെ ജയിൽ മോചനം കഴിഞ്ഞ് മൂന്നു മാസക്കാലം പലേടത്തുമുള്ള തന്റെ സഖാക്കളുമായി ബന്ധം പുതുക്കി സംഘടന ശക്തിപ്പെടുത്തിയിട്ടാണ് നാടുകടത്തൽ സ്ഥലത്ത് ലെനിൻ എത്തിയത്.

5

സൈബീരിയയിൽ

ആയിരത്തി എണ്ണൂറ്റി തൊണ്ണൂറ്റിയേഴ് മേയ് 8 നാണല്ലോ നാടു കടത്തപ്പെട്ട ലെനിൻ ഷുഷൻസ്കോവ് ഗ്രാമത്തിൽ എത്തിച്ചേർന്നത്. അതുകഴിഞ്ഞ് മൂന്ന് കൊല്ലം തികയുന്നതിനുമുമ്പ്, 1900 ജനുവരി 29 ന്, അദ്ദേഹം സ്വതന്ത്രനായി. അങ്ങനെ മൂന്ന് വർഷത്തിൽ താഴെ നാടുകട ത്തൽ ശിക്ഷയ്ക്ക് ഇരയായി സൈബീരിയയിൽ അദ്ദേഹം കഴിച്ചുകൂട്ടി.

ലെനിനെപ്പോലെ അദ്ദേഹത്തിന്റെ കാമുകിയായിരുന്ന ക്രൂപ്സ്കായ യും അറസ്റ്റ് ചെയ്യപ്പെട്ട് ജയിലിൽ ആയിരുന്നു. ജയിൽ വിമോചനത്തെ ത്തുടർന്ന് അവരും സൈബീരിയയിലേക്ക് നാടുകടത്തപ്പെട്ടു. പക്ഷേ രണ്ടുപേരും രണ്ട് ഗ്രാമങ്ങളിലാണ് താമസിക്കാൻ നിർദേശിക്കപ്പെട്ടത്.

ഇതിനിടയ്ക്ക് ജയിലിൽവച്ചുതന്നെ കത്തിടപാടിലൂടെ ലെനിൻ വിവാഹാഭ്യർഥന നടത്തുകയും ക്രൂപ്സ്കായ അത് സ്വീകരിക്കുകയും ചെയ്തിരുന്നു. ആ സ്ഥിതിക്ക് ലെനിന്റെ 'പ്രതിശ്രുത വധു'വായ തനിക്ക് ഷുഷൻസ്കോവിൽ താമസിക്കാൻ ക്രൂപ്സ്കായ അധികൃതരോട് അനു വാദമാവശ്യപ്പെട്ടിരുന്നു. അതേ ആവശ്യം ലെനിനും അധികൃതരുടെ മുമ്പിൽ സമർപ്പിച്ചിരുന്നു. രണ്ടും പരിഗണിച്ച് ലെനിനോടൊപ്പം താമസി ക്കാൻ ക്രൂപ്സ്കായയെ അനുവദിച്ചു. അവിടെ എത്തിയാൽ ഉടൻ വിവാഹം നടത്തുമെന്ന വ്യവസ്ഥയിൽ മാത്രം.

അങ്ങനെ ക്രൂപ്സ്കായ ഷുഷൻസ്കോവിലെത്തി. അധികം കഴി യുന്നതിനുമുമ്പ് നിയമപ്രകാരമുള്ള അവരുടെ വിവാഹം നടന്നു. ക്രൂപ്സ് കായയോടൊപ്പം വന്ന അവരുടെ അമ്മയും നവദമ്പതികളും കൂടി ഒരു വീട് എടുത്ത് താമസിക്കാൻ തുടങ്ങി.

അത്യപൂർവമായ ഒരു ദാമ്പത്യജീവിതത്തിന്റെ തുടക്കമായിരുന്നു ഇത്. ലെനിൻ അന്തരിക്കുന്നതുവരെയുള്ള 26 വർഷം എല്ലാ അർഥ

ത്തിലും അദ്ദേഹത്തിന്റെ ജീവിതസഖിയായിരുന്നു ക്രൂപ്സ്കായ. ലെനിൻ സെന്റ്പീറ്റേഴ്സ്ബർഗിൽ എത്തിയ ഉടനെ തുടങ്ങിയതാണ് അവരുടെ സ്നേഹബന്ധം. അന്നുതന്നെ നിയമവിരുദ്ധ വിപ്ലവഗ്രൂപ്പുക ളിലൊന്നിൽ പ്രവർത്തിച്ചുവന്ന ആ യുവതി ലെനിന്റെ ധിഷണാശക്തി യിലും വിപ്ലവബോധത്തിലും ആകൃഷ്ടയായി. അദ്ദേഹം എടുത്തിരുന്ന ക്ലാസുകൾ, അദ്ദേഹവും താനും അടക്കമുള്ള യോഗങ്ങളിൽ നടക്കുന്ന ചർച്ചകൾ, അദ്ദേഹമെഴുതിയ പ്രബന്ധങ്ങൾ എന്നിവ ക്രൂപ്സ്കായയെ ആകർഷിച്ചു.

ലെനിനും അവരോട് മമത തോന്നിയിരുന്നു. തന്റെ ജോലി കഴിഞ്ഞ വിശ്രമവേളകളിൽ അവരുടെ താമസസ്ഥലത്തുചെന്ന് ലെനിൻ ദീർഘ നേരം സംസാരിക്കാൻ തുടങ്ങി. 'തൊഴിലാളിവർഗത്തിന്റെ വിമോചന സമരസംഘടന' രൂപപ്പെട്ടപ്പോൾ അതിന്റെ കമ്മിറ്റിയിൽ അവരിരുവരും സഹപ്രവർത്തകരായി. ആ നിലയ്ക്കാണ് ഒരേ കേസിനെ ആസ്പദമാക്കി അവരിരുവരും അറസ്റ്റുചെയ്യപ്പെടുകയും നാടുകടത്തപ്പെടുകയും ചെയ്തത്. അങ്ങനെ വിപ്ലവപ്രസ്ഥാനത്തിലെ സഹപ്രവർത്തനംമൂലം വളർന്നുവന്ന പ്രേമമാണ് സൈബീരിയയിൽവച്ച് വിവാഹമായി ത്തീർന്നത്.

മാർക്സിനെയും എംഗൽസിനെയുംകുറിച്ച് ലെനിൻ എഴുതിയ പ്രബന്ധങ്ങളിൽ ആ രണ്ട് പണ്ഡിത വിപ്ലവകാരികൾ തമ്മിൽ നിലനിൽ ക്കുകയും വളരുകയും ചെയ്ത സൗഹൃദബന്ധത്തെ 'ചരിത്രത്തിൽ ദുർ ലഭമായിട്ടുള്ള'തെന്ന് വിശേഷിപ്പിക്കുകയുണ്ടായി. അദ്ദേഹവും ക്രൂപ്സ് കായയും തമ്മിലുള്ള ബന്ധത്തെയും അതേപോലെ വിശേഷിപ്പിക്കാം. 26 വർഷം മാത്രം നീണ്ടുനിന്ന അവരുടെ ദാമ്പത്യബന്ധം റഷ്യയിലും ലോകത്താകെയും ഉണ്ടായ തൊഴിലാളിവർഗ വിപ്ലവപ്രസ്ഥാനത്തിന്റെ ചരിത്രത്തിലെ ഉജ്വലമായ ഒരധ്യായനമാണ്. അസാമാന്യപണ്ഡിതനും അസാമാന്യമായ പ്രായോഗിക വിപ്ലവകാരിയുമായിരുന്ന ലെനിന്റെ ജീവിതസഖി എന്ന നിലയ്ക്ക് അദ്ദേഹത്തിന് താത്വികവും പ്രായോഗിക വുമായ എല്ലാ പ്രവർത്തനങ്ങൾക്കും താങ്ങും തണലുമായിരുന്ന മഹതി യാണ് ക്രൂപ്സ്കായ.

ജയിലിൽ എന്നപോലെ സൈബീരിയൻ ജീവിതത്തിലും ലെനിൻ കഴിച്ചുകൂട്ടിയ നാളുകൾ വിരുദ്ധ ചിന്താഗതികളോടുള്ള ഏറ്റുമുട്ടലിന് രൂപംകൊടുക്കുന്ന ചില പ്രധാന കൃതികളുടെ ഉത്ഭവത്തിനിടയാക്കി. മറ്റ് ലഘുഗ്രന്ഥങ്ങൾക്കും പ്രബന്ധങ്ങൾക്കും പുറമേ രണ്ട് പ്രധാന കൃതി കൾ സൈബീരിയയിൽവെച്ച് അദ്ദേഹം എഴുതിത്തീർത്തു.

അതിലൊന്ന് ഇതിനുമുമ്പ് സൂചിപ്പിച്ചതും ജയിലിൽവെച്ചുതന്നെ പണിതുടങ്ങിയതുമായ *റഷ്യയിലെ മുതലാളിത്തത്തിന്റെ വളർച്ച* എന്ന ഗ്രന്ഥത്തിന്റെ പൂർത്തീകരണമായിരുന്നു. സൈബീരിയയിൽ എത്തുന്ന തിനുമുമ്പും സൈബീരിയൻ ജീവിതത്തിനിടയ്ക്കുള്ള മൂന്ന് വർഷക്കാലം മുഴുവനും ഈ ബൃഹദ്ഗ്രന്ഥത്തിന്റെ രചനയ്ക്കാണ് ലെനിൻ ഉപ യോഗിച്ചത്.

ഇതേകാലത്ത് എഴുതിയ മറ്റൊരു പ്രധാന കൃതിയാണ് *റഷ്യൻ സോഷ്യൽ ഡെമോക്രാറ്റുകാരുടെ കടമകൾ.*

ഇവിടെ പരാമർശിച്ച രണ്ടാമത്തെ കൃതി എഴുതാൻ ലെനിനെ പ്രേരിപ്പിച്ച ഒരു സംഭവമാണ് ക്രൂപ്സ്കായ ഷുഷൻസ്കോവിൽ എത്തിയപ്പോൾ അവരിൽനിന്ന് ലെനിൻ കേട്ട ഒരു വാർത്ത. 1898 മാർച്ചിൽ മിൻസ്ക് നഗരത്തിൽ റഷ്യയിൽ എങ്ങുമുള്ള സോഷ്യൽ ഡെമോക്രാറ്റുകൾ ഒരു സമ്മേളനം നടത്തുകയും 'റഷ്യൻ സോഷ്യൽ ഡെമോക്രാറ്റിക് പാർട്ടി' എന്ന സംഘടനയ്ക്ക് രൂപംനൽകുകയും ചെയ്തു. പാർട്ടിയുടെ ഒന്നാം കോൺഗ്രസാണ് മിൻസ്കിൽ ചേർന്നതെന്ന് അവർ പ്രഖ്യാപിച്ചു. റഷ്യൻ തൊഴിലാളിവർഗ പ്രസ്ഥാനത്തെ സംബന്ധിച്ചിടത്തോളം അതിപ്രധാനമായ സംഭവവികാസമായിരുന്നു ഇത്. പ്രസ്ഥാനം "ബാല്യകാലഘട്ടം കടന്ന് യൗവനത്തിലേക്ക് പ്രവേശിച്ചുവെന്നാണ് ഇതിനർഥം."

പക്ഷേ, കോൺഗ്രസ് കഴിഞ്ഞ് അധികം ചെല്ലുന്നതിനുമുമ്പുതന്നെ അതിൽ തിരഞ്ഞെടുത്ത കേന്ദ്രകമ്മിറ്റി മുഴുവൻ അറസ്റ്റിലായി. രാജ്യത്തിന്റെ മറ്റുപല ഭാഗങ്ങളിലും സോഷ്യൽ ഡെമോക്രാറ്റുകാർക്ക് എതിരായ പൊലീസ് നടപടികൾ വന്നു. ഇത് സംഘടനയെ ശിഥിലീകരിക്കുക മാത്രമല്ല സഖാക്കളിൽ ആശയപരമായ ആടിക്കളിക്കൽ പ്രവണത വളർത്തുകയും ചെയ്തു. ലെനിനടക്കമുള്ള 'പഴയ' വിപ്ലവകാരികളുടേതിനെതിരായി 'പുതിയ' ഒരു വിഭാഗം രൂപപ്പെടാൻ തുടങ്ങി.

രാഷ്ട്രീയ സ്വാതന്ത്ര്യത്തിനായുള്ള സമരം ഉപേക്ഷിച്ച് സാമ്പത്തിക സമരങ്ങളിൽ മാത്രം ഒതുങ്ങിനിൽക്കുന്ന പ്രവർത്തനരീതിയാണ് 'പുതിയ' വിപ്ലവകാരികൾ നിർദേശിച്ചത്. മുമ്പ് നരോദ്നിക്കുകാർക്കും 'നിയമവിധേയ മാർക്സിസ്റ്റു'കാർക്കും എതിരെ പോരാടിയിരുന്നതുപോലെതന്നെ ഈ 'പുതിയ' വിപ്ലവകാരികളുടെ സാമ്പത്തികസമരമാത്രവാദത്തിനെതിരെയും ലെനിന് പോരാടേണ്ടിവന്നു. അതിനുവേണ്ടി കരുപ്പിടിപ്പിച്ച ആയുധമാണ് *സോഷ്യൽ ഡെമോക്രാറ്റുകാരുടെ കടമകൾ* എന്ന ലഘുഗ്രന്ഥം.

വിപ്ലവപ്രസ്ഥാനത്തിൽ തൊഴിലാളിവർഗത്തിനുള്ള നേതൃത്വപരമായ പങ്കും വരാൻ പോകുന്ന റഷ്യൻ വിപ്ലവത്തിൽ തൊഴിലാളിവർഗത്തിന് ഉണ്ടായിരിക്കേണ്ട പ്രമുഖ സ്ഥാനവും എടുത്തു പറഞ്ഞുകൊണ്ടുള്ള ലഘുലേഖയായിരുന്നു അത്. അതിൽ കർഷക ജനസാമാന്യത്തിനുള്ള സുപ്രധാനമായ സ്ഥാനം അദ്ദേഹം എടുത്തുപറഞ്ഞു. പക്ഷേ, കർഷക ജനസാമാന്യത്തിന് അതിന്റെ മുഖ്യലക്ഷ്യം — സാറിസ്റ്റ് സ്വേച്ഛാധിപത്യത്തിൽനിന്ന് മോചനം — സാധിക്കണമെങ്കിൽ തൊഴിലാളിവർഗവും കർഷകജനസാമാന്യവും തമ്മിൽ വിപ്ലവകരമായ സഖ്യം ഊട്ടിയുണ്ടാക്കണമെന്ന് ലെനിൻ ചൂണ്ടിക്കാണിച്ചു. അങ്ങനെ തൊഴിലാളിവർഗത്തിന്റെ നേതൃത്വത്തിൽ കർഷക ജനസാമാന്യത്തിന്റെ വിപ്ലവസമരം വിജയിച്ച് സാറിസ്റ്റ് സ്വേച്ഛാധിപത്യം തകരുന്നതാകട്ടെ, സോഷ്യലിസത്തിലേക്കുള്ള യാത്രയിലെ ആദ്യപടിയാണുതാനും. ലെനിൻ പറഞ്ഞു:

> രാഷ്ട്രീയ സ്വാതന്ത്ര്യവും ജനാധിപത്യസംവിധാനങ്ങളും നേടാൻ വേണ്ടിയുള്ള സമരത്തിൽ മുന്നണിപ്പടയാളിയാണ് തൊഴിലാളി വർഗം. ഒന്നാമത്, രാഷ്ട്രീയ സ്വേച്ഛാധിപത്യത്തിന്റെ ഭാരം ഏറ്റവും അധികം താങ്ങേണ്ടിവരുന്നത് തൊഴിലാളിവർഗത്തിനാണ്..... രണ്ടാമത്, രാഷ്ട്രീയവും സാമൂഹ്യവുമായ സംവിധാനങ്ങളെ പൂർണമായി ജനാധിപത്യവൽക്കരിക്കുകയെന്ന ലക്ഷ്യം നേടുന്നതിന് തൊഴിലാളിവർഗത്തിന് മാത്രമേ കഴിയൂ. എന്തുകൊണ്ടെന്നാൽ, ഇത് രാഷ്ട്രീയാധികാരം തൊഴിലാളിവർഗത്തിന്റെ കൈകളിലേക്ക് പകർത്തും.

ഇത് സാധിക്കണമെങ്കിൽ സോഷ്യൽ ഡെമോക്രാറ്റുകാർ തികച്ചും സ്വതന്ത്രമായ നിലപാട് എടുത്ത് മറ്റ് ജനാധിപത്യവിഭാഗങ്ങളിൽനിന്ന് വേർതിരിഞ്ഞ് നിൽക്കുമ്പോൾത്തന്നെ അവരുമായി സഹകരിച്ച് പ്രവർത്തിക്കണമെന്ന് ലെനിൻ ചൂണ്ടിക്കാട്ടി. മറ്റെല്ലാ രാഷ്ട്രീയ പ്രതിപക്ഷശക്തികൾക്കും പിന്തുണ നൽകുന്ന സോഷ്യൽ ഡെമോക്രാറ്റുകാർ മാർക്സിസത്തിനെതിരായ യാതൊരു വിട്ടുവീഴ്ചയും താത്വിക നിലപാടുകളിലോ പരിപാടിയിലോ വരുത്തിക്കൂടെന്ന് അദ്ദേഹം നിഷ്കർഷിച്ചു.

വിപ്ലവപാർട്ടി രൂപീകരിച്ച് പ്രവർത്തിക്കുന്നതിന് അടിസ്ഥാനമായി വിപ്ലവകരമായ ഒരു താത്വിക നിലപാട് ഉണ്ടാകണമെന്ന് ലെനിൻ ചൂണ്ടിക്കാണിച്ചു. ഈ ആശയം പിന്നീട് പല കൃതികളിലും അദ്ദേഹം സമ്പുഷ്ടമാക്കുകയുണ്ടായി. പക്ഷേ അതിന്റെ ആദ്യരൂപം ഈ കൃതിയിൽ തന്നെ വന്നിരുന്നു. മാർക്സിസ്റ്റ് താത്വിക നിലപാടിനെക്കുറിച്ച് ഈ കൃതിയിൽ അദ്ദേഹം ഇങ്ങനെ പറഞ്ഞു:

> പൂർണത പ്രാപിച്ചതും അലംഘനീയവുമായ ഒരു തത്വമാണ് മാർക്സിസമെന്ന് ഞങ്ങൾ കരുതുന്നില്ല. എന്നാൽ ഒരു കാര്യത്തിൽ ഞങ്ങൾക്ക് ഉറപ്പുണ്ട്. മാർക്സിസ്റ്റുകാർ ജീവിതയാഥാർഥ്യങ്ങളുമായി പൊരുത്തപ്പെടണമെങ്കിൽ അവർ നിർബന്ധമായും വളർത്തിയെടുക്കേണ്ട ശാസ്ത്രത്തിന്റെ അടിത്തറ പാവുകയാണ് — അതു മാത്രമേ മാർക്സിസം ചെയ്തിട്ടുള്ളൂ. മാർക്സിന്റെ ചിന്താഗതികളെ സ്വതന്ത്രമായി പോഷിപ്പിച്ചെടുക്കുന്നത് റഷ്യൻ സോഷ്യലിസ്റ്റുകാർക്ക് പ്രത്യേകിച്ചും ആവശ്യമാണെന്ന് ഞങ്ങൾ കരുതുന്നു. എന്തുകൊണ്ടെന്നാൽ, ഫ്രാൻസിന്റേതിൽനിന്ന് വ്യത്യസ്തമായി ഇംഗ്ലണ്ടിലും ജർമനിയിലേതിൽനിന്ന് വ്യത്യസ്തമായി ഫ്രാൻസിലും റഷ്യയിലേതിൽനിന്ന് വ്യത്യസ്തമായി ജർമനിയിലും സവിശേഷമായി പ്രയോഗിക്കേണ്ട മാർഗദർശനം നൽകുക മാത്രമാണ് മാർക്സിസ്റ്റ് സിദ്ധാന്തം ചെയ്യുന്നത്.

ഈ ലഘുഗ്രന്ഥത്തിൽ മാർക്സിസത്തെക്കുറിച്ച് ലെനിൻ പറഞ്ഞത് ലെനിനിസത്തെക്കുറിച്ച് നമുക്ക് പറയാം. അത് "പൂർണവളർച്ച എത്തി

യതും അലംഘനീയവുമല്ല" ലോകത്തെങ്ങുമുള്ള സോഷ്യലിസ്റ്റുകാരുടെ പ്രായോഗിക വിപ്ലവപ്രവർത്തനത്തിനുള്ള ഒരു വഴികാട്ടി മാത്രമാണത്. അതിന്റെ അടിസ്ഥാനതത്വങ്ങളിൽ ഉറച്ചുനിന്നുതന്നെ സ്ഥലകാലാവസ്ഥാ ഭേദങ്ങൾക്കൊത്ത് ഓരോ രാജ്യത്തിനും ഓരോ കാലഘട്ടത്തിലും പ്രവർത്തിക്കാൻ ലോകത്തെങ്ങുമുള്ള മാർക്സിസ്റ്റ്-ലെനിനിസ്റ്റുകാർ ബാധ്യസ്ഥരാണ്.

മാർക്സും എംഗൽസും അന്തരിച്ചതിനുശേഷമുള്ള ആഗോള പരിതഃസ്ഥിതിയിൽ ലോക മുതലാളിത്തത്തിൽ എന്തെന്ത് മാറ്റങ്ങൾ വന്നു. അതിനെത്തുടർന്ന് ആഗോള സോഷ്യലിസ്റ്റ് പ്രസ്ഥാനത്തിന്റെ തന്ത്രത്തിലും അടവുകളിലും എന്തെന്ത് മാറ്റങ്ങൾ വരുത്തണം, അതിന്റെ ഭാഗമായി റഷ്യൻ വിപ്ലവം സംബന്ധിച്ച് ആ രാജ്യത്തെ മാർക്സിസ്റ്റുകാരുടെ കടമകൾ എങ്ങനെ നിർവചിക്കാം ഇതെല്ലാം ശാസ്ത്രീയമായി പരിശോധിക്കുന്ന ഒട്ടേറെ കൃതികൾ രചിക്കുന്നതിന്റെ തുടക്കമായിരുന്നു ഇത്.

മാർക്സിസത്തിന്റെ കാര്യത്തിൽ ലെനിൻ ചെയ്ത ജോലി അടിയുറച്ചുനിന്നുകൊണ്ടുതന്നെ സാമ്രാജ്യത്വ കാലഘട്ടത്തിൽ ആഗോളമായും റഷ്യയിലും പ്രയോഗത്തിൽ വരുത്തുന്നതിനാവശ്യമായ അയവേറിയ സമീപനമംഗീകരിക്കൽ ലെനിനിസത്തിന്റെ കാര്യത്തിൽ നമുക്കിന്ന് ചെയ്യേണ്ടിയിരിക്കുന്നു. അതാണ് സി പി ഐ (എം) ചെയ്യുന്നത്.

1898 ൽ ജനീവയിലാണ് *സോഷ്യൽ ഡെമോക്രാറ്റുകാരുടെ കടമകൾ* എന്ന ലഘുഗ്രന്ഥം ആദ്യം അച്ചടിച്ചത്. നിയമവിരുദ്ധമായി പ്രചരിപ്പിച്ച ആ ഗ്രന്ഥത്തിന്റെ കോപ്പികൾ റഷ്യയിലെ ഏതാണ്ട് എല്ലാ നഗരങ്ങളിൽനിന്നും പൊലീസ് പിടിച്ചെടുത്തു. അസംഘടിതരായി കിടന്ന റഷ്യൻ തൊഴിലാളികളെയും മറ്റ് വിപ്ലവകാരികളെയും സംഘടിപ്പിച്ച് ഒരു സുശക്ത പാർട്ടി ഉണ്ടാക്കുന്നതിലേക്കുള്ള വലിയൊരു കാൽവയ്പ്പാണ് ഈ ലഘുഗ്രന്ഥത്തിന്റെ പ്രസിദ്ധീകരണമെന്ന് അധികൃതർ മനസിലാക്കിയെന്നർഥം.

6

റിവിഷനിസം : ജർമനിയിൽനിന്ന് റഷ്യയിലേക്ക്

ലെനിന്റെ സൈബീരിയാ ജീവിതത്തിന്റെ അവസാനഘട്ടമായപ്പോഴേക്ക് ആഗോള സോഷ്യലിസ്റ്റ് പ്രസ്ഥാനത്തിൽ ഒരു പുതിയ പ്രവണത പ്രത്യക്ഷപ്പെട്ടു. സംഘടിത തൊഴിലാളി പ്രസ്ഥാനവും സോഷ്യൽ ഡെമോക്രാറ്റിക് പാർട്ടിയും ആദ്യം വളർന്ന് ശക്തിപ്പെട്ട ജർമനിയിലാണ് അത് തുടങ്ങിയത്. ക്രമേണ റഷ്യയിലേക്കും അത് വ്യാപിച്ചു. അതിനെതിരെ ഉറച്ചുനിന്ന് പോരാട്ടം തുടങ്ങാൻ ലെനിൻ നിർബന്ധിക്കപ്പെട്ടു.

1896–98 കാലത്ത് ജർമൻ സോഷ്യൽ ഡെമോക്രാറ്റിക് പാർട്ടി നേതാക്കളിൽ ഒരാളായിരുന്ന എഡ്വേർഡ് ബേൺസ്റ്റൈയിൻ ഒരു ലേഖന പരമ്പര എഴുതുകയും അത് പുസ്തകരൂപത്തിൽ (1899 -ൽ) പ്രസിദ്ധീകരിക്കുകയും ചെയ്തു. ലേഖന പരമ്പരയുടെ പൊതുതലക്കെട്ട് 'സോഷ്യലിസത്തിന്റെ പ്രശ്നങ്ങൾ' എന്നായിരുന്നു. പുസ്തക രൂപത്തിലാക്കിയപ്പോൾ തലക്കെട്ട് ഇങ്ങനെ മാറ്റി: *സോഷ്യലിസത്തിന്റെ മുന്നുപാധികളും സോഷ്യൽ ഡെമോക്രാറ്റുകാരുടെ കടമകളും.* മാർക്സിസത്തിന് പകരം ലിബറൽ പരിഷ്കരണവാദത്തെ സ്ഥാപിച്ചെടുക്കാനുള്ള ശ്രമമായിരുന്നു അത്.

പിന്നീട് കുപ്രസിദ്ധമായിത്തീർന്ന ഒരു മുദ്രാവാക്യം ബേൺസ്റ്റൈയിൻ ഉന്നയിച്ചു: "ഇന്നത്തെ പ്രസ്ഥാനമാണ് സർവ പ്രധാനം, അന്തിമ ലക്ഷ്യം അപ്രധാനമാണ്." സോഷ്യലിസമെന്ന ലക്ഷ്യം, അത് നേടിയെടുക്കുന്നതിനുവേണ്ടിയുള്ള സമരത്തിൽ തൊഴിലാളിവർഗത്തിനുള്ള പങ്ക് എന്നിവയെ നിഷേധിച്ചുകൊണ്ട് പാർലമെന്ററി പ്രവർത്തനമടക്കമുള്ള നിയമവിധേയ മാർഗങ്ങൾക്ക് മുൻതൂക്കം കൊടുക്കുകയെന്നതാണ് ഇതിനർഥം.

തൊഴിലാളിവർഗത്തിന്റെ വിപ്ലവാത്മകമായ പ്രസ്ഥാനത്തെയും

തൊഴിലാളിവർഗ സർവാധിപത്യമെന്ന കാഴ്ചപ്പാടിനെയും നിഷേധിക്കുന്ന ഈ സമീപനം തുടങ്ങിയത് ജർമനിയാണെങ്കിലും ക്രമേണ ഫ്രാൻസിലേക്കും അത് വ്യാപിച്ചു. അവിടത്തെ സോഷ്യൽ ഡെമോക്രാറ്റിക് നേതാവായ മില്ലറാൻഡ് തന്റെ പ്രവൃത്തിയിലൂടെ റിവിഷനിസത്തിന്റെ തനിരൂപം വ്യക്തമാക്കി. പാരീസ് കമ്യൂണിന്റെ കൊലയാളിയായ ജനറൽ ഗാലിഫെറ്റ് കൂടി അംഗമായ ബൂർഷ്വാ ഗവൺമെന്റിൽ മില്ലറാൻഡ് അംഗമായി. അദ്ദേഹത്തിന്റെ പ്രവൃത്തിയെ ജർമനിയിലെ ബേൺസ്റ്റൈയിൻ ശ്ലാഘിക്കുകയും ചെയ്തു.

ബേൺസ്റ്റൈയിന്റെ നീക്കത്തെ ജർമനിയിൽത്തന്നെ കൗത്സ്കി ശക്തിയായി എതിർത്തു. അദ്ദേഹം എഴുതിയ *ബേൺസ്റ്റൈയിൻ വിമർശനം* (പുസ്തകരൂപത്തിൽ പുറത്തുവന്നത്) ലെനിനും ക്രൂപ്സ്കായയും ചേർന്ന് റഷ്യൻ ഭാഷയിലേക്ക് തർജുമ ചെയ്തു. റഷ്യയിൽത്തന്നെ പ്ലഹാനോവ് ബേൺസ്റ്റൈയിന്റെ നിലപാടിനെ വിമർശിച്ച് എഴുതിയ ലേഖനം ജർമൻ പത്രത്തിൽ പ്രസിദ്ധീകരിച്ചു. ലെനിനാകട്ടെ, സഹോദരി മരിയ മുഖേന ബേൺസ്റ്റൈയിന്റെ പുസ്തകം ഒരു കോപ്പി വരുത്തുകയും അതിനെതിരെ തനിക്കുള്ള ശക്തിയായ അഭിപ്രായം പ്രകടിപ്പിക്കുകയും ചെയ്തു. ഇംഗ്ലണ്ടിലെ ഫാബിയനിസം, ഫ്രാൻസിലെ പോസിബിലിസം മുതലായ പ്രവണതകളെപ്പോലെ ജർമനിയിലെ ബേൺസ്റ്റൈയിനിസവും തൊഴിലാളിവർഗ പ്രസ്ഥാനത്തിനകത്തുള്ള നഗ്നമായ അവസരവാദപ്രവണതയാണെന്ന് ലെനിൻ അഭിപ്രായപ്പെട്ടു.

ജർമനിയിലും ഫ്രാൻസിലും ഇംഗ്ലണ്ടിലുമെന്നപോലെ റഷ്യയിലും തൊഴിലാളിവർഗ പ്രസ്ഥാനത്തിനകത്ത് അവസരവാദപ്രവണത - മാർക്സിസ്റ്റ് സിദ്ധാന്തങ്ങളെ ദുർവ്യാഖ്യാനിച്ച് അവയിലടങ്ങിയ വിപ്ലവകരമായ ഉള്ളടക്കം നിഷേധിക്കുന്ന ചിന്താഗതി - പ്രത്യക്ഷപ്പെടാൻ തുടങ്ങി. അതിനെതിരെ പോരാടുന്നത് ലെനിന്റെയും മറ്റ് റഷ്യൻ വിപ്ലവകാരികളുടെയും അടിയന്തരകടമയായിത്തീർന്നു.

ലെനിന്റെ രാഷ്ട്രീയ ജീവിതത്തിലെ ആദ്യഘട്ടത്തിൽ ബൂർഷ്വാ ജനാധിപത്യപ്രസ്ഥാനത്തിനകത്തെ തൊഴിലാളിവർഗവിരുദ്ധ ചിന്താഗതികൾക്ക് എതിരെയാണ് — നരോദ്നിസം, നിയമവിധേയ മാർക്സിസം മുതലായവയ്ക്ക് എതിരെയാണ് — അദ്ദേഹത്തിന് പോരാടേണ്ടിയിരുന്നത്. ആ പോരാട്ടത്തിൽ നേടിയ വിജയത്തിലൂടെയാണ് റഷ്യയിലെ വിപ്ലവ സോഷ്യൽ ഡെമോക്രാറ്റിക് പ്രസ്ഥാനം രൂപപ്പെട്ടത്.

ഇപ്പോഴാകട്ടെ, റഷ്യൻ സോഷ്യൽ ഡെമോക്രാറ്റിക് പ്രസ്ഥാനത്തിനകത്ത് അതിന്റെ വിപ്ലവകരമായ ഉള്ളടക്കം കാർന്നുതിന്നുന്ന ഒരു അവസരവാദ പ്രവണത രൂപപ്പെട്ടിരിക്കുന്നു. അതിനെ എതിർത്തു തോൽപ്പിച്ചുകൊണ്ടല്ലാതെ റഷ്യൻ തൊഴിലാളിവർഗത്തിന് മുന്നേറാൻ വയ്യ.

റഷ്യൻ സോഷ്യൽ ഡെമോക്രാറ്റിക് പ്രസ്ഥാനത്തിനകത്തെ മാർക്സിസ്റ്റ് വിരുദ്ധർ — 'സാമ്പത്തിക സമരമാത്രവാദികൾ' എന്ന പേരിലാണ് അവർ അറിയപ്പെട്ടിരുന്നത് — 'വിശ്വാസപ്രമാണം' എന്ന തലക്കെട്ടിൽ

ഒരു രേഖ പ്രസിദ്ധീകരിച്ചു. അതിന്റെ കോപ്പി തന്റെ സഹോദരിയായ അന്ന വഴി ലെനിന് കിട്ടി. അത് കിട്ടിയ ഉടനെ അതിനെയും അതെഴുതിയവർ ആസ്പദമാക്കിയ ബേൺസ്റ്റൈയിനിസ്റ്റ് ചിന്താഗതികളെയും നിശിതമായി വിമർശിച്ചുകൊണ്ട് ലെനിൻ ഒരു ലേഖനമെഴുതി. 'വിശ്വാസപ്രമാണത്തിനെതിരെ റഷ്യൻ സോഷ്യൽ ഡെമോക്രാറ്റുകാരുടെ പ്രതിഷേധം' എന്ന തലക്കെട്ടിലുള്ള ആ ലേഖനം 'സാമ്പത്തിക സമരമാത്രവാദി'കളുടെ അവസരവാദത്തിനെതിരെയുള്ള യുദ്ധ പ്രഖ്യാപനമായിരുന്നു.

മാർക്സിസത്തിന്റെ അടിസ്ഥാനതത്വങ്ങളെയും മാർക്സിസ്റ്റ് അടിസ്ഥാനത്തിലുള്ള വിപ്ലവതൊഴിലാളിവർഗ പാർട്ടി റഷ്യയിൽ രൂപീകരിക്കുന്നതിന്റെ ആവശ്യത്തെയും നിഷേധിച്ചുകൊണ്ടുള്ള ഇവരുടെ സമീപനത്തെ ശക്തിയുക്തം എതിർക്കാൻ റഷ്യൻ സോഷ്യൽ ഡെമോക്രാറ്റുകാരോട് ലേഖനം അഭ്യർഥിച്ചു. അത് ചർച്ച ചെയ്യുന്നതിന് നാടുകടത്തപ്പെട്ട റഷ്യൻ സോഷ്യൽ ഡെമോക്രാറ്റുകാരുടെ ഒരു യോഗം 1899 വേനൽക്കാലത്ത് യർമാകോവ്സ്കോവ് എന്ന ഗ്രാമത്തിൽ (ഒരു പിറന്നാളാഘോഷത്തിന്റെ മറവിൽ) ചേർന്നു. ലെനിന്റെ ലേഖനം ചർച്ചചെയ്യപ്പെടുകയും അവസാനം ഏകകണ്ഠമായി അംഗീകരിക്കുകയും ചെയ്തു. 'നാട് കടത്തപ്പെട്ട 17 സോഷ്യൽ ഡെമോക്രാറ്റുകാരുടെ പ്രതിഷേധം' എന്ന പേരിൽ പിന്നീട് പ്രസിദ്ധീകരിച്ച ആ ലേഖനം റഷ്യൻ സോഷ്യൽ ഡെമോക്രാറ്റിക് പ്രസ്ഥാനത്തിനുള്ളിലെ അവസരവാദനീക്കങ്ങൾക്ക് എതിരായ സമരത്തിന്റെ തുടക്കമായിരുന്നു.

ഇതിനെത്തുടർന്നാണ് മാർക്സിസത്തെ ആസ്പദമാക്കി വിപ്ലവാടിസ്ഥാനത്തിൽ സംഘടിപ്പിക്കപ്പെടുന്ന ഒരു പുതിയ പാർട്ടിക്ക് രൂപംനൽകാനുള്ള പ്രാരംഭ പ്രവർത്തനങ്ങൾ ലെനിൻ തുടങ്ങിയത്. പാർട്ടിയുടെ അടിസ്ഥാന പ്രമാണങ്ങൾ, വിപ്ലവത്തിന്റെ തന്ത്രവും അടവുകളും മുതലായവയെ അർഥശങ്കയ്ക്ക് ഇടയില്ലാത്തവിധം വിശദീകരിക്കുന്ന ഒരു കരട് പാർട്ടി പരിപാടി തയാറാക്കുന്ന ജോലി മുമ്പുതന്നെ ലെനിൻ തുടങ്ങിയിരുന്നു; അതിപ്പോൾ പുനരാരംഭിച്ചു. റഷ്യയിൽ മുതലാളിത്തം വളർന്നുകൊണ്ടിരിക്കുന്നത് സംബന്ധിച്ച വസ്തുതകളിൽനിന്ന് തുടങ്ങുന്ന ആ രേഖ തൊഴിലാളിവർഗത്തിന്റെ വർഗസമരത്തിനുള്ള ലക്ഷ്യങ്ങളും കടമകളും നിർവചിച്ചു. ഭരണാധികാരം തൊഴിലാളിവർഗത്തിന്റെ കൈയിലാക്കി ഉൽപ്പാദനോപകരണങ്ങളിലുള്ള സ്വകാര്യ ഉടമസ്ഥത ഇല്ലാതാക്കി, സോഷ്യലിസ്റ്റ് സമൂഹം കെട്ടിപ്പടുക്കുകയാണ് തൊഴിലാളിവർഗത്തിന്റെ അന്തിമ ലക്ഷ്യമെന്ന് ലെനിൻ വ്യക്തമാക്കി.

കൂടാതെ പ്രായോഗികജീവിതത്തിൽ സോഷ്യൽ ഡെമോക്രാറ്റുകാർക്ക് നേടിയെടുക്കേണ്ടതും ജനതയെ ആകെ ബാധിക്കുന്നതുമായ തൊഴിലാളി കർഷക ജനസാമാന്യത്തിന്റെ ആവശ്യങ്ങളും കരട് രേഖയിൽ അടങ്ങിയിരുന്നു. റഷ്യൻ മാർക്സിസ്റ്റുകാരുടെ കാർഷികവിപ്ലവ പരിപാടി വ്യക്തമായി നിർവചിച്ചുകൊണ്ട് സാറിസ്റ്റ് സ്വേച്ഛാധിപത്യത്തെ അട്ടിമറിക്കുകയെന്ന അടിയന്തര കടമ തൊഴിലാളിവർഗത്തിന്റെ മുമ്പിൽ കരടുരേഖ വെച്ചു.

ഇതുമായി ബന്ധപ്പെട്ടതാണ് 1897-ൽ ലെനിൻ എഴുതിയ ഒരു പ്രധാന ലേഖനം. 'ഞങ്ങൾ നിരാകരിക്കുന്ന പൈതൃകം' എന്ന തലക്കെട്ടിലെഴുതിയ ആ ലേഖനം രാജ്യത്തിന്റെ ചരിത്രപരമായ പൈതൃകത്തോട് തൊഴിലാളിവർഗത്തിനുള്ള സമീപനം വ്യക്തമാക്കി. 1860 കളിൽ പ്രവർത്തിച്ച റഷ്യൻ ബൂർഷ്വാ നവോത്ഥാന നായകരുടെ വീക്ഷണങ്ങളെ നരോദ്നിക്കുകാരുടെയും സോഷ്യൽ ഡെമോക്രാറ്റുകാരുടെയും വീക്ഷണങ്ങളോട് താരതമ്യപ്പെടുത്തിക്കൊണ്ട് 1890 കളിലെ നരോദ്നിക്കുകാരുടേതിനെക്കാൾ ബൂർഷ്വാ നവോത്ഥാന നായകന്മാരുടേതിനോടാണ് വിപ്ലവ സോഷ്യൽ ഡെമോക്രാറ്റുകാരുടെ വീക്ഷണത്തിന് സാദൃശ്യമുള്ളതെന്ന് അദ്ദേഹം ചൂണ്ടിക്കാണിച്ചു. 1890 കളിലെ നരോദ്നിക്കുകാരുടെയും നിയമവിധേയ മാർക്സിസ്റ്റുകാരുടെയും മോഹഭംഗത്തിനും നിസ്സഹായതാബോധത്തിനുമെതിരെ ബൂർഷ്വാ നവോത്ഥാന നായകരുടെ ശുഭാപ്തിവിശ്വാസത്തെയാണ് വിപ്ലവ സോഷ്യൽ ഡെമോക്രാറ്റുകാർ ഉയർത്തിപ്പിടിക്കുന്നതെന്ന് അദ്ദേഹം അവകാശപ്പെട്ടു. രാജ്യത്തിന്റെ ക്രമാനുഗതമായ പുരോഗതിയിൽ വിശ്വസിച്ച് അധ്വാനിക്കുന്ന ജനവിഭാഗങ്ങളുടെ താൽപ്പര്യം സംരക്ഷിക്കാനാണ് തങ്ങൾ ശ്രമിക്കുന്നതെന്ന് അദ്ദേഹം എടുത്തുകാട്ടി.

ഇതിന്റെ അടിസ്ഥാനത്തിലാണ് സംഘടിതമായ ഒരു വിപ്ലവ മാർക്സിസ്റ്റ് പാർട്ടിക്ക് രൂപംനൽകുന്ന പ്രശ്നം ലെനിൻ പരിശോധിച്ചത്. 'നമ്മുടെ പരിപാടി', 'നമ്മുടെ അടിയന്തര കടമ', 'അടിയന്തര പ്രാധാന്യമുള്ള ഒരു പ്രശ്നം' മുതലായ ലേഖനങ്ങളിൽ മാർക്സിസ്റ്റ് വിപ്ലവ പാർട്ടിയെ സംബന്ധിച്ച തന്റെ കാഴ്ചപ്പാട് ലെനിൻ വിശദീകരിച്ചു. 1898-ൽ ചേർന്ന റഷ്യൻ സോഷ്യൽ ഡെമോക്രാറ്റിക് തൊഴിലാളി പാർട്ടിയുടെ ഒന്നാം കോൺഗ്രസ് മുഖപത്രമായി അംഗീകരിച്ച പത്രത്തിൽ പ്രസിദ്ധീകരിക്കുന്നതിനാണ് അദ്ദേഹം ഈ ലേഖനങ്ങൾ എഴുതിയത്. പക്ഷേ ആ കോൺഗ്രസിൽ തിരഞ്ഞെടുക്കപ്പെട്ട കേന്ദ്രകമ്മിറ്റി അംഗങ്ങൾ അറസ്റ്റിലായതോടെ പത്രത്തിന്റെ പ്രസിദ്ധീകരണം നിന്നു. 1899 -ൽ പത്രം വീണ്ടും തുടങ്ങാനുള്ള ശ്രമം നടന്നുവെങ്കിലും അത് പരാജയപ്പെട്ടു. അതുകൊണ്ട് ലെനിൻ എഴുതിയ ലേഖനങ്ങൾ പ്രസിദ്ധീകരിക്കാതെ പോയി. എങ്കിലും അതിന്റെ കോപ്പികൾ സൂക്ഷിച്ചുവെച്ചിരുന്നു. 1925 ലാണ് അത് ആദ്യമായി പ്രസിദ്ധീകരിക്കപ്പെട്ടത്.

1899 -ൽ പ്രസിദ്ധീകരിക്കാൻ കഴിയാതിരുന്നതെങ്കിലും എഴുതിത്തീർന്ന ഈ ലേഖനങ്ങളുടെ ചുവടുപിടിച്ചാണ് അവസരവാദത്തിനെതിരെ പോരാടുന്ന പുതിയൊരുതരം പാർട്ടിയെ സംബന്ധിച്ച കാഴ്ചപ്പാട് ലെനിൻ വ്യക്തമാക്കിയത്.

പശ്ചിമ യൂറോപ്പിലെ സോഷ്യൽ ഡെമോക്രാറ്റിക് പാർട്ടികൾ നിയമവിധേയതയുടെയും പാർലമെന്ററി രംഗത്തെ സമരത്തിന്റെയും സാഹചര്യത്തിലാണ് വളർന്നത്. പതുക്കെ പതുക്കെയായിട്ടാണെങ്കിലും, അവയുടെ വിപ്ലവപരമായ ഉള്ളടക്കം നഷ്ടപ്പെടുകയായിരുന്നു. ബൂർഷ്വാ

സമൂഹത്തെ അട്ടിമറിച്ച് തൊഴിലാളി വർഗസർവാധിപത്യം സ്ഥാപിക്കുന്നതിനു വേണ്ടിയുള്ള വിപ്ലവസമരത്തിന് തൊഴിലാളിവർഗത്തെ തയാറാക്കാൻ ഈ പാർട്ടികൾ കൂട്ടാക്കിയില്ല. അങ്ങനെയാണ് ജർമനിയിലെ ബേൺസ്റ്റൈനിസ്റ്റുകാരുടെയും അവരുടെ ഫ്രഞ്ച് – ബ്രിട്ടീഷ് ആദി സഖാക്കളുടെയും മാതൃകയിലുള്ള അവസരവാദ പ്രവണത വളർന്നുവന്നത്. അത് റഷ്യയിലും പരക്കാതിരിക്കാനുള്ള ശ്രമത്തിലാണ് ലെനിൻ ഏർപ്പെട്ടത്.

ഇതിന് ആദ്യമായി വേണ്ടത് റഷ്യയിലാകെ പ്രചാരമുള്ളതും പ്രാദേശിക ഗ്രൂപ്പുകളോട് അടുത്ത ബന്ധമുള്ളതുമായ ഒരു പാർട്ടിമുഖപത്രം തുടങ്ങുകയാണെന്ന് ലെനിൻ അഭിപ്രായപ്പെട്ടു. അന്നത്തെ ആഭ്യന്തര സാഹചര്യത്തിൽ അത്തരമൊരു പത്രം റഷ്യയിൽ പ്രസിദ്ധീകരിക്കാൻ സാധിക്കുമായിരുന്നില്ല. അതുകൊണ്ട് വിദേശരാജ്യങ്ങളിൽ അച്ചടിച്ച് നിയമവിരുദ്ധ മാർഗങ്ങളിലൂടെ റഷ്യയുടെ വിവിധ നഗരങ്ങളിലേക്കും വിവിധ പ്രദേശങ്ങളിലേക്കും എത്തിക്കണമെന്ന് ലെനിൻ നിർദേശിച്ചു. അതിനുവേണ്ട പ്രായോഗിക പ്രവർത്തനം നടത്തുന്നതിന് സൈബീരിയയിൽനിന്ന് പുറത്തുവരാൻ കഴിഞ്ഞതോടെ ലെനിൻ തന്റെ പ്രവർത്തന തലസ്ഥാനം റഷ്യയിൽനിന്ന് വിദേശത്തേക്ക് മാറ്റി.

7

വോൾഗിനും ലെനിനും

നാടുകടത്തൽ ശിക്ഷയുടെ കാലാവധി അവസാനിച്ച് ലെനിൻ സ്വതന്ത്രനായപ്പോഴും ക്രൂപ്സ്കായ സ്വതന്ത്രയായിരുന്നില്ല. ഒരു വർഷം കൂടി കഴിഞ്ഞിട്ടാണ് അവർ സ്വതന്ത്രയായി വിദേശത്ത് താമസിക്കുന്ന ലെനിന്റെ അടുത്തേക്കു ചെന്നത്. അതുകൊണ്ട് ഏതാനും ആഴ്ചക്കാലം റഷ്യയിലെ പല നഗരങ്ങളിലും സംഘടനാപ്രവർത്തനം നടത്തിയതിനു ശേഷമാണ് ലെനിൻ വിദേശത്തേക്ക് പോയത്.

റഷ്യയിൽ വ്യാപകമായി പ്രചരിക്കുന്ന ഒരു പത്രവും *(ഇസ്ക്ര) സാരിയ* എന്ന ഒരു താത്വിക മാസികയും വിദേശത്ത് അച്ചടിച്ച് നിയമ വിരുദ്ധ മാർഗങ്ങളിലൂടെ റഷ്യയിലെത്തിച്ച് വിതരണം നടത്തിക്കാനായിരുന്നു ലെനിൻ ഉദ്ദേശിച്ചത്. അതുകൊണ്ട് പത്രവും മാസികയും വിദേശത്ത് പ്രസിദ്ധീകരിച്ച് റഷ്യയിലേക്ക് അയക്കാനുള്ള ഏർപ്പാട് സംബന്ധിച്ച ചർച്ച വിദേശവാസികളായ റഷ്യക്കാരോട് ലെനിൻ തുടങ്ങി.

പ്ലഹാനോവിന്റെ നേതൃത്വത്തിൽ യൂറോപ്യൻ രാജ്യങ്ങളിലെ റഷ്യക്കാർ വർഷങ്ങളോളമായി പ്രവർത്തനം നടത്തിവരികയായിരുന്നു. അതുകൊണ്ട് അവരുമായാണ് ലെനിൻ ആദ്യം ചർച്ച നടത്തിയത്. റഷ്യൻ മാർക്സിസ്റ്റുകാരിൽ ആദ്യത്തെ തലമുറയിൽപ്പെട്ട പ്ലഹാനോവിനോട് ലെനിന് അത്യധികം ആദരബഹുമാനങ്ങളുണ്ടായിരുന്നു. അദ്ദേഹത്തിന്റെ സഹകരണത്തോടെ പത്രവും മാസികയും തുടങ്ങാനാണ് ലെനിൻ ഉദ്ദേശിച്ചത്.

പക്ഷേ, പ്ലഹാനോവും സഖാക്കളുമായുള്ള സഹകരണം എളുപ്പമായിരുന്നില്ല. തലമുതിർന്ന റഷ്യൻ മാർക്സിസ്റ്റുകാരനെന്ന നിലയിൽ പത്രത്തിന്റെയും മാസികയുടെയും നടത്തിപ്പ് തന്റെ നിയന്ത്രണത്തിലായിരിക്കണമെന്ന് പ്ലഹാനോവ് ആഗ്രഹിച്ചിരുന്നു. അതിന് പറ്റുന്നതരത്തിൽ

പ്രസിദ്ധീകരണസ്ഥലം നിശ്ചയിക്കാനും അദ്ദേഹം ശ്രമിച്ചു. അത് ലെനിന് സമ്മതമായിരുന്നില്ല. എന്തുകൊണ്ടെന്നാൽ, പ്ലഹാനോവിന്റെ സ്വഭാവം വ്യക്തിമേധാവിത്വത്തിന്റേതായിരുന്നു. കൂട്ടായ പ്രവർത്തനം അദ്ദേഹത്തെ സംബന്ധിച്ചിടത്തോളം അസാധ്യമായിരുന്നു.

പോരെങ്കിൽ, സ്വന്തം നാടും നാട്ടുകാരുമായി ദീർഘകാലം ബന്ധമില്ലാതിരുന്നതിനാൽ അദ്ദേഹത്തിന്റെ രാഷ്ട്രീയ വീക്ഷണവും കുറ്റമറ്റതായിരുന്നില്ല. അതുകൊണ്ട് അദ്ദേഹത്തിന്റെ സഹകരണത്തോടുകൂടിയാണെങ്കിലും തനിക്കും സഹപ്രവർത്തകർക്കും കൂട്ടായി പ്രവർത്തിക്കാൻ പറ്റുന്ന ഒരു സംവിധാനം ഉണ്ടാക്കിയേ കഴിയൂ എന്ന് ലെനിൻ നിശ്ചയിച്ചു.

കൂട്ടായി പ്രവർത്തിക്കുന്ന ഒരു *ഇസ്ക്ര* നേതൃത്വം രൂപപ്പെടുത്തുന്നത് പ്രയാസമേറിയ ജോലിയായിരുന്നു. അത് സംബന്ധിച്ച ചർച്ചകൾ തെറ്റിപ്പിരിയലിൽ എത്തുമെന്നുപോലും ഒരു ഘട്ടത്തിൽ സംശയം തോന്നി. പക്ഷേ, അവസാനം ഒരു ഒത്തുതീർപ്പിലെത്തി. അതിന്റെ അടിസ്ഥാനത്തിൽ *ഇസ്ക്ര* പത്രം തുടങ്ങുകയും അതിന്റെ കൂട്ടായ നടത്തിപ്പിൽ ലെനിന് നേതൃത്വപരമായ പങ്ക് ഉണ്ടാവുകയും ചെയ്തു.

ഇസ്ക്ര പത്രത്തെ ലെനിൻ കണ്ടത് വെറുമൊരു ആശയപ്രചാരണായുധമായിട്ടല്ല. ആശയപ്രചാരണത്തോടൊപ്പം രാഷ്ട്രീയപ്രക്ഷോഭവും നിയമവിരുദ്ധമായി പാർട്ടി സംഘടന കെട്ടിപ്പടുക്കലുംകൂടി ചെയ്യണമെന്ന് അദ്ദേഹം അഭിപ്രായപ്പെട്ടു. അങ്ങനെ പത്രത്തിൽ പ്രസിദ്ധീകരിക്കുന്നതിന് പറ്റിയ റിപ്പോർട്ടുകളും ലേഖനങ്ങളും തയാറാക്കി അയക്കുക, വായനക്കാരെ കണ്ടുപിടിച്ച് അവരുമായി നിരന്തരബന്ധം നിലനിർത്തുക, വായനക്കാരുടെയും സാധാരണ തൊഴിലാളികളുടെയും വിചാരവികാരങ്ങൾ പത്രാധിപസമിതിയെ അറിയിക്കുക — ഇതെല്ലാം നിയമവിരുദ്ധമായി ചെയ്യുന്ന *ഇസ്ക്ര* പ്രതിനിധികൾ റഷ്യയിൽ എല്ലായിടത്തും നിയമിതരായി. അവരുമായി ബന്ധംവെച്ച് അവർ മുഖേന രാജ്യത്തുണ്ടാകുന്ന ചലനങ്ങൾ മുഴവൻ നിരീക്ഷിച്ച് ജനങ്ങളുടെ വിചാരവികാരങ്ങൾക്കൊത്ത തരത്തിൽ റിപ്പോർട്ടുകളും ലേഖനങ്ങളും തയാറാക്കാൻ ലെനിൻ പ്രത്യേകം ശ്രദ്ധിച്ചു. അതിനുവേണ്ടി റഷ്യക്കകത്തും വെളിയിലും സൃഷ്ടിച്ചെടുത്ത സംവിധാനം ഭാവി തൊഴിലാളിവർഗ വിപ്ലവപാർട്ടിയുടെ മുന്നോടിയായിത്തീർന്നു.

ഇതിനിടയ്ക്ക് നാടുകടത്തൽ കാലാവധി അവസാനിച്ച് ക്രൂപ്സ്കായയും ലെനിനോടൊപ്പം താമസിക്കാൻ തുടങ്ങി. പത്രനടത്തിപ്പ് സംബന്ധിച്ച ജോലിയിൽ ലെനിന്റെ പ്രധാന സഹായിയെന്ന നിലയ്ക്ക് അവർ പ്രവർത്തിച്ചുപോന്നു. പ്ലഹാനോവിന്റെയും ലെനിന്റെയും നേതൃത്വത്തിലുള്ള രണ്ട് ഗ്രൂപ്പുകളുടെ അന്യോന്യ സഹകരണത്തോടെയാണ് *ഇസ്ക്ര*യും *സാരിയ*യും പുറത്തുവന്നത്.

ഈ ഘട്ടത്തിലാണ് ലെനിൻ എന്ന തൂലികാനാമധേയം അദ്ദേഹം ഉപയോഗിക്കാൻ തുടങ്ങിയത്. അതിന് ഒരു കഥയുണ്ട്. നിയമവിരുദ്ധ പത്രപ്രവർത്തനമായിരുന്ന കാലത്ത് സ്വന്തം പേർവച്ച് ഒരാൾക്കും

ലേഖനമെഴുതാൻ വയ്യ. പ്ലഹാനോവ് വോൾഗിൻ എന്ന തൂലികാനാമധേയം ഉപയോഗിച്ച് ലേഖനങ്ങളെഴുതാൻ തുടങ്ങി. വോൾഗാ നദീതട നിവാസി എന്ന അർഥം സൂചിപ്പിക്കുന്നതിനാണ് ആ പേർ പ്ലഹാനോവ് ഉപയോഗിച്ചത്. തുടർന്ന് ലെനിനും ലേനാ നദീതടവാസിയെന്ന അർഥം വരുന്ന ലെനിൻ എന്ന തൂലികാനാമധേയം എടുത്ത് ലേഖനങ്ങളെഴുതാൻ തുടങ്ങി. പ്ലഹാനോവ് അന്ന് ഉപയോഗിച്ച തൂലികാനാമധേയം പിന്നീട് ഉപയോഗിക്കാതായി. ലെനിനാകട്ടെ, അനന്തരകാലത്ത് മുഴുവൻ ആ പേർ തന്നെ ഉപയോഗിച്ചുവന്നു.

ഇസ്ക്രയുടെ പത്രാധിപസമിതിക്കകത്ത് അഭിപ്രായഭേദങ്ങൾ പൊട്ടിപ്പുറപ്പെടാൻ തുടങ്ങി. ആദ്യത്തെ പാർട്ടിപരിപാടി തയാറാക്കാൻ സമിതി തീരുമാനിച്ചപ്പോൾ താത്വിക പ്രശ്നങ്ങൾ ചർച്ചചെയ്യുന്ന അധ്യായങ്ങൾ എഴുതാൻ പ്ലഹാനോവിനെയാണ് നിയോഗിച്ചത്. അദ്ദേഹം തയാറാക്കിയ കരടുരേഖയെ ശക്തിയായി വിമർശിച്ചുകൊണ്ട് ലെനിൻ ഒരു കുറിപ്പ് തയാറാക്കി. പ്ലഹാനോവിന്റെ പരിപാടിയിൽ തൊഴിലാളിവർഗ സർവാധിപത്യം ഇല്ലായിരുന്നു. യഥാർഥ വിപ്ലവവർഗമെന്ന നിലയ്ക്ക് തൊഴിലാളിവർഗം വഹിക്കേണ്ട നേതൃത്വപരമായ പങ്കിനെക്കുറിച്ച് അതിൽ ഒന്നും പറഞ്ഞിരുന്നില്ല. തൊഴിലാളിവർഗത്തിന്റെ സ്വതന്ത്ര വർഗസമരത്തെക്കുറിച്ചൊന്നും പറയാതെ പണിയെടുക്കുന്നവരും ചൂഷിതരുമായ ജനങ്ങളുടെ പൊതുസമരത്തെക്കുറിച്ചാണ് അതിൽ പറഞ്ഞിരുന്നത്. പാർട്ടിയുടെ കാര്യത്തിലും വർഗ (തൊഴിലാളി) സ്വഭാവം ഊന്നിപ്പറഞ്ഞിരുന്നില്ല. അതുകൊണ്ട് ലെനിൻ സ്വന്തമായ ഒരു കരടുരേഖ തയാറാക്കി. ഈ അഭിപ്രായഭേദം പരിഹരിക്കുന്നതിന് ഒരു ശ്രമം നടത്തിയെങ്കിലും അത് വിജയിച്ചില്ല.

തുടർന്ന് നടന്ന സുദീർഘ ചർച്ചകളുടെ ഫലമായി 1902 ജൂണിൽ പുറത്തുവന്ന 21–ാം ലക്കം *ഇസ്ക്രയിൽ* കരട് പാർട്ടിപരിപാടി പ്രസിദ്ധീകരിക്കപ്പെട്ടു. അതിൽ തൊഴിലാളിവർഗത്തിന്റെ നേതൃത്വപരമായ പങ്ക് വിപ്ലവപ്രസ്ഥാനത്തിനാവശ്യമാണെന്നും അത് തൊഴിലാളിവർഗ സർവാധിപത്യത്തിൽ ചെന്നെത്തുമെന്നും വ്യക്തമായി പ്രഖ്യാപിച്ചു. റഷ്യയിൽ തൊഴിലാളിവർഗ പാർട്ടിയുടെ വിപ്ലവകരമായ പരിപാടിയും രണ്ടാം ഇന്റർനാഷണലിൽപ്പെട്ട പാർട്ടികളുടെ പരിപാടികളും തമ്മിലുള്ള വ്യത്യാസം അതിൽ വ്യക്തമായി പ്രതിപാദിച്ചു. കുറെ വർഷങ്ങൾക്കുശേഷം നടന്ന എട്ടാം കോൺഗ്രസ് വരെ ആ പരിപാടി ബലത്തിലിരുന്നു.

ഈ പശ്ചാത്തലത്തിലാണ് *എന്ത് ചെയ്യണം?* എന്ന തലക്കെട്ടിൽ ലെനിൻ ഒരു ലഘുഗ്രന്ഥമെഴുതിയത്. അതിനുള്ള മുഖവുരയിൽ ലെനിൻ ഇങ്ങനെ എഴുതി:

> കഴിയുന്നത്ര ലളിതമായ ശൈലിയിലും മൂർത്തമായ നിരവധി ഉദാഹരണങ്ങളോടുകൂടിയും സാമ്പത്തിക സമരമാത്രവാദികളായി നമുക്കുള്ള അഭിപ്രായഭേദം ചിട്ടപ്പെടുത്തിയ രീതിയിൽ ഞാൻ വിശദീകരിച്ചിട്ടുണ്ട്.

ആഗോള സോഷ്യൽ ഡെമോക്രാറ്റിക് പ്രസ്ഥാനത്തിൽ രണ്ട് വിരുദ്ധ പ്രവണതകൾ രൂപംകൊണ്ടിട്ടുണ്ടെന്ന് ലെനിൻ ചൂണ്ടിക്കാണിച്ചു. ഇതിലൊന്ന് വിട്ടുവീഴ്ചയില്ലാത്ത വിപ്ലവസ്വഭാവത്തോടുകൂടിയതാണ്, മാർക്സിസത്തിന്റെ ആശയങ്ങൾ അത് ഉയർത്തിപ്പിടിക്കണം. മറ്റേത് അവസരവാദത്തിന്റേതായ 'പുതിയ' പ്രവണതയാണ്. അത് മാർക്സിസ്റ്റ് സിദ്ധാന്തത്തിന്റെ മൗലികതത്വങ്ങളെ വികലപ്പെടുത്തുന്നു.

'കാലഹരണപ്പെട്ടതും താത്വികമർക്കടമുഷ്ടിയുടെ സ്വഭാവമുള്ളതുമായ'തെന്ന് ഈ പ്രവണതക്കാർ വിളിക്കുന്ന മാർക്സിസത്തോടുള്ള 'വിമർശനപരമായ' നിലപാടാണ് ഈ 'പുതിയ' പ്രവണതയുടെ യഥാർഥമായ ഉള്ളടക്കം. സത്യത്തിലത് മാർക്സിസ്റ്റ് സിദ്ധാന്തത്തിന്റെ വിപ്ലവകരമായ ഉള്ളടക്കത്തിന് എതിരാണ്. ഇത് ബേൺസ്റ്റൈയിന്റെ അവസരവാദപരവും റിവിഷനിസ്റ്റുമായ ആശയങ്ങളിൽ വ്യക്തമായി പുറത്തുവരുന്നു. സാമൂഹ്യവൈരുധ്യങ്ങളുടെ മൂർച്ച കുറഞ്ഞിരിക്കുന്നുവെന്ന വാദം ഉന്നയിച്ചുകൊണ്ടും സാമൂഹ്യവിപ്ലവം, തൊഴിലാളിവർഗ സർവാധിപത്യം എന്നിവയെ നിരാകരിച്ചുകൊണ്ടും തൊഴിലാളിവർഗ പ്രസ്ഥാനങ്ങളെയും വർഗസമരത്തെയും സങ്കുചിതമായ ട്രേഡ് യൂണിയൻ പ്രസ്ഥാനം, ബൂർഷ്വാ ലിബറൽ പരിഷ്കരണവാദം എന്നിവയുടെ നാലതിരുകൾക്കകത്ത് ഒതുക്കിനിർത്താൻ ശ്രമിക്കുന്നു.

'വിമർശനസ്വാതന്ത്ര്യ'മാവശ്യപ്പെടുന്നുവെന്ന വാചകമടിയിലൂടെ ബേൺസ്റ്റൈയിനിസ്റ്റുകാർ യഥാർഥത്തിൽ ഉന്നയിക്കുന്നത് തൊഴിലാളിവർഗ പ്രസ്ഥാനത്തിനകത്തേക്ക് ബൂർഷ്വാ ആശയങ്ങൾ കടത്തിവിടാനുള്ള സ്വാതന്ത്ര്യമാണ്, സോഷ്യൽ ഡെമോക്രാറ്റിക് പാർട്ടിയെ വിപ്ലവസ്വഭാവമില്ലാതെ ഒരു മിതവാദ പാർട്ടിയാക്കി മാറ്റാനുള്ള സ്വാതന്ത്ര്യമാണ് അവർ ആവശ്യപ്പെടുന്നത്. ലെനിൻ പ്രഖ്യാപിച്ചു.

മനഃപൂർവം കണ്ണടയ്ക്കാത്ത ഒരാൾക്കും കാണാതിരിക്കാൻ വയ്യാത്ത ഒന്നാണ് സോഷ്യലിസ്റ്റ് പ്രസ്ഥാനത്തിലെ പുതിയ 'വിമർശന' പ്രവണത അവസരവാദത്തിന്റെ പുതിയ രൂപമാണെന്ന സത്യം.

അവസരവാദ പ്രവണതയ്ക്ക് ആഗോള സ്വഭാവമുണ്ടെന്ന് ലെനിൻ ചൂണ്ടിക്കാണിച്ചു. വിവിധ രാജ്യങ്ങളിൽ വിവിധ രൂപങ്ങളിലാണ് അത് പ്രത്യക്ഷപ്പെടുന്നത്. പക്ഷേ, അവസരവാദത്തിന്റെ ഉള്ളടക്കം എല്ലായിടത്തും ഒന്നുതന്നെ. ഫ്രാൻസിൽ അത് പ്രത്യക്ഷപ്പെടുന്നത് മില്ലറാണ്ടിസത്തിന്റെ രൂപത്തിലാണ്; ഇംഗ്ലണ്ടിൽ ട്രേഡ് യൂണിയനിസത്തിന്റെ രൂപത്തിൽ; ജർമനിയിൽ ബേൺസ്റ്റൈയിനിസത്തിന്റെ രൂപത്തിൽ; റഷ്യയിൽ സാമ്പത്തിക സമരമാത്രവാദത്തിന്റെ രൂപത്തിൽ. 'വിമർശന സ്വാതന്ത്ര്യ'മെന്ന കപട മുദ്രാവാക്യത്തിന്റെ മറവിൽ സോഷ്യൽ ഡെമോക്രാറ്റിക് പ്രസ്ഥാനത്തെ വികലപ്പെടുത്തുകയാണ് ബേൺസ്റ്റൈയിനിസ്റ്റുകാരെപ്പോലെ സാമ്പത്തിക സമരമാത്രവാദികളും ചെയ്യുന്നത്. തൊഴിലാളിവർഗ വിപ്ലവ സിദ്ധാന്തത്തിന്റെയും പാർട്ടിപരിപാടിയുടെയും രാഷ്ട്രീയ അടവുകളുടെയും പ്രാധാന്യം അവർ കുറച്ചു കാണുന്നു. തൊഴിലാളി

വർഗ പ്രസ്ഥാനത്തെ ബൂർഷ്വാ ലിബറലിസത്തിന്റെ നിർജീവമായ ഒരനുബന്ധമാക്കി അവർ മാറ്റുന്നു. തൊഴിലാളിവർഗ പ്രസ്ഥാനത്തിനകത്ത് പാർട്ടിക്കുണ്ടാവേണ്ട നേതൃത്വപരമായ പങ്ക് അവർ നിഷേധിക്കുന്നു.

തൊഴിലാളിവർഗം നടത്തുന്ന സാമ്പത്തിക സമരത്തിന്റെ പ്രാധാന്യംപോലെതന്നെ അതിന്റെ പരിമിതിയും ലെനിൻ എടുത്തുകാട്ടുന്നു. തൊഴിലാളിവർഗത്തിന്റെ വിപ്ലവപ്രസ്ഥാനം സാമ്പത്തിക സമരത്തോടുകൂടി തുടങ്ങുന്നേയുള്ളൂ. അത് രാഷ്ട്രീയവും താത്വികവുമായ തലങ്ങളിലേക്ക് വ്യാപിക്കുന്നു. എംഗൽസ് ചൂണ്ടിക്കാണിച്ചതുപോലെ സാമ്പത്തികവും രാഷ്ട്രീയവും താത്വികവുമായ രംഗങ്ങളിലെല്ലാം ബൂർഷ്വാസിക്കുള്ള മേധാവിത്വത്തെ വെല്ലുവിളിച്ചുകൊണ്ട് തൊഴിലാളിവർഗത്തിന്റെ സ്വതന്ത്രമായ ആശയങ്ങളും സ്വതന്ത്രനിലപാടും ഉയർത്തിപ്പിടിക്കാൻ കഴിഞ്ഞാൽ മാത്രമേ തൊഴിലാളിവർഗത്തിന് ജനാധിപത്യവിപ്ലവത്തിൽ നേതൃത്വം വഹിക്കാനും സോഷ്യലിസത്തിലേക്ക് നീങ്ങാനും കഴിയൂ.

ഇതേകാലത്ത് ലെനിൻ എഴുതിയ മറ്റൊരു പ്രശസ്ത ലഘുഗ്രന്ഥമാണ് *നാട്ടിൻപുറങ്ങളിലെ പട്ടിണിപ്പാവങ്ങളോട്.* 1902 –ൽ പൊട്ടിപ്പുറപ്പെട്ട കാർഷിക കലാപങ്ങളും അവയിൽ കർഷകജനസാമാന്യം കാണിച്ച സമരസന്നദ്ധതയുമാണ് ഈ ലഘുഗ്രന്ഥമെഴുതാൻ ലെനിനെ പ്രേരിപ്പിച്ചത്. മാർക്സിസത്തെ ആസ്പദമാക്കി രൂപംകൊണ്ടിട്ടുള്ള സോഷ്യൽ ഡെമോക്രാറ്റിക് പ്രസ്ഥാനം കാർഷിക പ്രസ്ഥാനത്തെ എങ്ങനെ വീക്ഷിക്കുന്നു. കർഷകജനസാമാന്യത്തിന്റെ യഥാർഥ ബന്ധു തൊഴിലാളിവർഗമാണെന്ന് പറയുന്നതെന്തുകൊണ്ട്, എന്ന് ലളിതമായി വിവരിക്കുന്ന ഒരു ഗ്രന്ഥമാണത്. സാമ്പത്തിക സമരമാത്രവാദികൾക്ക് എതിരായ ലെനിന്റെ സമരത്തിൽ ഗ്രാമീണ ദരിദ്രരെ അണിനിരത്താനുള്ള ശ്രമമായിരുന്നു അത്, റഷ്യൻ സോഷ്യൽ ഡെമോക്രാറ്റിക് പാർട്ടിയുടെ വളർച്ചയിൽ അതിപ്രധാനമായ ഒരു പങ്ക് വഹിച്ചു.

8

ഒരടി മുന്നോട്ട്, രണ്ടടി പിന്നോട്ട്

ആയിരത്തി എണ്ണൂറ്റി തൊണ്ണൂറ്റിഎട്ടിലാണല്ലോ റഷ്യൻ സോഷ്യൽ ഡെമോക്രാറ്റിക് തൊഴിലാളിവർഗ പാർട്ടിയുടെ ഒന്നാം കോൺഗ്രസ് ചേർന്നത്. എന്നാൽ, മുമ്പ് ചൂണ്ടിക്കാണിച്ചതുപോലെ, ആ പരിശ്രമത്തിന്റെ പിന്നിൽ ഉറച്ച ഒരു സംഘടന ഇല്ലാതിരുന്നതിനാലും കോൺഗ്രസിൽ തിരഞ്ഞെടുത്ത കേന്ദ്രകമ്മിറ്റി അംഗങ്ങൾ മുഴുവൻ അറസ്റ്റിലായതിനാലും ഒന്നാം കോൺഗ്രസിന്റെ തീരുമാനമനുസരിച്ചുള്ള പ്രവർത്തനം നടത്താൻ കഴിഞ്ഞില്ല.

ആ സമ്മേളനം നടന്നപ്പോൾ സൈബീരിയയിലേക്ക് നാടുകടത്തപ്പെട്ട് കഴിയുകയായിരുന്ന ലെനിൻ സ്വതന്ത്രനാകുകയും റഷ്യവിട്ട് യൂറോപ്യൻ രാജ്യങ്ങളിൽ പ്രവർത്തിക്കാൻ തുടങ്ങുകയും ചെയ്യുമ്പോഴേക്കാണ് പാർട്ടിക്ക് ഉറച്ച ഒരു സംഘടനയുണ്ടാവാൻ തുടങ്ങിയത്. യൂറോപ്പിലായിരുന്ന പ്ലഹാനോവിന്റെകൂടി സഹകരണത്തോടെ *ഇസ്ക്ര* പത്രം നടത്തുകയും അതിന്റെ കോപ്പികൾ നിയമവിരുദ്ധ മാർഗങ്ങളിലൂടെ റഷ്യയിലെത്തിക്കുകയും ചെയ്യുന്ന ജോലി ഒന്നു രണ്ട് വർഷത്തോളം ലെനിൻ നടത്തിയപ്പോൾ സ്ഥിതിയാകെ മാറി.

പത്രം പ്രചരിപ്പിക്കുകയും പത്രത്തിനുവേണ്ട വിവരം ശേഖരിച്ച് പത്രാധിപസമിതിക്ക് എത്തിക്കുകയും ചെയ്യുന്ന *ഇസ്ക്ര* ഏജന്റുമാരുടെ ഒരു ശൃംഖല റഷ്യയുടെ നാനാഭാഗങ്ങളിൽ ഉയർന്നുവന്നു. ലെനിൻ വിഭാവനം ചെയ്തതുപോലെ, നിയമവിരുദ്ധമായി പ്രവർത്തിക്കുന്ന *ഇസ്ക്ര* ഏജന്റമാർ പാർട്ടിയുടെ ഒരു രഹസ്യ സംഘടനയായി രൂപപ്പെട്ടു. അവരും പത്രാധിപസമിതിക്ക് നേതൃത്വം നൽകുന്ന ലെനിനും തമ്മിലുള്ള ബന്ധം, പത്രം നടത്തിപ്പിന്റെ കാര്യത്തിൽ ലെനിനും പ്ലഹാനോവും തമ്മിൽ വളർന്നുവരുന്ന സഹകരണം എന്നിവ ചേർന്ന് പാർട്ടിക്ക് ഒരു വിദേശ വിഭാ

ഗവും റഷ്യൻ വിഭാഗവും ഉണ്ടെന്ന് വന്നു. ആ രീതിയിലുള്ള പ്രവർത്തനം പുരോഗമിച്ചപ്പോൾ പാർട്ടിയുടെ രണ്ടാം കോൺഗ്രസ് ചേരാമെന്നായി. അതിനുള്ള മുന്നൊരുക്കങ്ങൾ ചെയ്യുന്നതിൽ ലെനിൻ നിർണായകമായ പങ്കു വഹിച്ചു.

തുടക്കത്തിൽ ബെൽജിയം, പിന്നീട് ലണ്ടൻ എന്നീ രണ്ട് യൂറോപ്യൻ നഗരങ്ങളിലായി 1903 ജൂലായ് 30 മുതൽ ആഗസ്ത് 23 വരെയാണ് കോൺഗ്രസ് കൂടിയത്. ഒന്നാം കോൺഗ്രസിൽ വെറും 9 പ്രതിനിധികളാണുണ്ടായിരുന്നത്. രണ്ടാമത്തേതിൽ 43 പേരുണ്ടായിരുന്നു. പാർട്ടിപരിപാടി, സംഘടനയുടെ ഭരണപരമായ ചട്ടക്കൂട് എന്നിവയ്ക്ക് രൂപം നൽകുകയും കേന്ദ്രകമ്മിറ്റി, കേന്ദ്രപത്രത്തിന്റെ പത്രാധിപസമിതി എന്നിവയെ തിരഞ്ഞെടുക്കുകയുമാണ് കോൺഗ്രസിന്റെ അജണ്ടയായി അംഗീകരിച്ചത്.

25 ദിവസം നീണ്ടുനിന്ന കോൺഗ്രസിന്റെ നടപടികൾ രൂക്ഷമായ ആശയസമരത്തിന്റെ രംഗമായിരുന്നു. ലെനിന്റെ നേതൃത്വത്തിലുള്ള *ഇസ്ക്രാപക്ഷ*പാതികൾ ഒരുവശത്ത്, സോഷ്യൽ ഡെമോക്രാറ്റുകാർ സാമ്പത്തിക സമരങ്ങളിൽ മാത്രം ഒതുങ്ങിനിൽക്കണമെന്നും മറ്റും വാദിച്ചിരുന്ന ഒരുവിഭാഗം മറുവശത്ത്, രണ്ടാമത്തേതിനെ എതിർക്കുന്നതിൽ ലെനിന്റെ കൂടെ നിന്നിരുന്ന പ്ലഹാനോവും കൂട്ടരും, സോഷ്യൽ ഡെമോക്രാറ്റിക് പ്രസ്ഥാനത്തിലെ ജൂതവിഭാഗം എന്നിവർ കോൺഗ്രസ് പ്രതിനിധികളിലുണ്ടായിരുന്നു. അജണ്ടയിൽപ്പെട്ട ഓരോ ഇനവും സംബന്ധിച്ച് ഈ വിവിധ വിഭാഗങ്ങൾ തമ്മിൽ ഏറ്റുമുട്ടി.

ഓരോ കാര്യത്തിലും തത്വാധിഷ്ഠിതമായ വിപ്ലവ സമീപനം അംഗീകരിക്കുന്നതിൽ ലെനിൻ മുൻനിന്നു. പാർട്ടിപരിപാടിക്കും സംഘടനാപരമായ ചട്ടക്കൂടിനും ആവശ്യമായ കരടുരേഖകൾ ലെനിൻ തയാറാക്കി. അതിനുവേണ്ടിയുള്ള സമരത്തിൽ ഇസ്ക്രപക്ഷപാതികളും പ്ലഹാനോവ് പ്രഭൃതികളും യോജിച്ചതിനാൽ അവർക്ക് ഭൂരിപക്ഷം കിട്ടി. അങ്ങനെ രണ്ടാം കോൺഗ്രസോടെ റഷ്യൻ സോഷ്യൽ ഡെമോക്രാറ്റിക് തൊഴിലാളിപ്പാർട്ടി ബോൾഷെവിക് (ഭൂരിപക്ഷം), മെൻഷെവിക് (ന്യൂനപക്ഷം) എന്ന് രണ്ടായി പിരിഞ്ഞു.

ഇതിൽ ലെനിൻ പിടിച്ച 'മർക്കടമുഷ്ടി'യെ വിമർശിച്ചുകൊണ്ട് എതിർചേരിയിലുള്ള ഒരു സഖാവ് നടത്തിയ പരാമർശത്തിന് ലെനിൻ ഇങ്ങനെ മറുപടി പറഞ്ഞു:

> തുറന്ന രീതിയിലുള്ള സ്വതന്ത്രമായ സമരം വിവിധങ്ങളായ ആശയഗതികൾ തമ്മിൽ പ്രകടമാവുന്നു. അഭിപ്രായഭേദങ്ങൾ പ്രത്യക്ഷപ്പെടുന്നു. അവയെ ആസ്പദമാക്കി ഗ്രൂപ്പുകൾ രൂപംകൊള്ളുന്നു. കൈകൾ ഉയർത്തപ്പെടുന്നു. തീരുമാനമെടുക്കുന്നു. അങ്ങനെ ഒരു ഘട്ടം കടന്നുപോകുന്നു. ഇനി മുന്നോട്ട്! അതാണ് ഞാനിഷ്ടപ്പെടുന്നത്. അതാണ് യഥാർഥ രാഷ്ട്രീയ ജീവിതം.

> ബുദ്ധിജീവികളുടെ അനന്തമായ ബോറൻ വാചകമടികളുമായി എന്ത് വ്യത്യാസം! അവരുടെ വാചകമടി അവസാനിക്കുന്നത് എന്തെങ്കിലും തീരുമാനമെടുക്കുന്നതിലല്ല. വാചകമടിച്ച് മടുത്തിട്ടാണ്.

പാർട്ടിപരിപാടിയെ സംബന്ധിച്ച ചർച്ചയും തീരുമാനവുമാണ് ആദ്യം ചൂടുപിടിച്ചത്. ലെനിൻ തയാറാക്കിയ രേഖയിൽ തൊഴിലാളിവർഗ സർവാധിപത്യമാണ് പാർട്ടിയുടെ ലക്ഷ്യമെന്ന് വ്യക്തമായി പ്രഖ്യാപിച്ചിരുന്നു. അതിനെ ജൂതസംഘടനയുടെ പ്രതിനിധികളും സാമ്പത്തികമാത്ര സമരവാദികളും ശക്തിയായി എതിർത്തു. അവർക്കെതിരെ ലെനിൻ നടത്തിയ വിട്ടുവീഴ്ചയില്ലാത്ത പോരാട്ടവും അതിന് പ്ലഹാനോവ് പ്രഭൃതികൾ നൽകിയ പിന്തുണയും നിമിത്തം പാർട്ടിപരിപാടിയിൽ തൊഴിലാളിവർഗ സർവാധിപത്യം ഉൾപ്പെടുത്തി. മാർക്സിന്റെയും എംഗൽസിന്റെയും കാലത്തിനുശേഷം ആദ്യമായി ഒരു രാജ്യത്തെ സോഷ്യൽ ഡെമോക്രാറ്റിക് തൊഴിലാളിവർഗ പാർട്ടി വിപ്ലവകരമായ ഒരു പരിപാടി അംഗീകരിച്ചു.

പാർട്ടി ഭരണഘടനയുടെ കാര്യത്തിലും ലെനിന്റെ കാഴ്ചപ്പാടും അവസരവാദികളുടെതും തമ്മിൽ ഏറ്റുമുട്ടി. ലെനിൻ തയാറാക്കിയ കരട് ഭരണഘടനയിൽ പാർട്ടി അംഗത്വത്തിനുള്ള അർഹത നിജപ്പെടുത്തിയിരുന്നു. പാർട്ടി പ്രവർത്തനം നടത്തുന്നതിനാവശ്യമായ സാമ്പത്തിക ത്യാഗം, പാർട്ടിയുടെ ഏതെങ്കിലും ഒരു ഘടകത്തിൽ അംഗമെന്ന നിലയ്ക്ക് അതിന്റെ പ്രായോഗിക പ്രവർത്തനത്തിൽ പങ്കാളിത്തം — ഇത് രണ്ടും ഓരോ പാർട്ടി മെമ്പർക്കും നിർബന്ധമാണെന്ന് ലെനിൻ വ്യക്തമാക്കി. ആശയപരമായി ആടിക്കളിക്കുന്നവരും തൊഴിലാളിവർഗേതര വിഭാഗങ്ങളിൽപ്പെട്ടവരും പാർട്ടിയിലേക്ക് ഇരച്ചു കയറുന്നത് തടയുകയായിരുന്നു ഇതിന്റെ ഉദ്ദേശ്യം.
ഇത് വിശദീകരിച്ചുകൊണ്ട് ലെനിൻ പറഞ്ഞു:

> യാതൊരു ജോലിയും ചെയ്യാതെ വെറും വാചകമടിക്കുന്ന ഒരാൾക്ക് പാർട്ടി അംഗമാകാനുള്ള അവകാശവും സൗകര്യവും ഉണ്ടാവുന്നത് തടയാൻ ശരിക്ക് ജോലിചെയ്യുന്ന പത്തുപേരെ പാർട്ടി അംഗത്വത്തിൽനിന്ന് ഒഴിവാക്കണമെങ്കിൽ അത് ചെയ്യണം.

അദ്ദേഹം തുടർന്നു:

> നമ്മുടെ പാർട്ടിയുടെ വിപ്ലവപരമായ ആശയശുദ്ധി, ചാഞ്ചാട്ടമില്ലായ്മ, സ്ഥൈര്യം എന്നിവ സംരക്ഷിക്കുന്നത് നമ്മുടെ കടമയാണ്. പാർട്ടി അംഗത്വത്തിന്റെ പദവിയും പ്രാധാന്യവും കൂടുതൽ കൂടുതൽ ഉയർത്തിക്കൊണ്ടുവരാൻ നാം ശ്രമിക്കണം. അത്തരമൊരു പാർട്ടിക്ക് മാത്രമേ തൊഴിലാളിവർഗ സർവാധിപത്യത്തിലേക്ക് ജനങ്ങളെ കൊണ്ടുവരാൻ കഴിയുകയുള്ളൂവെന്ന് ലെനിൻ ചൂണ്ടിക്കാണിച്ചു.

ഈ രണ്ട് കാര്യങ്ങളിലും പ്ലഹാനോവും ലെനിന്റെ കൂടെ തന്നെയായിരുന്നു. അവരെ തമ്മിൽ തെറ്റിക്കാൻ ചില കേന്ദ്രങ്ങളിൽ നടക്കുന്ന ശ്രമം വിജയിക്കുകയില്ലെന്ന് പ്ലഹാനോവ് അവരോട് തറപ്പിച്ചു പറഞ്ഞു. അദ്ദേഹമെടുത്ത ഈ നിലപാടിന്റെ ഫലമായി തൊഴിലാളിവർഗ സർവാധിപത്യം, പാർട്ടി അംഗത്വത്തിനുള്ള അർഹത എന്നിവ സംബന്ധിച്ച് ലെനിൻ മുന്നോട്ടുവെച്ച കാഴ്ചപ്പാട് കോൺഗ്രസ് ഭൂരിപക്ഷത്തോടെ അംഗീകരിച്ചു. പാർട്ടി സാമ്പത്തിക സമരങ്ങളിൽ മാത്രം ഒതുങ്ങിനിൽക്കണമെന്ന് നിർദേശിച്ച അവസരവാദികൾ ന്യൂനപക്ഷമായി മാറി. അതിന് മുമ്പുതന്നെ ജൂതവിഭാഗം കോൺഗ്രസിൽനിന്ന് പിന്മാറിയിരുന്നതിനാൽ കോൺഗ്രസാകെ ലെനിന്റെ കാഴ്ചപ്പാടിന് അംഗീകാരം നൽകി.

പക്ഷേ, കേന്ദ്രകമ്മിറ്റിയുടെയും പത്രാധിപസമിതിയുടെയും തിരഞ്ഞെടുപ്പ് ഇത്രതന്നെ സുഗമമായിരുന്നില്ല. രൂക്ഷമായ ഗ്രൂപ്പ് തർക്കം അക്കാര്യത്തിൽ പൊട്ടിപ്പുറപ്പെട്ടു. എങ്കിലും തുടക്കത്തിൽ ലെനിനും കൂട്ടുകാർക്കും നിർണായകമായ പങ്ക് കേന്ദ്രകമ്മിറ്റിയിലും പത്രാധിപസമിതിയിലും ഉണ്ടായിരുന്നു. പക്ഷേ, അവസരവാദികളോട് വിട്ടുവീഴ്ചയില്ലാത്ത സമീപനം ലെനിൻ അംഗീകരിക്കുന്നതിനോട് പ്ലഹാനോവിന് യോജിപ്പില്ലായിരുന്നു. ഏറ്റവും തലമുതിർന്ന നേതാവെന്ന നിലയ്ക്ക് കേന്ദ്രസംഘടനയിൽ തനിക്കുള്ള സ്ഥാനം ഉപയോഗിച്ച് അവസരവാദികളെ പ്രീണിപ്പിക്കാനുള്ള പല നീക്കങ്ങളും അദ്ദേഹം നടത്തി. അതിന്റെ അവസാന ഫലം എന്ന നിലയ്ക്ക് കേന്ദ്രകമ്മിറ്റിയും പത്രാധിപസമിതിയും രണ്ടും അവസരവാദികളുടെ പിടിയിലമർന്നു. ലെനിന്റെ നേതൃത്വത്തിലായിരുന്ന കാലത്തെ വിപ്ലവസ്വഭാവത്തോടുകൂടിയ *ഇസ്ക്രക്ക്* പകരം അവസരവാദത്തിന്റേതായ ഒരു പുതിയ *ഇസ്ക്ര* പ്രത്യക്ഷപ്പെട്ടു. ഈ നീക്കങ്ങൾക്കെതിരെ ഉറച്ചുനിന്ന് പോരാടാൻ ലെനിൻ നിർബന്ധിക്കപ്പെട്ടു.

ഈ പോരാട്ടത്തിനുള്ള മൂർച്ചയേറിയ ആയുധമെന്ന നിലയ്ക്ക് ലെനിൻ ഒരു പുതിയ ലഘുഗ്രന്ഥം എഴുതി. അതിന്റെ തലക്കെട്ട് ഇതായിരുന്നു *ഒരടി മുന്നോട്ട്, രണ്ടടി പിന്നോട്ട്.* തൊഴിലാളിവർഗ സർവാധിപത്യം ഉൾക്കൊള്ളുന്ന പരിപാടിയും പാർട്ടി അംഗത്വത്തിന് കർശനമായ നിബന്ധനകളും അംഗീകരിച്ച രണ്ടാം പാർട്ടി കോൺഗ്രസിന്റെ നടപടി 'ഒരടി മുന്നോട്ടു'ള്ള കാൽവയ്പ്പായിരുന്നു. കോൺഗ്രസിനെത്തുടർന്ന് സംഘടനാ രംഗത്തുവന്ന മാറ്റങ്ങളും അവയെത്തുടർന്ന് രൂപംകൊണ്ടതും അവസരവാദ സ്വഭാവമുള്ളതുമായ *പുതിയ ഇസ്ക്രയു*മാണ് രണ്ടടി പിന്നോട്ട്. അവസരവാദി വിഭാഗങ്ങളും പ്ലഹാനോവ് പ്രഭൃതികളുംകൂടി ഉദ്ഘാടനം ചെയ്ത നീക്കത്തിനെതിരെ റഷ്യയിലെ ബഹുഭൂരിപക്ഷം പാർട്ടി അംഗങ്ങളുടെ പിന്തുണയോടെ ലെനിൻ നടത്താനിരിക്കുന്ന രൂക്ഷസമരത്തിന്റെ തുടക്കമായിരുന്നു അത്.

വിപ്ലവാത്മകതയോടെ നടന്ന *പഴയ ഇസ്ക്രക്ക്* പകരം ബോൾഷെവിക്കുകാരുടെ ആശയപ്രചാരണത്തിന് പുതിയ ഒരു പത്രം തുടങ്ങുന്നത് ആവശ്യമാണെന്ന് ലെനിൻ കണ്ടു. 'പഴയ ഇസ്ക്ര' ഏജന്റുമാരുടെ സഹായ സഹകരണങ്ങളോടെ ബോൾഷെവിക്കുകാരുടെ ഒരു മുഖപത്രം

— *മുന്നോട്ട്* എന്നാണതിന്റെ പേർ — പ്രസിദ്ധീകരിക്കാൻ തുടങ്ങി. അതിന്റെ പ്രചാരണത്തിന് വേണ്ടിയെന്നപോലെ ഒരു മൂന്നാം കോൺഗ്രസ് വിളിക്കുന്നതിന്റെ ആവശ്യം പ്രചരിപ്പിക്കുകയും ചെയ്യുന്ന ജോലി ലെനിൻ ഏറ്റെടുത്തു. റഷ്യക്കകത്തുള്ള പാർട്ടി മെമ്പർമാരിൽ ഭൂരിപക്ഷത്തിന്റെ പിന്തുണ അദ്ദേഹത്തിന് കിട്ടി. അങ്ങനെ വിപ്ലവകാരികൾക്കിടയിൽ അദ്ദേഹത്തിന്റെ പ്രശസ്തി മുമ്പെന്നത്തേക്കാളും വർധിച്ചു.

9

രണ്ട് സമരതന്ത്രങ്ങൾ

ആയിരത്തി തൊള്ളായിരത്തി അഞ്ചാമാണ്ട് തുടങ്ങിയത് റഷ്യൻ വിപ്ലവപ്രസ്ഥാനത്തിൽ ഒരു പുതുവേലിയേറ്റം സൃഷ്ടിച്ചുകൊണ്ടാണ്. ജനുവരി 3 ന് സെന്റ് പീറ്റേഴ്സ്ബർഗിൽ 12,000 തൊഴിലാളികൾ പണിയെടുക്കുന്ന പ്യൂട്ടിലോവ് കമ്പനിയിൽ ഒരു പണിമുടക്ക് തുടങ്ങി. സെന്റ് പീറ്റേഴ്സ്ബർഗിലെ മറ്റ് ഫാക്ടറികളിലെ തൊഴിലാളികളുടെ പിന്തുണ ആ പണിമുടക്കിനുണ്ടായിരുന്നു. അങ്ങനെ ജനുവരി 7 ന് അതൊരു പൊതുപണിമുടക്കായി മാറി.

ഈ വേലിയേറ്റം തടയുന്നതിന് സാറിസ്റ്റ് ഗവൺമെന്റ് എല്ലാ മാർഗങ്ങളും അംഗീകരിച്ചു. 40,000 ത്തോളം വരുന്ന പൊലീസിനെയും പട്ടാളത്തെയും പണിമുടക്ക് തകർക്കാനായി നിയോഗിച്ചു. അതോടൊപ്പം തൊഴിലാളികളെ വഴിതെറ്റിക്കുന്നതിന് പൊലീസിന്റെ ധനസഹായത്തോടെ കപട തൊഴിലാളി സംഘടനകൾ രൂപപ്പെടുത്തിയെടുത്തു. 'സെന്റ് പീറ്റേഴ്സ്ബർഗിലെ റഷ്യൻ ഫാക്ടറി തൊഴിലാളികളുടെ സംഘടന' എന്ന പേരിലൊരു സംവിധാനമുണ്ടാക്കി. അതിന്റെ നേതാവ് ഗാപ്പൺ എന്ന ഒരു പാതിരിയായിരുന്നു. പൊലീസിന്റെ ഏജന്റായി പ്രവർത്തിക്കുന്ന ആ പാതിരി ഒരു ജാഥയായി സാർ ചക്രവർത്തിയെ സമീപിച്ച് മെമ്മോറാണ്ടം നൽകാൻ നിർദേശിച്ചു. തങ്ങളനുഭവിക്കുന്ന ദുരിതങ്ങളെക്കുറിച്ച് ചക്രവർത്തിക്ക് ബോധ്യപ്പെട്ടാൽ അദ്ദേഹം തങ്ങളെ സഹായിക്കുമെന്ന വ്യാമോഹത്തോടെ തൊഴിലാളികൾ ഗാപ്പണെ അനുഗമിച്ചു.

ഈ നടപടികൊണ്ട് യാതൊരു ഗുണവുമുണ്ടാകാൻ പോകുന്നില്ലെന്ന് ബോൾഷെവിക്കുകാർ ജനങ്ങൾക്ക് മുന്നറിയിപ്പ് നൽകി. എന്നാൽ വ്യാമോഹത്തിനിരയായ തൊഴിലാളികളെ പിന്തിരിപ്പിക്കാൻ കഴിയുകയില്ലെന്നു കണ്ടു. അവർ ജാഥയോടൊപ്പം മാർച്ച് ചെയ്തു. ജനുവരി 9 ന്

(അന്നൊരു ഞായറാഴ്ചയായിരുന്നു) സെന്റ് പീറ്റേഴ്സ്ബർഗിലെ തൊഴിലാളികൾ പള്ളിയുടെ പതാകകളും പുണ്യവാളന്മാരുടെ പടങ്ങളും സാർ ചക്രവർത്തിയുടെ ചിത്രവും കയ്യിലേന്തി ചക്രവർത്തിയുടെ കൊട്ടാരത്തിന്റെ മുന്നിലേക്ക് നീങ്ങി. 1,40,000 ജനങ്ങൾ കുടുംബസമേതം മാർച്ച് ചെയ്തു. അതിനെതിരെ സാർ ചക്രവർത്തിയുടെ ഗവൺമെന്റ് ക്രൂരമായ വെടിവയ്പു നടത്തി. 1000 ത്തിലേറെ പേർ രക്തസാക്ഷികളാവുകയും 5000 ത്തോളം പേർക്ക് പരിക്കേൽക്കുകയും ചെയ്തു. അങ്ങനെ നിരായുധരായ ജനങ്ങൾക്കെതിരെ പ്രകോപനപരമായ ആക്രമണം നടന്ന ആ ദിവസത്തിന് 'ചോരപുരണ്ട ഞായറാഴ്ച' എന്നു പേർ വന്നു.

തൊഴിലാളികളുടെ സമരവീര്യം ഇതുകൊണ്ട് തകർക്കാമെന്നാണ് ഗവൺമെന്റ് കരുതിയത്. പക്ഷേ, അവർക്ക് തെറ്റുപറ്റി, സമാധാനപ്രിയരും നിരായുധരുമായ നിവേദകന്മാരെ വെടിവച്ചുകൊന്ന സംഭവം ജനങ്ങൾക്ക് സാർ ചക്രവർത്തിയുടെ 'ദയ'യും 'കാരുണ്യ'വും സംബന്ധിച്ചുണ്ടായിരുന്ന ബാലിശമായ വിശ്വാസം തകർക്കുകയാണ് ചെയ്തത്. രാഷ്ട്രീയമായും സാംസ്കാരികമായും ഏറ്റവും പിന്നണിയിൽ കിടന്ന തൊഴിലാളികൾക്കുപോലും ഒരു കാര്യം ബോധ്യപ്പെട്ടു. ഹർജി കൊടുക്കുന്നതുകൊണ്ടോ അഭ്യർഥിക്കുന്നതുകൊണ്ടോ തങ്ങളുടെ സ്ഥിതി മാറുകയില്ല; സ്വാതന്ത്ര്യം നേടിയെടുക്കണമെങ്കിൽ ആയുധമേന്തി സമരം നടത്തുകതന്നെ വേണം.

അന്ന് സന്ധ്യയാകുന്നതിനുമുമ്പുതന്നെ സെന്റ് പീറ്റേഴ്സ്ബർഗിലെ തൊഴിലാളിവാസ പ്രദേശങ്ങളിൽ ജനകീയ പ്രതിരോധത്തിനുവേണ്ട ബാരിക്കേഡുകൾ ഉയർന്നു. ജനങ്ങൾ സാറിസ്റ്റ് വിരുദ്ധ സമരത്തിലേക്ക് അതിവേഗം നീങ്ങാൻ തുടങ്ങി. പിറ്റേന്ന് കാലത്താണ് ഈ വിവരം ലെനിനും സഹപ്രവർത്തകർക്കും മനസിലായത്. അത് കിട്ടിയ ഉടനെ തന്നെ 'റഷ്യയിൽ വിപ്ലവം' എന്ന തലക്കെട്ടിൽ ലെനിൻ ഒരു ലേഖനമെഴുതി. സെന്റ് പീറ്റേഴ്സ്ബർഗിലെ തൊഴിലാളികളുടെ ധീരസമരത്തെ ചിത്രീകരിച്ച് ആ ലേഖനത്തിൽ അദ്ദേഹം പറഞ്ഞു:

> ബലപ്രയോഗത്തിനെതിരെ ബലപ്രയോഗം. തെരുവുയുദ്ധം ഇരമ്പുന്നു. ബാരിക്കേഡുകൾ ഉയരുന്നു. തോക്കുകൾ ഗർജിക്കുന്നു. ചോരപ്പുഴ ഒഴുകുന്നു. സ്വാതന്ത്ര്യത്തിനുവേണ്ടിയുള്ള ആഭ്യന്തര സമരം ഇരമ്പുന്നു. മോസ്കൊ, തെക്കൻ റഷ്യ, കോക്കസ്സ്, പോളണ്ട് എല്ലാം സെന്റ് പീറ്റേഴ്സ്ബർഗിലെ തൊഴിലാളികളോട് ഒന്നിക്കാൻ സന്നദ്ധരായിരിക്കുന്നു. 'മരണം, അല്ലെങ്കിൽ സ്വാതന്ത്ര്യം' — ഇതായിരിക്കുന്നു തൊഴിലാളികളുടെ മുദ്രാവാക്യം. വിപ്ലവം നീണാൾ വാഴട്ടെ. തൊഴിലാളിവർഗത്തിന്റെ സമരം നീണാൾ വാഴട്ടെ!

ഈ സംഭവം പരാമർശിച്ച് പിന്നീട് ലെനിൻ എഴുതി:

> 1905 ജനുവരി 9, റഷ്യൻ തൊഴിലാളിവർഗത്തിന് അഭൂതപൂർവമായ ഒരു പാഠമായിരുന്നു. ആഭ്യന്തരസമരത്തോട് ബന്ധപ്പെട്ടുകൊണ്ടുള്ള വർഗബോധം നേടുന്നതിൽ ആ ഒരൊറ്റ ദിവസം കൊണ്ട് അവർക്കുണ്ടായ നേട്ടം സാധാരണ കാലത്ത് നിരവധി മാസങ്ങളിലും വർഷങ്ങളിലും നേടുന്നതിനെക്കാൾ മഹത്തായിരുന്നു.

അങ്ങനെ റഷ്യൻ വിപ്ലവത്തിന്റെ തുടക്കംകുറിക്കുന്ന ദിവസമായി 1905 ജനുവരി 9 നെ ലെനിൻ വിശേഷിപ്പിച്ചു.

ചരിത്രപ്രധാനമായ ഈ സംഭവവികാസങ്ങളിൽ നിന്നകന്ന് വിദേശവാസിയായി കഴിഞ്ഞുകൂടേണ്ടിവന്നതിൽ വേദനയോടുകൂടിയാണെങ്കിലും റഷ്യൻവിപ്ലവത്തോട് ഗാഢമായ ബന്ധം ലെനിൻ പുലർത്തി. ഓരോ ദിവസത്തെയും സംഭവവികാസങ്ങളോട് പ്രതികരിച്ചും അവയെ ശാസ്ത്രീയമായി അപഗ്രഥിച്ചും റഷ്യയിലെ വിപ്ലവ പ്രക്രിയയെ അദ്ദേഹം നേരിട്ട് സഹായിക്കുകയും നയിക്കുകയും ചെയ്തു. വിപ്ലവം യഥാർഥത്തിൽ പൊട്ടിപ്പുറപ്പെട്ടത് പിന്നീടാണെങ്കിലും, അതിന്റെ അനിവാര്യത, അതിൽ വിരുദ്ധചേരികളിൽ അണിനിരന്ന വർഗശക്തികൾ എന്നിവയെ ഒരു വിപ്ലവ സാമൂഹ്യചിന്തകന്റെ ഉൾക്കാഴ്ചയോടെ അദ്ദേഹം ദീർഘദർശനം ചെയ്തു. ഈ അടിസ്ഥാനത്തിൽ അടുത്തുതന്നെ നടക്കാനിരിക്കുന്ന സാമൂഹ്യ ഏറ്റുമുട്ടലുകൾക്ക് പാർട്ടിയെ സന്നദ്ധമാക്കുകയെന്ന ജോലി അദ്ദേഹം നിറവേറ്റി.

റഷ്യ എന്ന ഒരു രാജ്യത്താണ് നടക്കുന്നതെങ്കിലും, അവിടത്തെ വിപ്ലവപ്രസ്ഥാനത്തിന്റെ വിജയത്തിന് ആഗോളമായ പ്രാധാന്യം ഉണ്ടെന്ന് ലെനിൻ എടുത്തു പറഞ്ഞു.

> നമ്മുടെ തൊഴിലാളിവർഗം ധീരതയോടെ തുടങ്ങിവെച്ച വിപ്ലവ പ്രക്രിയ — സാറിസ്റ്റ് ഭരണത്തെ അട്ടിമറിക്കൽ — ലോകത്തിലെ എല്ലാ രാജ്യങ്ങളുടെയും ചരിത്രത്തിൽ ഒരു വഴിത്തിരിവായി ത്തീരും. എല്ലാ രാജ്യങ്ങളിലും ഭൂഗോളത്തിന്റെ എല്ലാ ഭാഗങ്ങളിലും, ഉള്ള തൊഴിലാളികളുടെ വിപ്ലവകടമ കൂടുതൽ സുഗമമാക്കുന്ന ഒന്നാണ് റഷ്യൻ വിപ്ലവം.

1905 ജനുവരിയിൽ തുടങ്ങിയതും വളർന്നുവരാനിരിക്കുന്നതുമായ റഷ്യൻ വിപ്ലവത്തിന്റെ ചരിത്രപരവും സാമൂഹ്യവുമായ സ്വഭാവത്തെ സംബന്ധിച്ച് ലെനിന് ഒരു സംശയവുമില്ലായിരുന്നു. അതൊരു ബൂർഷ്വാ ജനാധിപത്യവിപ്ലവമാണ്. സാറിസ്റ്റ് സ്വേച്ഛാധിപത്യത്തെ അട്ടിമറിച്ച് വൻകിട ഭൂവുടമകളുടെ മേധാവിത്വത്തെയും അടിയായ്മ വ്യവസ്ഥയുടെ അവശിഷ്ടങ്ങളെയും ഇല്ലാതാക്കി ഒരു റിപ്പബ്ലിക്കൻ ജനാധിപത്യഭരണം സ്ഥാപിക്കുകയാണ് ഈ വിപ്ലവത്തിന്റെ ലക്ഷ്യം.

എന്നാൽ, ബൂർഷ്വാ ജനാധിപത്യ സ്വഭാവമുള്ള ഈ വിപ്ലവത്തിന്റെ

നേതാവും അതിലെ പ്രധാന ജീവശക്തിയും തൊഴിലാളിവർഗമാണ്. സത്യം പറയുകയാണെങ്കിൽ, ഈ വിപ്ലവം ഒരർഥത്തിൽ തൊഴിലാളി വർഗ വിപ്ലവമാണ്. തൊഴിലാളിവർഗമാണ് അതിന്റെ നേതൃത്വം നൽകുന്ന ശക്തിയെന്ന അർഥത്തിൽ മാത്രമല്ല, പണിമുടക്കുകളും ആയുധമേന്തിയ കലാപങ്ങളും ചേർന്നുകൊണ്ടുള്ള തൊഴിലാളിവർഗ സമരമാർഗങ്ങളാണ് അംഗീകരിക്കപ്പെടുന്നത് എന്ന അർഥത്തിൽക്കൂടി അതൊരു തൊഴിലാളി വർഗ വിപ്ലവമാണ്.

സാറിസ്റ്റ് സ്വേച്ഛാധിപത്യത്തോടുള്ള സമീപനത്തിൽ യാതൊരു വിട്ടു വീഴ്ചയും കാണിക്കാതെ സജീവമായും വിപ്ലവകരമായും പ്രവർത്തി ക്കുന്ന തൊഴിലാളിവർഗത്തിന് മാത്രമേ സാറിസ്റ്റ് ഭരണത്തിനെതിരായി പരിപൂർണവിജയം നേടാൻ കഴിയൂ. ഈ വിജയം നേടുന്നതിനാകട്ടെ, തൊഴിലാളിവർഗം കർഷകജനസാമാന്യത്തിന്റെ പിന്തുണ നേടുകയും വേണം. ആ രണ്ട് വർഗങ്ങളും തമ്മിൽ ദൃഢമായ സമരസഖ്യമുണ്ടാ ക്കണം. വിപ്ലവ പ്രക്രിയയെ മുന്നോട്ടുകൊണ്ടുപോകുന്നതിൽ ആയുധ മേന്തിയ ചെറുത്തുനിൽപ്പിനുള്ള പ്രാമുഖ്യത്തിലേക്ക് ലെനിൻ വിരൽ ചൂണ്ടി. ക്രൂപ്സ്കായ അനുസ്മരിക്കുന്നതുപോലെ.

> വിപ്ലവത്തെയും അധികാര കയ്യേറ്റത്തെയും കുറിച്ച് മാർക്സും എംഗൽസും എഴുതിയതെല്ലാം വീണ്ടുംവീണ്ടും വായിക്കുകയും സൂക്ഷ്മമായി പഠിക്കുകയും മാത്രമല്ല ഇലിച്ച് ചെയ്തത്. സായു ധമായ പോരാട്ടങ്ങളെയും അധികാരക്കയ്യേറ്റത്തെയും സംബന്ധിച്ച കല, അതിന്റെ സാങ്കേതിക വശങ്ങൾ, അതിനുവേണ്ടി ഉണ്ടാ ക്കേണ്ട സംഘടനയുടെ രൂപം എന്നിവയെ സംബന്ധിച്ചുള്ള നിര വധി ഗ്രന്ഥങ്ങൾ അദ്ദേഹം പഠിച്ചു.

മാർക്സിന്റെയും എംഗൽസിന്റെയും നേരിട്ടുള്ള നേതൃത്വത്തിൽ നടന്ന പാരീസ് കമ്യൂണിന്റെ അനുഭവം ലെനിനെ സവിശേഷമായാകർ ഷിച്ചു. റഷ്യയിലെ സോഷ്യൽ ഡെമോക്രാറ്റിക്കുകാരുടെയും തൊഴിലാളി വർഗത്തിന്റെ മുന്നണി വിഭാഗത്തിന്റെയും ശ്രദ്ധയിൽ അതുപെടുത്തുന്ന തിന്റെ പ്രാധാന്യം അദ്ദേഹം ചൂണ്ടിക്കാണിച്ചു. കമ്യൂണിന്റെ നേതാക്കളി ലൊരാളെഴുതിയ *തെരുവുയുദ്ധം* എന്ന ഗ്രന്ഥത്തിന്റെ റഷ്യൻ പരിഭാഷ സഖാക്കൾക്ക് പഠിക്കാൻ സൗകര്യപ്പെടുത്തുക എന്ന ജോലി അദ്ദേഹം ചെയ്തു.

"നമ്മുടെ ഇന്നത്തെ പ്രസ്ഥാനത്തിൽ നാം നിൽക്കുന്നത് കമ്യൂ ണിന്റെ തോളുകളിലാണ്" എന്ന് തന്റെ ഒരു പ്രസംഗത്തിൽ ലെനിൻ പറഞ്ഞു.

ഈ പശ്ചാത്തലത്തിലാണ് പാർട്ടിയുടെ മൂന്നാം കോൺഗ്രസ് ചേരാൻ വേണ്ട ഏർപ്പാടുകൾ ലെനിനും സഹപ്രവർത്തകരും ഉണ്ടാ ക്കിയത്. അതിൽ പങ്കുകൊള്ളാൻ മെൻഷെവിക്കുകാരെയും അവർ ക്ഷണിച്ചു. പക്ഷേ, അതിൽ പങ്കുകൊള്ളുന്നതിനുപകരം സ്വന്തം

പാർട്ടികോൺഗ്രസ് വിളിച്ചുകൂട്ടാനുള്ള ഏർപ്പാടാണ് മെൻഷെവിക്കുകാർ ഉണ്ടാക്കിയത്. എന്നാൽ അവരുടെ പാർട്ടികോൺഗ്രസ് ഒരു വിജയമായിരുന്നില്ല. അതിന് വേണ്ടിടത്തോളം പ്രതിനിധികൾ വന്നില്ല. അതുകൊണ്ട് പാർട്ടി കോൺഗ്രസിനെത്തന്നെ ഒരു സമ്മേളനമാക്കി മാറ്റുകയാണ് അവർ ചെയ്തത്.

അങ്ങനെ റഷ്യൻ സോഷ്യൽ ഡെമോക്രാറ്റിക് തൊഴിലാളിവർഗ പാർട്ടിയുടെ രണ്ട് വിഭാഗങ്ങൾ (ബോൾഷെവിക്കും മെൻഷെവിക്കും) വെവ്വേറെ സമ്മേളനങ്ങൾ നടത്തി. രണ്ടിന്റെയും നടപടികളെ വിമർശനപരമായി വിലയിരുത്തിക്കൊണ്ട് ലെനിൻ ഒരു ലഘുഗ്രന്ഥമെഴുതി. അതിന്റെ തലവാചകമാണ്, *ജനാധിപത്യവിപ്ലവത്തിൽ സോഷ്യൽ ഡെമോക്രസിയുടെ രണ്ട് സമരതന്ത്രങ്ങൾ.*

പിന്നീട് ലോകകമ്യൂണിസ്റ്റ് പ്രസ്ഥാനത്തിന് വഴികാട്ടിയായിത്തീർന്ന ബോൾഷെവിക് സമരതന്ത്രം, അതിനെതിരെ വലതുപക്ഷ സോഷ്യലിസ്റ്റുകാർ ആവിഷകരിച്ച അവസരവാദ സമരതന്ത്രം — ഇവയെ അന്യോന്യം താരതമ്യപ്പെടുത്തുകയായിരുന്നു ലെനിൻ:

> ഒരു പ്രമേയം സജീവ സമരത്തിന്റെ മനോഭാവം പ്രകടമാക്കുന്നു; മറ്റേത് നിഷ്ക്രിയരായ കാഴ്ചക്കാരുടെ മനോഭാവം. ഒന്നിൽ സജീവമായ സമരത്തിനുള്ള ആഹ്വാനം അടങ്ങിയിരിക്കുന്നു; മറ്റേതിൽ ജീവനില്ലാത്ത പാണ്ഡിത്യപ്രകടനമാണുള്ളത്.

എന്താണ് ഈ രണ്ട് സമരതന്ത്രങ്ങളും തമ്മിലുള്ള പ്രധാന വ്യത്യാസം? ബൂർഷ്വാ ജനാധിപത്യവിപ്ലവത്തിൽ നേതൃത്വപരമായ പങ്കുള്ളത് ബൂർഷ്വാസിക്കോ തൊഴിലാളിവർഗത്തിനോ? ബൂർഷ്വാസിക്കാണെന്ന് മെൻഷെവിക്കുകാർ; അല്ല തൊഴിലാളിവർഗത്തിനാണെന്ന് ബോൾഷെവിക്കുകാർ. ലെനിൻ എഴുതി:

> തൊഴിലാളിവർഗം കർഷകജനസാമാന്യമായി സമരസഖ്യം ഉണ്ടാക്കി ജനാധിപത്യവിപ്ലവം പൂർത്തീകരിക്കുകയും, സ്വേച്ഛാധിപത്യ ശക്തികളുടെ ചെറുത്തുനിൽപ്പിനെ ബലംപ്രയോഗിച്ച് തകർക്കുകയും ബൂർഷ്വാസിയുടെ ചാഞ്ചാട്ടങ്ങളെ എതിർത്ത് തോൽപ്പിക്കുകയും ചെയ്യണം. സോഷ്യലിസ്റ്റ് വിപ്ലവത്തിലേക്ക് നീങ്ങുമ്പോൾ തൊഴിലാളിവർഗം ജനസമൂഹത്തിലുള്ള എല്ലാ പാവപ്പെട്ടവരുമായി സമരസഖ്യം ഉണ്ടാക്കി ബൂർഷ്വാസിയുടെ ചെറുത്തുനിൽപ്പിനെ ബലംപ്രയോഗിച്ച് തകർക്കുകയും കൃഷിക്കാർ, ചെറുകിട സ്വത്തുടമസ്ഥർ എന്നിവരുടെ ചാഞ്ചാട്ടങ്ങളെ എതിർത്ത് തോൽപ്പിക്കുകയും ചെയ്യണം.

അതായത്, ബൂർഷ്വാ ജനാധിപത്യവിപ്ലവത്തിലും സോഷ്യലിസ്റ്റ് വിപ്ലവത്തിലും ഒരുപോലെ നേതൃത്വം വഹിക്കുന്ന വർഗം തൊഴിലാളി

കളുടെതാണ്. ആദ്യത്തേതിൽ വിപ്ലവത്തിന് മുഖ്യമായി എതിരിടാനുള്ള ഫ്യൂഡൽ പ്രഭുക്കളെയും സ്വേച്ഛാധിപത്യവാഴ്ചയെയുമാണ്, അക്കാര്യത്തിൽ ബൂർഷ്വാസി പ്രകടിപ്പിക്കുന്ന ചാഞ്ചാട്ടങ്ങളെ എതിർത്ത് തോൽപ്പിക്കാൻ തൊഴിലാളിവർഗത്തിന് കഴിയണം. രണ്ടാമത്തേതിൽ വിപ്ലവത്തിന്റെ മുഖ്യശത്രു ബൂർഷ്വാസിയാണ്. അതിൽ തൊഴിലാളിവർഗത്തിന്റെ പ്രധാന സഖ്യശക്തികൾ പട്ടണപ്രദേശങ്ങളിലും നാട്ടിൻപുറങ്ങളിലുമുള്ള ദരിദ്ര ജനവിഭാഗങ്ങളാണ്. അവരെ ബൂർഷ്വാസിക്കെതിരെ അണിനിരത്തണമെങ്കിൽ കൃഷിക്കാരുടെയും മറ്റ് ചെറുകിട സ്വത്തുടമസ്ഥന്മാരുടെയും ചാഞ്ചാട്ടങ്ങളെ എതിർത്ത് തോൽപ്പിക്കണം.

ഈ വിപ്ലവ കാഴ്ചപ്പാടിന്റെ ഭാഗമായാണ് തൊഴിലാളിവർഗവും കർഷക ബഹുജനവുമായുള്ള സമരസഖ്യം. വിപ്ലവപ്രക്രിയയിൽ പുതിയ തരത്തിലുള്ള തൊഴിലാളിവർഗ വിപ്ലവപാർട്ടിക്കുള്ള സ്ഥാനം, ബൂർഷ്വാ ജനാധിപത്യത്തിൽനിന്ന് സോഷ്യലിസത്തിലേക്കുള്ള പരിവർത്തനം മുതലായ ലെനിനിസ്റ്റ് സിദ്ധാന്തങ്ങൾ ആവിഷ്കരിക്കപ്പെട്ടത്. ഇതോടെ വലതുപക്ഷ സോഷ്യൽ ഡെമോക്രസിയും ബോൾഷെവിസവും തമ്മിലുള്ള അന്തരത്തിന് വ്യക്തമായ രൂപം കിട്ടി.

ഇതവസാനിപ്പിക്കുന്നതിനുമുമ്പ് റഷ്യയിൽ നടക്കാനിരിക്കുന്ന വിപ്ലവത്തിന്റെ ഫലമായി ഒരു താൽക്കാലിക വിപ്ലവഗവൺമെന്റ് രൂപംകൊള്ളുകയാണെങ്കിൽ അതിൽ സോഷ്യൽ ഡെമോക്രാറ്റുകൾ പങ്കുകൊള്ളണമോ എന്ന കാര്യത്തിൽ നടന്ന വിവാദംകൂടി പരാമർശിക്കേണ്ടതുണ്ട്. ബൂർഷ്വാ ജനാധിപത്യവിപ്ലവമാകയാൽ തൊഴിലാളിവർഗത്തിന്റെ പാർട്ടി താൽക്കാലിക വിപ്ലവഗവൺമെന്റിൽ പങ്കെടുക്കരുതെന്ന് മെൻഷെവിക്കുകാർ വാദിച്ചു. ലെനിനാകട്ടെ, വിപ്ലവപ്രക്രിയ ശക്തിപ്പെടുത്തുന്നതിന് ഗവൺമെന്റിൽ പങ്കാളിത്തം സഹായിക്കുന്ന സാഹചര്യം ഉളവാകുകയാണെങ്കിൽ, പങ്കെടുക്കണമെന്ന് വാദിച്ചു. എന്തുകൊണ്ടെന്നാൽ, തൊഴിലാളിവർഗവും കർഷക ജനസാമാന്യവും മറ്റ് ഫ്യൂഡൽവിരുദ്ധ ശക്തികളും ചേർന്ന് ഒന്നിച്ചുനിന്ന് സാറിസ്റ്റ് സ്വേച്ഛാധിപത്യത്തിന്റെ ചെറുത്തുനിൽപ്പിനെ പരാജയപ്പെടുത്തുകയാണ് മുഖ്യമായ ജോലി. അതിൽനിന്ന് തൊഴിലാളിവർഗം ഒഴിഞ്ഞുനിൽക്കുന്നതാണ് വിപ്ലവത്തോട് കാണിക്കുന്ന വഞ്ചന. അതുകൊണ്ടുതന്നെ ഫ്യൂഡൽ പ്രഭുക്കൾക്കെതിരായി രൂപംകൊള്ളുന്ന താൽക്കാലിക വിപ്ലവഗവൺമെന്റിനെ "തൊഴിലാളിവർഗവും കൃഷിക്കാരും ചേർന്ന് രൂപംനൽകുന്ന വിപ്ലവ ജനാധിപത്യ സർവാധിപത്യം" എന്ന് ലെനിൻ വിളിക്കുകയും ചെയ്തു.

10

വിപ്ലവത്തിന്റെ തീച്ചൂളയിൽ

ആയിരത്തി തൊള്ളായിരത്തി അഞ്ച് തുടക്കത്തിൽ റഷ്യയിൽ ആകമാനം വ്യാപിച്ച പണിമുടക്ക് റഷ്യൻവിപ്ലവത്തിന്റെ വളർച്ചയിൽ ഒരു പ്രധാന ഘട്ടമായിരുന്നുവെന്ന് നേരത്തെ ചൂണ്ടിക്കാണിച്ചിരുന്നുവല്ലോ. അത് നടന്നുകൊണ്ടിരുന്നപ്പോൾത്തന്നെ സാറിസ്റ്റ് ഭരണകൂടത്തിന്റെ ആണിക്കല്ലുകളിൽ ഒന്നായ സായുധസേനാ വിഭാഗത്തിനകത്തും അസ്വ സ്ഥത വളർന്നുകൊണ്ടിരുന്നു. അതിന്റെ പ്രാധാന്യത്തിലേക്ക് വിരൽ ചൂണ്ടിക്കൊണ്ട് വിപ്ലവമുന്നേറ്റത്തിനാകെ ഫലപ്രദമായ നേതൃത്വം നൽകാൻ ലെനിൻ തുടങ്ങി.

സാറിസ്റ്റ് സ്വേച്ഛാധിപത്യത്തിന്റെ അടിയിളകാൻ തുടങ്ങിയെന്ന് സൂചിപ്പിക്കുന്ന ഒരു സംഭവമാണ് 'പൊട്ടംകിൻ' എന്ന പേരിൽ അറിയ പ്പെട്ട പടക്കപ്പലിലെ പടയാളികൾ തുടങ്ങിയ കലാപം. അതിന്റെ പ്രാധാ ന്യം വിശദമാക്കി ലെനിൻ അഭിപ്രായപ്പെട്ടു. സാറിസ്റ്റ് സൈനികസംഘ ടനയിൽ ഒരുവിഭാഗം വിപ്ലവത്തിന്റെ ചേരിയിലേക്ക് നീങ്ങാൻ തുടങ്ങി യിരിക്കുന്നു. ഒരു വിപ്ലവസേനാവിഭാഗം രൂപപ്പെടുത്തുന്നതിനുള്ള ആദ്യ നീക്കമെന്ന നിലയ്ക്ക് ഈ സംഭവത്തിന്റെ പ്രാധാന്യത്തിലേക്ക് ലെനിൻ വിരൽ ചൂണ്ടി. ആ കലാപത്തെ വിജയിപ്പിക്കുന്നതിനുവേണ്ട നിർദേശങ്ങ ളോടെ ഒരു വിശ്വസ്ത സഖാവിനെ അദ്ദേഹം പടക്കപ്പലിലേക്ക് അയച്ചു. അദ്ദേഹത്തിന് ലെനിൻ നൽകിയ നിർദേശം ഇതായിരുന്നു:

> ഏത് മാർഗമുപയോഗിച്ചായാലും പടക്കപ്പലിൽ ചെന്നുപറ്റണം. വേണ്ടിവന്നാൽ ഗവൺമെന്റ് സ്ഥാപനങ്ങളുടെ നേർക്ക് നിറതോക്ക് ഉതിർക്കണം. പട്ടണം പിടിച്ചടക്കണം. തൊഴിലാളികൾക്ക് ആയുധം നൽകണം. കൃഷിക്കാർക്കിടയിൽ വ്യാപകമായ പ്രക്ഷോ

> ഭപ്രചാരണങ്ങൾ നടത്തണം. ഒഡേസയിലുള്ള എല്ലാ വിപ്ലവശക്തികളെയും ഈ ജോലിക്കുവേണ്ടി ഉപയോഗപ്പെടുത്തണം. ലഘുലേഖകൾ വഴിയും വാങ്മൂലമായും കൃഷിക്കാരോട് വൻകിട ഭൂവുടമകളുടെ സ്വത്തുക്കൾ പിടിച്ചടക്കാൻ അഭ്യർഥിക്കണം. ഇപ്പോൾ തുടങ്ങിയ സമരത്തിൽ തൊഴിലാളികളും കൃഷിക്കാരും ഒന്നിച്ചുനിൽക്കുന്നതിന്റെ വമ്പിച്ച പ്രാധാന്യം ഞാൻ മനസിലാക്കുന്നു.... കൂടാതെ, കടൽസേനാവിഭാഗത്തിൽപ്പെട്ട മറ്റ് കപ്പലുകൾകൂടി കൈവശപ്പെടുത്താൻ എല്ലാ മാർഗങ്ങളും ഉപയോഗിക്കണം. മറ്റ് കപ്പലുകളും പൊട്ടംകിനോട് ചേർന്ന് കലാപത്തിൽ പങ്കെടുക്കുമെന്ന് എനിക്ക് ഉറപ്പുണ്ട്. പക്ഷേ, നമ്മുടെ സമരം നിശ്ചയദാർഢ്യത്തോടുകൂടിയായിരിക്കണം, വേഗതയിലായിരിക്കണം, ധീരമായിരിക്കണം. അത്രയുമായാൽ എന്നെ അങ്ങോട്ട് എത്തിക്കുന്നതിന് ഒരു കപ്പൽ ഇങ്ങോട്ട് അയക്കുക.

ഈ നിർദേശങ്ങളെല്ലാം കിട്ടിയപ്പോൾ അത് കിട്ടിയ സഖാവ് ലെനിനോട് ചോദിച്ചു: “ഇതെല്ലാം സാധ്യമാണെന്ന് അങ്ങ് കാര്യമായിത്തന്നെ വിശ്വസിക്കുന്നുണ്ടോ?” “തീർച്ചയായും ഉണ്ട്” എന്നായിരുന്നു ലെനിന്റെ മറുപടി. “ഒരു കാര്യം മാത്രം, നാം വേഗതയോടും നിശ്ചയദാർഢ്യത്തോടെയും മുന്നോട്ട് നീങ്ങണം. അങ്ങനെ ചെയ്യുമ്പോൾ യഥാർഥ സ്ഥിതിഗതികളെ സംബന്ധിച്ച് സത്യസന്ധമായ വിലയിരുത്തൽ നടത്തണമെന്ന് പറയേണ്ടതില്ലല്ലോ.”

നിർഭാഗ്യവശാൽ, ലെനിന്റെ ദൂതൻ ഒഡേസയിൽ എത്തിയപ്പോഴേക്ക് പൊട്ടംകിനിലെ കലാപം അടിച്ചമർത്തപ്പെട്ടുകഴിഞ്ഞിരുന്നു. അതിന്റെ നേതാക്കളിൽ ഒരാൾ ജനീവയിൽ എത്തി, ലെനിനെ സന്ദർശിച്ച്, കടൽപ്പടയാളികൾ നടത്തിയ ധീരമായ സമരത്തിന്റെ വിസ്തരിച്ച വിവരണം അദ്ദേഹത്തിന് നൽകി.

പൊട്ടംകിൻ കലാപമടക്കം നടന്ന വിവിധ സംഭവവികാസങ്ങളിൽ നിന്ന് ലെനിൻ ഒരു നിഗമനത്തിൽ ചെന്നെത്തി. സായുധകലാപത്തിന്റെ കല പാർട്ടിസംഘടനകൾ മുഴുവൻ അഭ്യസിക്കണം, ലക്ഷക്കണക്കിന് സായുധപോരാളികളെ സംഘടിപ്പിച്ച് അണിനിരത്തണം; വൻനഗരങ്ങളിലും തൊഴിലാളികൾ തിങ്ങിപ്പാർക്കുന്ന പ്രദേശങ്ങളിലും ഇത് വിശേഷിച്ചും പ്രധാനമാണ്. ഏത് തരത്തിലുള്ളതായാലും, ആയുധം ശേഖരിച്ച് അത് ഉപയോഗിച്ച് പോരാടാനുള്ള പ്രത്യേക വിഭാഗങ്ങളെ തയാറാക്കി അവർക്ക് ആയുധം നൽകുന്നത് അത്യാവശ്യമാണ്.

ഈ നിർദേശങ്ങളുടെ അടിസ്ഥാനത്തിൽ പലേടത്തെയും പാർട്ടിഘടകങ്ങൾ സായുധസേനാവിഭാഗങ്ങൾ രൂപീകരിച്ചു. അതേസമയത്ത്, കടലിലും കരയിലുമുള്ള സേനാവിഭാഗങ്ങൾക്കിടയിൽ ആശയപ്രചാരണവും രാഷ്ട്രീയപ്രക്ഷോഭവും നടത്താനുള്ള സംവിധാനവും പാർട്ടി ഉണ്ടാക്കി. പടയാളികൾക്കിടയിൽ മാത്രം പ്രചരിപ്പിക്കുന്ന ഇരുപതിലേറെ

പത്രങ്ങൾ പുറത്തുവരാൻ തുടങ്ങി. അവയിൽ ഏറ്റവും പ്രശസ്തമായതിന് 20,000 കോപ്പിയുടെ പ്രചാരമുണ്ടായിരുന്നു.

തൊഴിലാളികളുടെയും പടയാളികളുടെയും ഇടയിൽ നടക്കുന്ന വ്യാപകമായ ഈ പ്രചാരവേല, അതിനെ ആസ്പദമാക്കി നടക്കുന്ന പ്രക്ഷോഭങ്ങളും സമരങ്ങളും എന്നിവ ഒരു പുതിയ വിപ്ലവമുന്നേറ്റത്തിന്റെ വേലിയേറ്റമുണ്ടാക്കി. അതിന്റെ സമ്മർദം നിമിത്തവും അതിനെ തണുപ്പിക്കുന്നതിനുവേണ്ടിയും സാറിസ്റ്റ് ഭരണകർത്താക്കൾ പുതിയ ഒരടവ് എടുത്തു: 1905 ആഗസ്റ്റിൽ ഒരു പ്രതിനിധിസഭ വിളിച്ചുകൂട്ടാനുള്ള തീരുമാനം പ്രഖ്യാപിക്കപ്പെട്ടു. അതിന് ആവശ്യമായ തിരഞ്ഞെടുപ്പ് നിയമം എഴുതിയുണ്ടാക്കാൻ ബൂലിജിൻ എന്ന മന്ത്രിയെ നിയോഗിച്ചു.

ജനങ്ങളുടെ കണ്ണിൽ പൊടിയിടാനുള്ള ഒരു കപടതന്ത്രമാണിതെന്ന് ലെനിൻ ഇതിനെ വിലയിരുത്തി. പുതിയ നിയമമനുസരിച്ച് നടക്കുന്ന തെരഞ്ഞെടുപ്പുകളെ വിപ്ലവകരമായി ബഹിഷ്കരിക്കാനുള്ള ആഹ്വാനം ലെനിൻ നൽകി. അങ്ങനെ ബൂലിജിൻ പ്രതിനിധിസഭയുടെ യാഥാർഥ്യം തുറന്നുകാട്ടപ്പെടുകയും വിപ്ലവത്തിന്റെ മാർഗത്തിലേക്ക് ജനങ്ങൾ തിരിയുകയും ചെയ്തു. വിപ്ലവത്തിന്റെ പാതയിലൂടെ നീങ്ങാൻ തുടങ്ങിയ ജനങ്ങളുടെ സമ്മർദം നിമിത്തം ബൂലിജിൻ നിയമമനുസരിച്ചുള്ള പ്രതിനിധിസഭയ്ക്ക് പകരം നിയമനിർമാണത്തിന് അധികാരമുള്ള ഒരു പ്രതിനിധിസഭ വിളിച്ചുകൂട്ടാനും ജനങ്ങൾക്ക് പൗരസ്വാതന്ത്ര്യങ്ങൾ അനുവദിക്കാനും വ്യവസ്ഥപ്പെടുത്തുന്ന ഒരു വിളംബരം സാറിസ്റ്റ് ഭരണകർത്താക്കൾ പുറപ്പെടുവിച്ചു.

വിപ്ലവ തൊഴിലാളിവർഗം നേടിയ ഈ ആദ്യവിജയത്തിലേക്ക് വിരൽ ചൂണ്ടി അടുത്ത പടിയായി വിപ്ലവപ്രസ്ഥാനത്തെ കൂടുതൽ വ്യാപകമാക്കാനുള്ള കാഴ്ചപ്പാടും പരിപാടിയും ലെനിൻ ആവിഷ്കരിച്ചു. കർഷക ജനസാമാന്യത്തെ കൂടെനിർത്തി ശത്രുവർഗത്തിനെതിരെ കൂടുതൽ ശക്തമായ ഒരു പ്രത്യാക്രമണം നടത്താൻ തൊഴിലാളിവർഗം തയാറാവണമെന്നും അതിന്റെ ശക്തി നിമിത്തം "രക്തദാഹിയായ സാർ ചക്രവർത്തിയുടെ സിംഹാസനം തൂത്തെറിയപ്പെട്ടു"മെന്നും ലെനിൻ അഭിപ്രായപ്പെട്ടു.

തൊഴിലാളിവർഗവും കർഷകജനസാമാന്യവും പടയാളികളും തുടങ്ങിവെച്ച ഈ വിപ്ലവസമരമുന്നേറ്റത്തിനിടയ്ക്ക് ആ സമരത്തിനുള്ള ഉപകരണങ്ങളായും ഭാവിയിലെ തൊഴിലാളിവർഗ സർവാധിപത്യത്തിന്റെ പ്രാഥമികരൂപങ്ങളായും സോവിയറ്റുകൾ എന്ന പുതിയ സംഘടനകൾക്ക് രൂപംകിട്ടി. തുടക്കത്തിൽ അവ പണിമുടക്ക് കമ്മിറ്റികളായിരുന്നു. എന്നാൽ, പിന്നീട് മുഴുവൻ വിപ്ലവപ്രസ്ഥാനത്തിന്റെയും സംഘടനകളായി അവ മാറി. രാഷ്ട്രീയ പൊതുപണിമുടക്കിന്റെ മണ്ണിൽ മുളച്ച് സ്വാതന്ത്ര്യസമരഭടന്മാരുടെ രക്തത്തിൽ കുതിർന്ന സംഘടനകളാണ് സോവിയറ്റുകളെന്ന് ലെനിൻ അഭിപ്രായപ്പെട്ടു.

1905 ഒക്ടോബറിലും നവംബറിലുമായി ഒട്ടേറെ പട്ടണങ്ങളിലും തൊഴിലാളിവാസ കേന്ദ്രങ്ങളിലും സോവിയറ്റുകൾ ഉയർന്നുവന്നു. പണി

മുടക്ക് സമരപ്രസ്ഥാനം സായുധകലാപമായി രൂപംമാറിയതോടെ സോവിയറ്റുകൾ സായുധസമരത്തിനുള്ള സംഘടനകളായും ഭാവി വിപ്ലവഭരണകൂടത്തിന്റെ ബീജരൂപങ്ങളായും വളർന്നുവന്നു. പിന്നീട് (1917 ലും അതിനുശേഷവും) സോവിയറ്റ് ഭരണവ്യവസ്ഥ നിലവിൽവരാൻ തുടങ്ങിയപ്പോൾ തന്റെയും പാർട്ടിയുടെയും പ്രവർത്തനത്തിനടിസ്ഥാനമായി 1905–1906 കാലത്തെ അനുഭവം ലെനിന് പ്രയോജനപ്പെട്ടു.

ഈ ആശയങ്ങൾ ഉൾക്കൊള്ളുന്ന ഒരു ലേഖനം 1905 നവംബറിൽ ലെനിൻ എഴുതി. സെന്റ് പീറ്റേഴ്സ്ബർഗിലെ സോവിയറ്റ് സംഘടന ഭാവി അഖിലറഷ്യൻ ഭരണകേന്ദ്രത്തിന്റെ മുന്നോടിയായിരിക്കുമെന്ന് ലെനിൻ ചൂണ്ടിക്കാണിച്ചു. തൊഴിലാളിവർഗ പ്രതിനിധികളുടെ സോവിയറ്റ് ഫാക്ടറികളിലും ആപ്പീസുകളിലുമുള്ള എല്ലാ തൊഴിലാളികളെയും കർഷകത്തൊഴിലാളികളെയും വീട്ടുജോലിക്കാരെയും അധ്വാനിക്കുന്ന ബഹുജനങ്ങൾക്ക് കൂടുതൽ നല്ല ജീവിതത്തിനുവേണ്ടി പോരാടാൻ തയാറുള്ള മറ്റെല്ലാവരെയും ഉൾക്കൊള്ളുന്ന സംഘടനയായി ഉയരണമെന്നാണ് ലെനിൻ ചൂണ്ടിക്കാണിച്ചത്.

എന്നുവെച്ചാൽ, രാഷ്ട്രീയസ്വാതന്ത്ര്യം പൂർണമായും നേടുക, ഒരു ദേശീയ ഭരണഘടനാനിർമാണസമിതി വിളിച്ചുകൂട്ടുക, അതിനുപിന്നിൽ സ്വാതന്ത്ര്യകാംക്ഷികളും സായുധരുമായ എല്ലാവരെയും അണിനിരത്തുക, അങ്ങനെ റഷ്യയിൽ ഒരു പുതിയ ഭരണക്രമവും സാമൂഹ്യ സംവിധാനവും നിലവിൽവരുത്താൻവേണ്ട അധികാരശക്തി രൂപപ്പെടുത്തുക ഇതൊക്കെയാണ് തൊഴിലാളിവർഗ പ്രതിനിധികളുടെ സോവിയറ്റിന്റെ കടമയെന്ന് ലെനിൻ ചൂണ്ടിക്കാണിച്ചു.

ഈ ആശയങ്ങൾ ഉൾക്കൊള്ളുന്ന ലെനിന്റെ ലേഖനം സെന്റ് പീറ്റേഴ്സ്ബർഗിൽനിന്ന് പുറത്തിറങ്ങുന്ന *നവജീവൻ* എന്ന് പേരുള്ള നിയമവിധേയ റഷ്യൻ പത്രത്തിനുവേണ്ടി എഴുതിയതാണ്. പക്ഷേ, അത് പ്രസിദ്ധീകരിക്കപ്പെട്ടില്ല. അതിന്റെ കയ്യെഴുത്തുകോപ്പി 1940 ലാണ് കണ്ടുകിട്ടിയത്. പക്ഷേ, ആ ലേഖനം അന്ന് പ്രസിദ്ധീകരിച്ചില്ലെങ്കിലും *നവജീവൻ* എന്ന നിയമവിധേയ റഷ്യൻപത്രം തുടർന്ന് പ്രസിദ്ധീകരിക്കപ്പെട്ടുപോന്നു.

ഇത് റഷ്യൻ വിപ്ലവത്തിന്റെ ചരിത്രത്തിൽ പുതിയ ഒരു ഘട്ടത്തെ കുറിക്കുന്നു. ലെനിനെപ്പോലുള്ള വിപ്ലവനേതാക്കൾക്ക് തൽക്കാലത്തേക്കെങ്കിലും വിദേശവാസം മതിയാക്കി, റഷ്യയിലേക്ക് വരികയും വിപ്ലവപ്രസ്ഥാനവുമായി നേരിട്ട് ബന്ധം പുലർത്തുകയും ചെയ്യാൻ കഴിയുമെന്നായി.

അങ്ങനെ ലെനിൻ 1905 നവംബർ 8 ന് സെന്റ് പീറ്റേഴ്സ്ബർഗിലെത്തി. പൊലീസിനെ വെട്ടിച്ചുകൊണ്ടാണെങ്കിലും ആയിരക്കണക്കിന് തൊഴിലാളികളെ നേരിട്ട് അഭിമുഖീകരിക്കാനും തന്റെ ആശയങ്ങൾ അവർക്ക് പകർന്നുകൊടുക്കാനും ലെനിന് കഴിയുമെന്നായി. പിന്നീടുള്ള ഏതാനും മാസങ്ങളിൽ *നവജീവൻ* പത്രം വഴിയും ചെറുതോ വലുതോ

ആയ യോഗങ്ങളിൽ സംസാരിച്ചും സായുധപോരാട്ടം നടത്തുന്ന പതിനായിരങ്ങളെ നേരിട്ട് കാണുക, അവരിൽനിന്ന് ഊർജം സ്വയം ഉൾക്കൊള്ളുക, അവർക്ക് തന്റെ ഊർജം പകർന്നുകൊടുക്കുക ഇതെല്ലാം ചെയ്യാൻ ലെനിന് കഴിഞ്ഞു. ലെനിന്റെ ജീവിതത്തിന്റെ ഏറ്റവും പ്രധാനപ്പെട്ട ഏതാനും മാസങ്ങളാണ് 1905 അവസാനവും 1906 ഉം. റഷ്യയിലെ പതിനായിരക്കണക്കിനുള്ള സായുധ പടയാളികളെന്നപോലെ ലെനിനും വിപ്ലവത്തിന്റെ തീച്ചൂളയിലായിരുന്നു ഇക്കാലമത്രയും.

നവജീവൻ എന്ന് പേരുള്ള ഒരു നിയമവിധേയ റഷ്യൻപത്രത്തിനുവേണ്ടിയാണ് സോവിയറ്റുകളെക്കുറിച്ചുള്ള തന്റെ ആദ്യ ലേഖനം ലെനിൻ എഴുതിയതെന്ന് പറഞ്ഞുവല്ലോ. പക്ഷേ, *നവജീവൻ* ഒരൊറ്റപ്പെട്ട നിയമവിധേയപത്രമായിരുന്നില്ല. മറ്റുപല പത്രങ്ങളും ബോൾഷെവിക് പാർട്ടിയുടെ ആഭിമുഖ്യത്തിൽ നിയമവിധേയമായി പുറത്തുവന്നിരുന്നു. അവയിൽ പ്രസിദ്ധീകരിക്കുന്ന ലേഖനങ്ങളെഴുതുന്ന ഒരുകൂട്ടം സാഹിത്യകാരന്മാർ ലെനിന് ചുറ്റും ഉണ്ടായിരുന്നു. അവരിൽ പ്രധാനികളാണ് വിശ്വപ്രശസ്ത സാഹിത്യകാരനായിരുന്ന മാക്സിംഗോർക്കിയും 1917 നുശേഷം സോവിയറ്റ് ഗവൺമെന്റിൽ സംസ്കാരമന്ത്രിയായിത്തീർന്ന ലുനാചാഴ്സ്കിയും. അവരെയെല്ലാം ആശയപരമായും രാഷ്ട്രീയമായും ആയുധമണിയിക്കുന്ന ജോലി ലെനിൻ ഏറ്റെടുത്തു.

ഈ പ്രവർത്തനത്തിനിടയ്ക്കാണ് 'പാർട്ടി സംഘടനയും പാർട്ടിസാഹിത്യവും' തമ്മിലുള്ള ബന്ധം വിശദീകരിക്കുന്ന ഒരു ലേഖനം ലെനിൻ എഴുതിയത്. 1905 നവംബർ 13 ന്റെ *നവജീവനിൽ* അത് പ്രസിദ്ധീകരിച്ചു. ബൂർഷ്വാ പ്രസിദ്ധീകരണശാലക്കാരെപ്പോലെ ലാഭക്കൊതി തീർക്കാനല്ലാതെ വിപ്ലവത്തിനുവേണ്ടി സ്വയം അർപ്പിക്കപ്പെട്ട പ്രസിദ്ധീകരണങ്ങളും വായനക്കാർ, എഴുത്തുകാർ എന്നിവരുമുള്ള ഒരു സംവിധാനത്തിന്, 'പാർട്ടി സാഹിത്യ'ത്തിന് ലെനിൻ അടിത്തറ പാകി.

മറ്റ് മേഖലകളെ അപേക്ഷിച്ച് സാഹിത്യത്തിനുള്ള സവിശേഷതകളെക്കുറിച്ച് ലെനിൻ തികച്ചും ബോധവാനായിരുന്നു. വ്യക്തിപ്രതിഭയ്ക്ക്, സാഹിത്യകാരന്മാരുടെ വൈയക്തിക സർഗാത്മകതയ്ക്ക് സാഹിത്യത്തിൽ സവിശേഷസ്ഥാനമുണ്ട്. എല്ലാ സർഗാത്മക സാഹിത്യകാരന്മാർക്കും ഒരുപോലെ ഉപയോഗിക്കാവുന്ന മാതൃകയൊന്നുമില്ല. സാഹിത്യത്തിന്റെ രൂപമായാലും കൊള്ളാം, ഉള്ളടക്കമായാലും കൊള്ളാം, നിർണയിക്കുന്നതിൽ വ്യക്തികളായ സാഹിത്യകാരന്മാർക്ക് പൂർണ സ്വാതന്ത്ര്യമുണ്ടായിരിക്കണം. പക്ഷേ, പാർട്ടിയോട് കൂറുള്ള സാഹിത്യകാരന്മാർ മുഴുവൻ പാർട്ടിയോടും അതിന്റെ നേതൃത്വത്തിലുള്ള പ്രസ്ഥാനത്തോടും പ്രതിജ്ഞാബദ്ധത പുലർത്തണം.

ഈ ലേഖനം ലെനിൻ എഴുതിയ കാലത്തെ സാഹചര്യം ഇവിടെ വിശേഷിച്ച് എടുത്തുപറയേണ്ടതുണ്ട്. തൊഴിലാളിവർഗ പൊതുപണിമുടക്കിൽ തുടങ്ങി, കർഷക കലാപങ്ങളിലേക്കും മറ്റ് സായുധപോരാട്ടങ്ങളിലേക്കും റഷ്യൻജനത നീങ്ങിക്കൊണ്ടിരിക്കുകയായിരുന്നു. ആ

നീക്കത്തിന് ആക്കം കൂട്ടുക, സായുധപോരാട്ടങ്ങളും കലാപങ്ങളും പരിപൂർണ വിജയത്തിലെത്തിക്കുക — ഈ ചുമതല മറ്റ് പാർട്ടി അംഗങ്ങളെപ്പോലെ സാഹിത്യകാരന്മാരും ഏറ്റെടുത്തേ മതിയാകൂ. അതിൽനിന്ന് വ്യതിചലിക്കത്തക്കവിധം 'സർഗപ്രക്രിയയിൽ സാഹിത്യകാരനുള്ള സ്വാതന്ത്ര്യ'മെന്ന ആശയം ഉപയോഗിച്ചുകൂടെന്നാണ് ലെനിൻ നിഷ്കർഷിച്ചത്. ഗോർക്കിയെപ്പോലുള്ള അനുഗൃഹീത സർഗാത്മക സാഹിത്യകാരന്മാർപോലും തങ്ങളുടെ വൈയക്തിക പ്രതിഭയെ പാർട്ടിയുടെ ലക്ഷ്യങ്ങൾ, പ്രായോഗിക പ്രവർത്തനം എന്നിവയ്ക്ക് കീഴ്പ്പെടുത്തണമെന്നാണ് ലെനിൻ നിർദേശിച്ചത്.

പരിമിതമായ തോതിലെങ്കിലും നിയമവിധേയ പ്രവർത്തനത്തിനുള്ള സൗകര്യം തുറന്നുകിട്ടിയ സാഹചര്യത്തിൽ അത് തികച്ചും ഉപയോഗിക്കുന്നതിൽ പാർട്ടി അംഗങ്ങളും അനുഭാവികളും ആയ സാഹിത്യകാരന്മാരുടെ സേവനം പരമാവധി പ്രയോജനപ്പെടുത്തുന്ന കാര്യമാണ്, 'പാർട്ടി സംഘടനയും പാർട്ടി സാഹിത്യവും' എന്ന ലേഖനത്തിൽ ലെനിൻ ചർച്ച ചെയ്തത്. നിയമവിരുദ്ധമെന്നപോലെ നിയമവിധേയവുമായ മാർഗങ്ങളിലൂടെ വിപ്ലവത്തിന്റെ പുരോഗതിയെ സഹായിക്കുകയെന്ന ലക്ഷ്യമാണ് ലെനിനുണ്ടായിരുന്നതെന്നർഥം.

11

മോസ്കൊ കലാപത്തിന്റെ പാഠങ്ങൾ

ആയിരത്തി തൊള്ളായിരത്തി അഞ്ച് ഡിസംബറിൽ തുടങ്ങിയ റഷ്യൻ വിപ്ലവത്തിന്റെ ഒരു പ്രധാന സംഭവമായിരുന്നു മോസ്കൊ കലാപം. അതിന് നേതൃത്വം നൽകുന്നതിൽ ലെനിൻ വ്യക്തിപരമായിത്തന്നെ കാര്യമായ പങ്കുവഹിച്ചു.

പൊതുപണിമുടക്ക് ശരിയായി നടത്തുന്നതിനുവേണ്ടി രൂപംകൊണ്ട മോസ്കൊ സോവിയറ്റ്, ബോൾഷെവിക്കുകാരുടെ നിയന്ത്രണത്തിലായിരുന്നു. അതും മെൻഷെവിക് നിയന്ത്രണത്തിലുള്ള സെന്റ് പീറ്റേഴ്സ് സോവിയറ്റും തമ്മിലുള്ള വ്യത്യാസം ലെനിൻ ഇങ്ങനെ വിശദീകരിച്ചു:

> മോസ്കൊവിൽ അവിടത്തെ ബോൾഷെവിക് പാർട്ടി കമ്മിറ്റി നിശ്ചയിക്കുന്നതിന് സോവിയറ്റ് നടപ്പിലാക്കും; അങ്ങനെ സോവിയറ്റിലൂടെ മോസ്കൊ കമ്മിറ്റി പാർട്ടിക്ക് വെളിയിലുള്ള ബഹുജനങ്ങളുമായി ബന്ധം വയ്ക്കുകയും അവരെ സ്വാധീനിക്കുകയും ചെയ്യുന്നു. സെന്റ് പീറ്റേഴ്സ്ബർഗിലാകട്ടെ, പാർട്ടിക്ക് വെളിയിലുള്ള ബഹുജനങ്ങളുടെ വാലാവുകയാണ് സോവിയറ്റ് ചെയ്യുന്നത്; സായുധ കലാപത്തിന്റെ ആശയത്തെത്തന്നെ തിരസ്കരിക്കുന്ന വിധത്തിലാണ് സെന്റ് പീറ്റേഴ്സ്ബർഗ് സോവിയറ്റ് പ്രവർത്തിക്കുന്നത്. അപ്പോൾ മോസ്കൊവിലുള്ള ബോൾഷെവിക്കുകാർക്ക് തൊഴിലാളിവർഗത്തിന്റെ മുഴുവൻ ആദരബഹുമാനങ്ങൾ നേടുന്ന ഒരു യഥാർഥ സമരസംഘടനയായി മോസ്കൊ പാർട്ടിയെ ഉയർത്താൻ കഴിയും.

1905 ഡിസംബർ 5 നാണ് മോസ്കൊവിലെ ബോൾഷെവിക്കുകാർ ഒരു പൊതുപണിമുടക്ക് തുടങ്ങാനും സായുധസമരം സംഘടിപ്പിക്കാനും ഏകകണ്ഠമായി തീരുമാനിച്ചത്. ഡിസംബർ 7 ആയപ്പോഴേക്ക് സാറിസ്റ്റ് പൊലീസിനെയും പട്ടാളത്തെയും നേരിടാനാവശ്യമായ പ്രതിരോധനിര ഉയർന്നുവരികയും അതിന്റെ പിന്നിൽനിന്ന് മോസ്കൊ തൊഴിലാളികൾ ഗവൺമെന്റിന്റെ സായുധസേനാ വിഭാഗങ്ങളുമായി ഏറ്റുമുട്ടുകയും ചെയ്തു. നഗരത്തിന്റെ വിവിധ പ്രദേശങ്ങളിലായി ആയിരത്തിലേറെ പ്രതിരോധനിരകൾ ഉയർന്നു. അവയെ ആസ്പദമാക്കിയ ധീരസമരത്തിൽ മോസ്കോ തൊഴിലാളികൾ സജീവം പങ്കെടുത്തു.

സെന്റ് പീറ്റേഴ്സ്ബർഗിലായിരുന്ന ലെനിൻ അവിടത്തെ ബോൾഷെവിക്കുകാരെ മോസ്കൊ കലാപത്തിന് പിന്തുണ നൽകാൻ പ്രേരിപ്പിച്ചു. അദ്ദേഹത്തിന്റെ പങ്കാളിത്തത്തോടെ ചേർന്ന ഒരു യോഗം, മോസ്കൊ കലാപം അടിച്ചമർത്തുന്നതിന് സെന്റ് പീറ്റേഴ്സ്ബർഗിൽനിന്ന് മോസ്കൊവിലേക്ക് സാറിസ്റ്റ് പട്ടാളം പോകുന്നത് തടയാൻ വേണ്ട നടപടികൾ എടുത്തു. പട്ടാളക്കാരെയുംകൊണ്ട് മോസ്കൊവിലേക്ക് പോകുന്നത് തടയുന്നതിന് റെയിൽ ഗതാഗത യോഗ്യമല്ലാതാക്കുകയും മറ്റും ചെയ്യാൻ പരിപാടിയിട്ടു. പക്ഷേ, ഈ വഴിക്കുള്ള നീക്കങ്ങൾ മുഴുവൻ പരാജയപ്പെടുന്നതിൽ സാറിസ്റ്റ് ഭരണം വിജയിച്ചു. അങ്ങനെ മോസ്കൊ കലാപമാകെ അടിച്ചമർത്തപ്പെട്ടു.

അടിച്ചമർത്തപ്പെട്ട മോസ്കൊ കലാപം അഖില റഷ്യൻ വിപ്ലവത്തിൽ അതിപ്രധാനമായ പങ്കുവഹിച്ചു. ഏതാനും വർഷങ്ങൾക്കുശേഷം ലെനിൻ എഴുതിയ ഒരു ലേഖനത്തിൽ ഇങ്ങനെ പറഞ്ഞു:

> 1905 ഡിസംബറിലെ സായുധ മോസ്കൊ കലാപത്തിനു മുമ്പ് റഷ്യൻ ജനതയ്ക്ക് ചൂഷകഭരണത്തിനെതിരെ സായുധ പോരാട്ടം സംഘടിപ്പിക്കാൻ കഴിയുമായിരുന്നില്ല. ഡിസംബർ കലാപത്തിനുശേഷമാകട്ടെ, റഷ്യൻ ജനതയാകെ തിരിച്ചറിയാൻ വയ്യാത്ത വിധം മാറി. അവർക്ക് ഒരു പുതുജീവൻ കിട്ടിയതുപോലെയായി. അഗ്നിപരീക്ഷയിൽനിന്ന് പുറത്തുവന്ന അവർ സമരാനുഭവം നിമിത്തം രാഷ്ട്രീയപാകത വന്നവരായിത്തീർന്നു. അന്നത്തെ കലാപത്തിൽ പരിശീലനം നേടിയവരാണ് 1917 ൽ വിജയംവരിച്ച സമരഭടന്മാർ.

അതായത്, പരാജയപ്പെട്ട മോസ്കൊ കലാപം സാറിസ്റ്റ് ഭരണത്തിനെതിരായ ആദ്യത്തെ ആക്രമണമായി കലാശിച്ചു. ചരിത്രത്തിലാദ്യമായി തൊഴിലാളിവർഗ പണിമുടക്കും സായുധപോരാട്ടങ്ങളും ചേർന്ന ഒരു ചെറുത്തുനിൽപ്പ് പ്രസ്ഥാനം രൂപപ്പെട്ടു. മോസ്കൊവിനെ തുടർന്ന് മറ്റ്

അനവധി നഗരങ്ങളിലും പ്രദേശങ്ങളിലും സായുധ കലാപങ്ങൾ അരങ്ങേറി. അവയോരോന്നും അടിച്ചമർത്തപ്പെട്ടുവെങ്കിലും, അവയിൽ പങ്കെടുത്ത റഷ്യൻജനത വീണ്ടും ഉയിർത്തെഴുന്നേൽക്കുമെന്ന് വ്യക്തമായി. പിന്നീട് (1917 ൽ) അരങ്ങേറാനിരിക്കുന്ന വിപ്ലവ നാടകത്തിലെ അവതരണരംഗമായിരുന്നു 1905–07 ലെ വിപ്ലവസമരങ്ങളെന്നർഥം.

ഇതിന്റെ പ്രാധാന്യം കാണാൻ മെൻഷെവിക്കുകാർക്ക് കഴിഞ്ഞില്ല. അവരുടെ വക്താവ് എന്ന നിലയിൽ പ്ലഹാനോവ് ഇങ്ങനെ പറഞ്ഞു: "തൊഴിലാളികൾ ആയുധമെടുക്കരുതായിരുന്നു."

ഈ മെൻഷെവിക് പ്രസ്താവന ലെനിനെ രോഷാകുലനാക്കി. അദ്ദേഹം പറഞ്ഞു:

"യഥാർഥത്തിൽ സായുധകലാപം നടത്തുന്നതിൽ കുറെക്കൂടി നിശ്ചയദാർഢ്യവും ഊർജസ്വലതയും ആക്രമണസ്വഭാവവും കാണിക്കുകയാണ് തൊഴിലാളികൾ ചെയ്യേണ്ടിയിരുന്നത്."

'മോസ്കൊ കലാപത്തിന്റെ പാഠങ്ങൾ' എന്ന തലക്കെട്ടിൽ ലെനിൻ എഴുതിയ ഒരു ലേഖനത്തിൽ കലാപം അടിച്ചമർത്തപ്പെട്ടതിന്റെ കാരണങ്ങൾ പരിശോധിക്കുകയും ഭാവിസമരങ്ങൾക്കുവേണ്ട കാഴ്ചപ്പാട് രൂപപ്പെടുത്തുകയും ചെയ്തു. മോസ്കൊ കലാപം അടിച്ചമർത്തപ്പെട്ട സാഹചര്യത്തിൽ, ഭാവിയിലെ സായുധകലാപങ്ങൾ സംബന്ധിച്ച ഏതാനും മുന്നൊരുക്കങ്ങൾ ലെനിൻ നിർദേശിച്ചു. സായുധസമരം സംഘടിപ്പിക്കുന്ന കാര്യത്തിൽ കൂടുതൽ നിശ്ചയദാർഢ്യം പാർട്ടി സ്വയം പ്രകടിപ്പിക്കുന്നതോടൊപ്പം പണിമുടക്ക് സമരങ്ങൾ സംഘടിപ്പിക്കുന്നതുകൊണ്ടു മാത്രം രക്ഷപ്പെടാനാകുകയില്ലെന്ന കാര്യം ജനങ്ങളെ ബോധ്യപ്പെടുത്തുകകൂടി ചെയ്യാൻ കഴിയണം.

ഈ ജോലി നിറവേറ്റുന്നതിൽ പ്രധാനമായ ഒരു കാര്യമാണ് വളർന്നുവരുന്ന അസംതൃപ്തി ഉപയോഗിച്ച് പടയാളി വിഭാഗങ്ങളെ വിപ്ലവത്തിന്റെ പാതയിലേക്ക് കൊണ്ടുവരാൻ ശ്രമിക്കലെന്നും ലെനിൻ ഉദ്ബോധിപ്പിച്ചു. കൂടാതെ, കലാപം സംഘടിപ്പിക്കുകയെന്ന കല അഭ്യസിക്കുന്നത് സംബന്ധിച്ച് മാർക്സും എംഗൽസും ആവിഷ്കരിച്ച തത്വങ്ങൾ സ്വായത്തമാക്കാൻ ലെനിൻ റഷ്യൻ ജനതയെ പഠിപ്പിച്ചു. എല്ലാറ്റിലും മീതെ പട്ടണപ്രദേശങ്ങളിൽ നടക്കുന്ന പൊതുസമരത്തെ നാട്ടിൻപുറങ്ങളിലെ ദരിദ്രവിഭാഗങ്ങളുടെ ചെറുത്തുനിൽപ്പ് പ്രസ്ഥാനമായി കൂട്ടിയിണക്കുന്നതിന്റെ പ്രാധാന്യത്തിലേക്കും ലെനിൻ വിരൽചൂണ്ടി.

പ്ലഹാനോവിനെയും മെൻഷെവിക്കുകാരെയും എന്നപോലെ കേഡറ്റ് (കോൺസ്റ്റിറ്റ്യൂഷണൽ ഡെമോക്രാറ്റിക് - ഭരണഘടനാ വിധേയ ജനാധിപത്യവാദി) എന്നപേരിൽ അറിയപ്പെട്ട ബൂർഷ്വാ ജനാധിപത്യവാദികളെയും ലെനിന് നേരിടാൻ ഉണ്ടായിരുന്നു. തൊഴിലാളി വിപ്ലവകാരിക

ളുടെ സമ്മർദത്തിന് വിധേയരായി സാറിസ്റ്റ് ഭരണകർത്താക്കൾ പ്രഖ്യാപിച്ച ചില്ലറ പരിഷ്കാരങ്ങളെ വാനോളം വാഴ്ത്തുകയും അവയുടെ പേരിൽ സായുധസമരങ്ങളെ നിരുത്സാഹപ്പെടുത്തുകയുമാണ് ഈ ബൂർഷ്വാ ജനാധിപത്യവാദികൾ ചെയ്യുന്നതെന്ന് ലെനിൻ ചൂണ്ടിക്കാട്ടി. അദ്ദേഹം പറഞ്ഞു:

> തൊഴിലാളിവർഗം പോരാടുകയാണ്; ബൂർഷ്വാസിയാകട്ടെ ഭരണാധികാരത്തിലേക്ക് കുതിക്കുകയാണ്. തൊഴിലാളിവർഗം അതിന്റെ രാഷ്ട്രീയ ബഹുജനസമരങ്ങളിലൂടെ, സാറിസ്റ്റ് ഏകാധിപത്യഭരണത്തിന്റെ അടി തകർക്കുകയാണ്. ബൂർഷ്വാസിയാകട്ടെ, ക്ഷീണിച്ച് കിടക്കുന്ന ഏകാധിപത്യ ഭരണക്കാർ എറിഞ്ഞുകൊടുക്കുന്ന സൗജന്യങ്ങൾ സ്വായത്തമാക്കാൻ നോക്കുകയാണ്. ജനങ്ങളാകെ കാണത്തക്കവിധം സമരത്തിന്റെ പതാക ഉയർത്തിപ്പിടിക്കുകയാണ് തൊഴിലാളിവർഗം. ബൂർഷ്വാസിയാകട്ടെ, ചില്ലറ സൗജന്യങ്ങൾക്കുവേണ്ടിയുള്ള കൂടിയാലോചനകളിലും വിലപേശലുകളിലും ഏർപ്പെടുകയാണ്.

അതായത് വിപ്ലവത്തെ വഞ്ചിക്കുന്ന ബൂർഷ്വാ ജനാധിപത്യവാദികളെ ജനങ്ങളുടെ മുമ്പിൽ തുറന്നുകാണിച്ചുകൊണ്ടല്ലാതെ ബോൾഷെവിക്കുകാർക്ക് ജനങ്ങളെ ഭാവി വിപ്ലവ സമരങ്ങളിലേക്ക് നയിക്കാൻ കഴിയുകയില്ലെന്ന് ലെനിൻ ചൂണ്ടിക്കാണിച്ചു.

വിപ്ലവമുന്നേറ്റത്തിന്റെ സമ്മർദത്തിനിരയായി സാറിസ്റ്റ് ഭരണകൂടം നൽകിയ സൗജന്യങ്ങളിലൊന്നാണ് തിരഞ്ഞെടുക്കപ്പെട്ട ജനപ്രതിനിധി സഭ. അതൊരു വമ്പിച്ച നേട്ടമായി വാഴ്ത്തുകയാണ് ബൂർഷ്വാ ജനാധിപത്യവാദികൾ ചെയ്തത്. മെൻഷെവിക്കുകാരുടെ നിലപാടും ഏതാണ്ട തുതന്നെയായിരുന്നു. ജനപ്രതിനിധി സഭയിലേക്കുള്ള തിരഞ്ഞെടുപ്പിലും സഭ രൂപംകൊള്ളുന്നതിൽ പിന്നീട് അതിനകത്തും നടത്തുന്ന പ്രവർത്തനത്തെ സർവപ്രധാനമായി കാണുകയെന്ന അടിസ്ഥാനത്തിലാണ് മെൻഷെവിക്കുകാരും ബൂർഷ്വാജനാധിപത്യവാദികളും പ്രശ്നത്തെ സമീപിച്ചത്.

ഇതിനെതിരെ ഉഗ്രമായ താക്കീത് നൽകിയ ലെനിൻ പ്രതിനിധിസഭ തിരഞ്ഞെടുപ്പും തിരഞ്ഞെടുപ്പിനെ തുടർന്ന് രൂപംകൊള്ളുന്ന സഭയിലെ പ്രവർത്തനങ്ങളും രാജ്യവ്യാപകമായി നടക്കുന്ന വിപ്ലവ ബഹുജന പ്രസ്ഥാനത്തിന്റെ അഭേദ്യഭാഗമായാണ് കണ്ടത്. വെളിയിൽ നടക്കുന്ന വിപ്ലവ ബഹുജനസമരങ്ങളെയും പ്രതിനിധിസഭയ്ക്കകത്ത് നടക്കുന്ന പ്രവർത്തനത്തെയും കൂട്ടിയിണക്കുന്ന ഒരു പ്രവർത്തനശൈലിക്ക് ലെനിനും ബോൾഷെവിക് പാർട്ടിയും രൂപംനൽകി.

ഈ പ്രതിനിധിസഭയിലേക്കുള്ള തിരഞ്ഞെടുപ്പ് സംബന്ധിച്ച് സാർ ചക്രവർത്തിയുടെ ആദ്യത്തെ വിളംബരം ജനങ്ങളുടെ കണ്ണിൽ പൊടിയിടാനുള്ള അടവുമാത്രമായി ആ വിളംബരത്തെ വിശേഷിപ്പിക്കുകയും തിരഞ്ഞെടുപ്പ് ബഹിഷ്കരിക്കുകയും ആണല്ലോ ലെനിനും ബോൾഷെവിക്കുകാരും ചെയ്തത്. അത് പൂർണമായും ശരിയല്ലെന്ന് പിന്നീടുള്ള അനുഭവം അവരെ പഠിപ്പിച്ചു. മെൻഷെവിക്കുകാർക്കും ബൂർഷ്വാ ജനാധിപത്യവാദികൾക്കും അവരുടെ രാഷ്ട്രീയ പ്രവർത്തനത്തിനുള്ള വേദിയാക്കി ഈ സഭകളെ ഉപയോഗിക്കാനുള്ള അവസരം ഇതുമൂലം ലഭിച്ചു. ഈ ദൗർബല്യം പരിഹരിച്ച് ബോൾഷെവിക്കുകാർക്കുകൂടി ഉപയോഗിക്കാവുന്ന വേദികളായി പ്രതിനിധിസഭാ തിരഞ്ഞെടുപ്പുകളും സഭയ്ക്കകത്തെ പ്രവർത്തനവും ഉപയോഗിക്കപ്പെടാൻ തുടങ്ങി.

ഈ പ്രവർത്തനം നടത്തുന്നതിൽ നിയമവിധേയത്വം പരമാവധി ഉപയോഗിച്ചുവെങ്കിലും ലെനിനും മറ്റേതാനും സമുന്നത ബോൾഷെവിക് നേതാക്കൾക്കും നിയമവിരുദ്ധമായിത്തന്നെ പ്രവർത്തിക്കേണ്ടിയിരുന്നു. പൊലീസിന്റെ കണ്ണുവെട്ടിക്കുന്നതിനുള്ള മാർഗങ്ങളെല്ലാം അവർക്കംഗീകരിക്കേണ്ടിയിരുന്നു. എങ്കിലും ആയിരക്കണക്കിന് ബഹുജനങ്ങൾ പങ്കെടുക്കുന്ന യോഗങ്ങളിൽ മറ്റ് പേരുകൾ പറഞ്ഞുകൊണ്ടാണെങ്കിലും സംസാരിക്കാനുള്ള സൗകര്യം ലെനിന് കിട്ടിയിരുന്നു.

എന്നുവെച്ചാൽ, നിയമവിധേയ പ്രവർത്തനം വിജയകരമായി നടത്തുന്നതിനുതന്നെ നിയമവിരുദ്ധ പ്രവർത്തനം സംഘടിപ്പിക്കുന്നതാവശ്യമായിരുന്നു.

എന്നാൽ, ഈ സ്ഥിതിപോലും അധികം കാലം നിന്നില്ല. 1907 ജൂൺ 3 ന് സാറിസ്റ്റ് ഭരണകർത്താക്കൾ ജനപ്രതിനിധിസഭ പിരിച്ചുവിട്ടു. സോഷ്യൽ ഡെമോക്രാറ്റിക് ഗ്രൂപ്പിൽപ്പെട്ട (ബോൾഷെവിക്കുകാരും മെൻഷെവിക്കുകാരുമായി) സഭാംഗങ്ങളെ അറസ്റ്റുചെയ്യുകയും സൈബീരിയയിലേക്ക് നാടുകടത്തുകയും ചെയ്തു. ആയിരക്കണക്കിന് തൊഴിലാളികളും കൃഷിക്കാരും വെടിവെച്ചുകൊല്ലപ്പെട്ടു. ജയിലുകളും തടങ്കൽപ്പാളയങ്ങളും നിറഞ്ഞൊഴുകി. അങ്ങനെ 'സ്റ്റോളിപ്പിൻ പ്രതിവിപ്ലവം' (പ്രധാനമന്ത്രി സ്റ്റോളിപ്പിന്റെ പേരിനെ ആസ്പദമാക്കിയാണ് പ്രതിവിപ്ലവത്തിന് ആ പേര് വന്നത്) അരങ്ങേറി. അതിന്റേതായ മർദകഭരണത്തിന്റെ കുന്തമുന തിരിഞ്ഞത് ബോൾഷെവിക്കുകാരുടെ നേരെയായിരുന്നു. എന്തുചെയ്തും ലെനിനെ പിടിക്കുകയെന്ന ലക്ഷ്യത്തോടെ സാറിസ്റ്റ് ഭരണം നീങ്ങാൻ തുടങ്ങി. 1907 ഡിസംബർ അവസാനമായപ്പോഴേക്ക് ലെനിന്റെ പ്രവർത്തനകേന്ദ്രവും ബോൾഷെവിക് പത്രത്തിന്റെ പ്രസിദ്ധീകരണവും വിദേശ രാജ്യങ്ങളിലേക്ക് മാറ്റപ്പെട്ടു.

1905 ഡിസംബറിലെ മോസ്കൊ കലാപത്തെത്തുടർന്ന് മറ്റ് അന

വധി പ്രദേശങ്ങളിൽ കലാപങ്ങൾ അരങ്ങേറി. അവയിലെല്ലാം ബോൾഷെവിക്കുകാരുടെ സാന്നിധ്യമുണ്ടായിരുന്നു. അവർക്ക് ലെനിന്റെ വ്യക്തിപരമായ നേതൃത്വം കിട്ടുകയും ചെയ്തു. അങ്ങനെ മെൻഷെവിക്കുകാരുടെയും ബോൾഷെവിക്കുകാരുടെതുമായ രണ്ട് സമരതന്ത്രങ്ങൾ അന്യോന്യം ഏറ്റുമുട്ടി. ബോൾഷെവിക്കുകാരുടേതാണ് ശരിയെന്ന് അനുഭവം തെളിയിക്കുകയും ചെയ്തു.

എന്തുകൊണ്ടെന്നാൽ, താൽക്കാലികമായി അടിച്ചമർത്തപ്പെട്ടുവെങ്കിലും റഷ്യൻ ജനത സമരസന്നദ്ധതയോടെയും നിശ്ചയദാർഢ്യത്തോടെയും മുന്നോട്ടുനീങ്ങാൻ തുടങ്ങിയ മൂന്ന് വർഷങ്ങളാണ് 1905 മുതൽ 1907 വരെയുള്ള കാലം. റഷ്യൻ ജനതയുടെ ആദ്യത്തെ അഗ്നിപരീക്ഷയായിരുന്നു അതെന്ന് പറയാം.

12

സോഷ്യൽ ഡെമോക്രസിയുടെ കാർഷിക പരിപാടി

ആയിരത്തിതൊള്ളായിരത്തി അഞ്ച്-ആയിരത്തിതൊള്ളായിരത്തി ഏഴ് കാലത്തെ റഷ്യൻ വിപ്ലവം നടക്കുന്ന കാലത്ത് റഷ്യൻ സോഷ്യൽ ഡെമോക്രാറ്റിക് പാർട്ടി ബോൾഷെവിക്കും മെൻഷെവിക്കുമായി പിരിഞ്ഞ് നിൽക്കുകയായിരുന്നു. വിപ്ലവത്തിനിടയ്ക്കാണ് നാലും അഞ്ചും പാർട്ടി കോൺഗ്രസുകൾ നടന്നത്. രണ്ടിലും രൂക്ഷമായ ബോൾഷെവിക് - മെൻഷെവിക് സംഘട്ടനം നടന്നു. ആദ്യത്തേതിൽ മെൻഷെവിക്കുകാർക്കായിരുന്നു ഭൂരിപക്ഷം, രണ്ടാമത്തേതിൽ ബോൾഷെവിക്കുകാർക്കും.

ബോൾഷെവിക്കുകാർക്ക് ഭൂരിപക്ഷം കിട്ടിയ അഞ്ചാം കോൺഗ്രസിലെ മുഖ്യ ചർച്ചാവിഷയം സാറിസ്റ്റ് ഭരണമേധാവികൾക്ക് എതിരായ സമരത്തിൽ ബൂർഷ്വാ പാർട്ടികളോടുള്ള സമീപനമായിരുന്നു. സാറിസ്റ്റ് ഭരണത്തോടും നാടുവാഴി മേധാവിത്വത്തോടും അടുപ്പമുള്ള 'കറുത്ത നൂറ്റുവർ' എന്ന പാർട്ടിയും അതിന്റേതിൽനിന്ന് വ്യത്യസ്തമായി സാറിസ്റ്റ് ഭരണത്തിനും നാടുവാഴി മേധാവിത്വത്തിനുമെതിരായി പരിമിതമായ തോതിൽ പോരാടുന്ന 'കേഡറ്റ്' എന്ന പാർട്ടിയും നിലവിലുണ്ടായിരുന്നു; കൂടാതെ പെറ്റിബൂർഷ്വാ വിഭാഗങ്ങളെ പ്രതിനിധാനം ചെയ്യുന്ന മറ്റുചില പാർട്ടികളും. ഇതിൽ സാറിസ്റ്റ് ഭരണത്തിനും 'കറുത്ത നൂറ്റുവർക്കു'മെതിരെ മറ്റുള്ളവരുമായി ചില വ്യവസ്ഥകൾക്ക് വിധേയമായി യോജിപ്പുണ്ടാക്കുകയെന്ന തന്ത്രമാണ് ബോൾഷെവിക്കുകാർ ആവിഷ്കരിച്ചത്. അതേ അവസരത്തിൽ, പെറ്റിബൂർഷ്വാ പാർട്ടികളുടെയും കേഡറ്റ് പാർട്ടിയുടെയും ആശയഗതിയെ തുറന്നുകാട്ടുകയെന്ന രാഷ്ട്രീയ കടമകൂടി നിറവേറ്റണമെന്ന് ബോൾഷെവിക്കുകാർ നിർദേശിച്ചു. ഈ സമരതന്ത്രത്തിന് പാർട്ടി കോൺഗ്രസിന്റെ അംഗീകാരം കിട്ടി.

മെൻഷെവിക്കുകാർക്ക് ഭൂരിപക്ഷം കിട്ടിയ നാലാം കോൺഗ്രസിലാ

കട്ടെ, പ്രധാന ചർച്ചാവിഷയം കാർഷിക പ്രശ്നമായിരുന്നു. മാർക്സിസ്റ്റ് കാഴ്ചപ്പാടനുസരിച്ച് ഭൂസ്വത്തുക്കൾ പൊതു ഉടമയിൽ കൊണ്ടുവരണം, അല്ലെങ്കിൽ ദേശവൽക്കരിക്കണം എന്നും അത് മാത്രമാണ് സാറിസ്റ്റ് ഭരണത്തെ വിപ്ലവകരമായി എതിർത്ത് തോൽപ്പിക്കാനുള്ള മാർഗമെന്നും ബോൾഷെവിക്കുകാർ ചൂണ്ടിക്കാണിച്ചു. മെൻഷെവിക്കുകാർ ആകട്ടെ, ഭൂസ്വത്ത് ദേശസാൽക്കരിക്കുന്നതിനുപകരം മുനിസിപ്പൽ ഭരണത്തിൽ കൊണ്ടുവരികയെന്ന നിർദേശമാണ് വെച്ചത്. രണ്ടു നിർദേശങ്ങളും തമ്മിൽ രൂക്ഷമായ ഏറ്റുമുട്ടൽ നടന്നു. അവസാനം മെൻഷെവിക്കുകാരുടെ ആശയഗതിക്ക് കോൺഗ്രസ് അംഗീകാരം നൽകി.

ഈ ആശയഗതിയെ രൂക്ഷമായി വിമർശിച്ചുകൊണ്ടുള്ള തന്റെ താത്വിക പ്രവർത്തനം ലെനിൻ തുടർന്നു. അതിന്റെ പരിണാമമാണ് 1908 ൽ പ്രസിദ്ധീകരിച്ച *1905–1907 -ലെ റഷ്യൻവിപ്ലവത്തിൽ സോഷ്യൽ ഡെമോക്രസിയുടെ കാർഷിക പരിപാടി* എന്ന ഗ്രന്ഥം. അതിലദ്ദേഹം ഭൂസ്വത്തിന്റെ ഉടമാവകാശം മുനിസിപ്പാലിറ്റികൾക്ക് കൊടുക്കുകയെന്ന മെൻഷെവിക് നിർദേശത്തെ അതിനിശിതമായി വിമർശിച്ചു. മുനിസിപ്പൽവൽക്കരണം വലതുപക്ഷ അവസരവാദവും ദേശവൽക്കരണം വിപ്ലവപരവുമാണെന്ന് ലെനിൻ സ്ഥാപിച്ചു. ആദ്യത്തേതുകൊണ്ട് ഫ്യൂഡൽ പ്രഭുക്കന്മാരുടെ മേധാവിത്വം ഉറയ്ക്കുകയാണ് ചെയ്യുക; രണ്ടാമത്തേത് ഫ്യൂഡൽ പ്രഭുക്കളെ കടപുഴക്കി എറിയും – അവരോടൊപ്പം സാറിസ്റ്റ് ഭരണാധികാരികളെയും.

ഈ ചർച്ചയുടെ ഉള്ളടക്കം മനസിലാക്കുന്നതിന് ഒന്നാം റഷ്യൻ വിപ്ലവത്തെത്തുടർന്ന് സാറിസ്റ്റ് ഭരണം നടപ്പിലാക്കിയ കാർഷിക പരിഷ്കാര നടപടി പരിശോധിക്കണം.

1861 ൽ അടിയാള വ്യവസ്ഥ അവസാനിപ്പിച്ച് മുതലാളിത്ത വളർച്ചയ്ക്ക് അടിത്തറപാകുകയുണ്ടായല്ലോ. അതിന്റെ തുടർച്ചയാണ് 1905–1907 റഷ്യൻവിപ്ലവത്തിനിടയ്ക്ക്, അതിനെ നേരിടാനുള്ള മാർഗമെന്ന നിലയ്ക്ക് 1906 ൽ നടപ്പിലാക്കിയ ഭൂപരിഷ്കരണ നിയമം. ഈ നിയമമനുസരിച്ച് ഏത് കൃഷിക്കാരനും സ്വന്തം ഗ്രാമത്തിലെ കമ്യൂൺ (പൊതു ഉടമസ്ഥാപനം) വിട്ട് സ്വന്തം കൃഷി തുടങ്ങാം. ഇതിന്റെ ലക്ഷ്യം വൻകിടക്കാരായ ധനിക കൃഷിക്കാരുടെ ഉയർച്ചയും വളർച്ചയുമായിരുന്നു. ഈ പുതിയ വർഗം പഴയ ഫ്യൂഡൽ നാടുവാഴി മേധാവികളെപ്പോലെതന്നെ സാറിസ്റ്റ് ഭരണകൂടത്തിന്റെ സാമൂഹ്യാടിത്തറയായി വളരും; അങ്ങനെ ഫ്യൂഡൽ സമൂഹത്തിന്റേതായ രാജഭരണം ബൂർഷ്വാ രാജഭരണമായി മാറും. അതിന്റെ കീഴിൽ കാർഷിക മുതലാളിത്തം വളർന്നുവരും.

ഒരുവശത്ത് ഫ്യൂഡൽ പ്രമാണിമാരുടെ മേധാവിത്വം തകരാതെ അത് നിർബാധം തുടരുകയും മറുവശത്ത് കാർഷിക മുതലാളിമാർ വളരുകയും ചെയ്യുന്നതിന്റെ ഫലമായി സാറിസ്റ്റ് ഭരണകൂടം അരക്കിട്ട് ഉറപ്പിക്കപ്പെടുമെന്നർഥം.

ഇതുപോലുള്ള സംഭവവികാസമാണ് ജർമനിയിലെ വിപ്ലവമാറ്റങ്ങളെ

തുടർന്ന് അവിടെ ഉണ്ടായത്. ഫ്യൂഡൽ മേധാവിത്വത്തെ തകർത്ത് അതിന്റെ സ്ഥാനത്ത് കർഷക ജനസാമാന്യത്തെ ഉയർത്തിക്കൊണ്ടുവരികയെന്ന ഫ്രഞ്ച്മാർഗത്തിൽനിന്ന് വ്യത്യസ്തമായി ജർമൻ സ്റ്റേറ്റുകളിൽ പ്രധാനപ്പെട്ട പ്രഷ്യയിൽ പഴയ ഫ്യൂഡൽ പ്രഭുക്കളെത്തന്നെ പുതിയ കാർഷിക മുതലാളിത്ത പ്രമാണിമാരാക്കി മാറ്റുകയാണ് ചെയ്തത്; അങ്ങനെ ഫ്യൂഡൽ പ്രമാണിമാരുടെയും കാർഷിക മുതലാളിമാരുടെയും സ്വഭാവങ്ങൾ ചേർന്ന ഒരു പുത്തൻ ഭരണവർഗത്തെ സൃഷ്ടിക്കുന്നതിൽ പ്രഷ്യയിലെ ഭരണകർത്താക്കൾ വിജയിച്ചു. ആ രീതിയിൽത്തന്നെ റഷ്യയിൽ ഭൂവുടമാ സമ്പ്രദായത്തെയും 'പരിഷ്കരിക്കാ'നുള്ള നീക്കമാണ് സാറിസ്റ്റ് ഭരണക്കാർ നടത്തിയത്. അതുകൊണ്ട് പുതിയ കാർഷിക പരിഷ്കാരത്തിന് പ്രഷ്യൻ മാതൃകയിലുള്ള കാർഷിക പരിഷ്കാരം എന്ന് ലെനിൻ പേരിട്ടു.

ഇതിന്റെ വെളിച്ചത്തിൽ റഷ്യൻവിപ്ലവത്തിന്റെ മുമ്പിൽ രണ്ട് മാർഗങ്ങളുണ്ടെന്ന് ലെനിൻ ചൂണ്ടിക്കാണിച്ചു: ഒന്നുകിൽ പ്രഷ്യയിലെന്നപോലെ വൻകിട ഭൂവുടമാ മേധാവിത്വത്തിന്റെ അടിസ്ഥാനത്തിൽ ഗ്രാമീണ മുതലാളിത്തത്തെ വളർത്തുക. അല്ലെങ്കിൽ അടിമത്തവ്യവസ്ഥ അവസാനിപ്പിച്ച അമേരിക്കയിലെന്നപോലെ ഭൂസ്വത്തുടമകളുടെ അടിതകർത്ത് ഒരു സ്വതന്ത്ര കർഷകവർഗത്തെ സൃഷ്ടിക്കുകയും വളരാനനുവദിക്കുകയും ചെയ്യുക. ഇതിൽ ആദ്യത്തേതിന്റെ പ്രായോഗിക രൂപമാണ് മെൻഷെവിക്കുകാരുടെ മുനിസിപ്പൽവൽക്കരണമെന്ന ആശയത്തിന്റെ ഫലമെന്നും രണ്ടാമത്തേതിനുള്ള പ്രായോഗികമാർഗം ഭൂസ്വത്തുക്കളുടെ ദേശവൽക്കരണമാണെന്നും ലെനിൻ ചൂണ്ടിക്കാണിച്ചു.

ഭൂസ്വത്തുക്കൾ മുഴുവൻ പൊതുഉടമയിൽ കൊണ്ടുവരുന്നതിന് കൃഷിക്കാർ എതിരാണെന്നായിരുന്നു മെൻഷെവിക്കുകാരുടെ വാദം. അതിനെ ഖണ്ഡിച്ച് ലെനിൻ പറഞ്ഞു: ഭൂസ്വത്തുക്കളാകെ പൊതുഉടമയിലാക്കുന്നതിന്റെ അർഥം കമ്യൂണുകൾ ഇല്ലാതാവുകയെന്നാണ്; തികച്ചും സ്വതന്ത്രരായ കൃഷിക്കാർ ഉയർന്നുവരികയെന്നാണ്. അത് ഫ്യൂഡൽ പ്രഭുക്കളുടെ മേധാവിത്വത്തിൽനിന്നും കമ്യൂണുകളുടെ നിലനിൽപ്പിൽനിന്നും കൃഷിക്കാരെ മോചിപ്പിക്കും. അവർക്ക് സ്വതന്ത്രമായി പണിയെടുത്ത് ജീവിക്കാനാകും. അങ്ങനെ മുതലാളിത്തത്തിലെ സ്വാഭാവിക വളർച്ചയെ സഹായിക്കുന്ന ഒരു നടപടിയാണ് ഭൂമിയുടെ ദേശവൽക്കരണമെന്ന് ലെനിൻ ചൂണ്ടിക്കാണിച്ചു.

ഭൂസ്വത്തുക്കളാകെ പൊതുഉടമയിൽ കൊണ്ടുവരുന്നതിനുള്ള സമരം സാറിസ്റ്റ് സ്വേച്ഛാധിപത്യത്തിനും നാടുവാഴി മേധാവിത്വത്തിനുമെതിരായ വിപ്ലവസമരത്തിന്റെ അഭേദ്യഭാഗമാണെന്ന് ലെനിൻ അഭിപ്രായപ്പെട്ടു. സാറിസ്റ്റ് സ്വേച്ഛാധിപത്യത്തെയും ഫ്യൂഡൽ നാടുവാഴി മേധാവിത്വത്തെയും തകർക്കാതെ ഭൂസ്വത്തുക്കൾ പൊതുഉടമയിൽ കൊണ്ടുവരാൻ കഴിയുകയില്ല. ഭൂസ്വത്തുക്കൾ പൊതുഉടമയിൽ കൊണ്ടുവന്നാലാ

കട്ടെ, ബൂർഷ്വാ ജനാധിപത്യവിപ്ലവത്തിൽനിന്ന് സോഷ്യലിസ്റ്റ് വിപ്ലവത്തിലേക്കുള്ള പരിവർത്തനം സുഗമമാകുകയും ചെയ്യും.

ഭൂസ്വത്തുക്കളാകെ പൊതുഉടമയിൽ കൊണ്ടുവരിക, അല്ലെങ്കിൽ ദേശസാൽക്കരണം നടപ്പിലാക്കുക എന്നത് തികച്ചും ബൂർഷ്വാ ജനാധിപത്യത്തിന്റേതായ ഒരു നടപടിയാണെന്ന് ലെനിൻ വ്യക്തമാക്കി. മെൻഷെവിക്കുകാർ നിർദേശിക്കുന്ന മുനിസിപ്പൽവൽക്കരണവും ബോൾഷെവിക്കുകാർ നിർദേശിക്കുന്ന മുനിസിപ്പൽവൽക്കരണവും തമ്മിലുള്ള പ്രധാന വ്യത്യാസം ഇതാണ്. ആദ്യത്തേത് അപൂർണമായ ബൂർഷ്വാ വിപ്ലവമാണ്, രണ്ടാമത്തേത് പൂർണമായ ബൂർഷ്വാവിപ്ലവവും. ആദ്യത്തേതിൽനിന്ന് സോഷ്യലിസ്റ്റ് വിപ്ലവത്തിലേക്കു പോകുന്നത് എളുപ്പമല്ല. രണ്ടാമത്തേത് സോഷ്യലിസ്റ്റ് പരിവർത്തനത്തെ സുഗമമാക്കും.

ഇതവസാനിപ്പിക്കുന്നതിനുമുമ്പ് ബോൾഷെവിക് അണികളിൽനിന്നുതന്നെ ഉയർന്നുവന്ന ഒരു വ്യത്യസ്താഭിപ്രായംകൂടി പരാമർശിക്കേണ്ടതുണ്ട്. ജോസഫ് സ്റ്റാലിനടക്കം ഏതാനും ബോൾഷെവിക് സഖാക്കൾ ഫ്യൂഡൽ പ്രഭുക്കളുടെ ഭൂസ്വത്തുക്കൾ പിടിച്ചെടുക്കുന്നതിനെ തുടർന്ന് എടുക്കേണ്ട നടപടി, അത് കൃഷിക്കാർക്കിടയിൽ അവരുടെ സ്വകാര്യസ്വത്തായി വിതരണം ചെയ്യുകയാണെന്ന് നിർദേശിച്ചു. ഇവരുടെ കാഴ്ചപ്പാടിലുണ്ടായിരുന്ന പ്രധാന ദൗർബല്യം വിപ്ലവകരമായ ഫ്യൂഡൽ വിരുദ്ധ വിപ്ലവത്തെത്തുടർന്ന് സോഷ്യലിസത്തിലേക്കുള്ള പരിവർത്തനമെന്ന കാഴ്ചപ്പാട് അവർക്കില്ലായിരുന്നു എന്നതാണ്; ബൂർഷ്വാ ജനാധിപത്യ വിപ്ലവത്തിനും സോഷ്യലിസ്റ്റ് വിപ്ലവത്തിനും ഇടയ്ക്ക് ഒരു ദീർഘകാല ഇടവേള അവർ സങ്കൽപ്പിച്ചിരുന്നു. ലെനിൻ പറഞ്ഞു:

> ദേശവൽക്കരണത്തെക്കുറിച്ച് കൃഷിക്കാർ പറയുന്നത് ശരിയായിത്തന്നെ ഈ സഖാക്കൾ മനസിലാക്കുന്നു, കൃഷിക്കാർ പറയുന്നത് ശരിയായിത്തന്നെ അവർ വിശദീകരിക്കുന്നു; എന്നാൽ, ഈ ശരിയായ വിശദീകരണത്തെ ലോകം മാറ്റിമറിക്കാനുള്ള ഒരായുധമായി മാറ്റാൻ അവർക്ക് അറിയില്ല. നാം പറയുന്നത് ദേശവൽക്കരണപരിപാടി കൃഷിക്കാരുടെമേൽ അടിച്ചേൽപ്പിക്കണമെന്നല്ല. പിന്നെയോ? 'ദൈവം തന്ന ഭൂമി'യെ സംബന്ധിച്ച് കൃഷിക്കാർക്കുള്ള പെറ്റിബൂർഷ്വാ വ്യാമോഹങ്ങളെ തുറന്നുകാണിച്ച് സോഷ്യലിസത്തിലേക്കുള്ള പാത നാം കാണിച്ചുകൊടുക്കണമെന്നാണ്.

*സോഷ്യൽ ഡെമോക്രസിയുടെ കാർഷിക പരിപാടി*യെന്ന ലെനിന്റെ ഗ്രന്ഥം അത് പ്രസിദ്ധീകരിച്ച കാലത്തെ റഷ്യക്ക് മാത്രമല്ല ബാധകം. ലോകത്താകെ തന്നെ ഫ്യൂഡൽവിരുദ്ധ ബൂർഷ്വാവിപ്ലവത്തിൽ നേതൃത്വപരമായ പങ്ക് വഹിക്കുന്ന തൊഴിലാളിവർഗം ബൂർഷ്വാവിപ്ലവത്തിൽനിന്ന് സോഷ്യലിസ്റ്റ് വിപ്ലവത്തിലേക്കുള്ള പരിവർത്തനമെന്ന കാഴ്ചപ്പാടോടെ പ്രവർത്തിക്കണമെന്നതാണ് കാർഷിക പ്രശ്നം സംബന്ധിച്ച ലെനിനിസ്റ്റ്

കാഴ്ചപ്പാട്. അപൂർണമായ ബൂർഷ്വാ വിപ്ലവത്തിന്റേതിനെതിരെ ബൂർഷ്വാ വിപ്ലവം പൂർത്തീകരിക്കുന്നതിന് നേതൃത്വം നൽകി. അതിലൂടെ സ്വതന്ത്ര രായി വരുന്ന കർഷകജനസാമാന്യത്തെ പടിപടിയായി സോഷ്യലിസ്റ്റ് പരിവർത്തനങ്ങൾ നടത്താൻ സന്നദ്ധരാക്കുകയെന്നതാണ് ലെനിനിസ ത്തിന്റെ കാതലായ ഭാഗം. അതിന് വിരുദ്ധമാണ് മെൻഷെവിക്കുകാർ നിർദേശിച്ച മുനിസിപ്പൽവൽക്കരണവും സ്റ്റാലിനടക്കമുള്ള സഖാക്കൾ നിർദേശിച്ച ഭൂവിതരണവും.

13

പ്രതിവിപ്ലവ ഘട്ടത്തിൽ

ആയിരത്തി തൊള്ളായിരത്തി അഞ്ച്-ആയിരത്തി തൊള്ളായിരത്തി ഏഴ് റഷ്യൻ വിപ്ലവം അവസാനിച്ചതോടെ റഷ്യൻ സോഷ്യൽ ഡെമോക്രാറ്റിക് ലേബർ പാർട്ടിക്കകത്ത് വിപ്ലവാനന്തര കാലഘട്ടത്തെ സംബന്ധിച്ച് ഒരു വിവാദം ഉയർന്നുവന്നു.

തിരഞ്ഞെടുക്കപ്പെട്ട ജനപ്രതിനിധിസഭ, സാറിസ്റ്റ് ഗവൺമെന്റ് നിയമമാക്കിയ ഭൂഉടമാബന്ധപരിഷ്കാരം എന്നിവയോടെ ബൂർഷ്വാവിപ്ലവത്തിന്റെ ലക്ഷ്യം സാധിച്ചുകഴിഞ്ഞിരിക്കുന്നു: ഇനി തിരഞ്ഞെടുക്കപ്പെട്ട ജനപ്രതിനിധിസഭ വഴി തൊഴിലാളി-കർഷകാദി ബഹുജനങ്ങളുടെ താൽപ്പര്യം സംരക്ഷിക്കുകയാണ് കടമ, അതിന് നിയമവിരുദ്ധമായി പ്രവർത്തിക്കുന്ന റഷ്യൻ സോഷ്യൽ ഡെമോക്രാറ്റിക് പാർട്ടി ആവശ്യമില്ല എന്ന ഒരഭിപ്രായം പൊന്തിവന്നു. അതുന്നയിച്ചവരിൽ പ്രധാനികൾ മെൻഷെവിക്കുകാരായിരുന്നുവെങ്കിലും, മറ്റുപല ഗ്രൂപ്പുകളും വ്യക്തികളും ഇതേ നിലപാട് അംഗീകരിച്ചിരുന്നു. അതുകൊണ്ട് അവരെയെല്ലാം ചേർത്ത് 'പിരിച്ചുവിടൽകാർ' എന്ന് വിളിക്കാൻ തുടങ്ങി.

ഇതിനെ ഉറച്ചുനിന്ന് എതിർത്തത് ബോൾഷെവിക്കുകാരാണ്. ലെനിന്റെ നേതൃത്വത്തിൽ അവർ വിപ്ലവത്തെത്തുടർന്ന് രൂപംകൊണ്ട ജനപ്രതിനിധിസഭയെയും നിലവിൽവന്ന ഭൂനിയമ പരിഷ്കാരത്തെയും നിശിതമായി വിമർശിച്ചു. സാർ ഭരണത്തിനും അതിന് പിന്തുണ നൽകുന്ന ബൂർഷ്വാ പാർട്ടികൾക്കും കൃഷിക്കാരിൽ ഒരു ചെറിയ ന്യൂനപക്ഷത്തിന്റെ പിന്തുണ കിട്ടാനുള്ള മാർഗമായാണ് ഈ പരിഷ്കാരങ്ങൾ രൂപപ്പെട്ടതെന്ന് അവർ ചൂണ്ടിക്കാണിച്ചു. അതുകൊണ്ട് ഈ പരിഷ്കാരങ്ങളെ ആകെ തുറന്നുകാട്ടി വിപ്ലവപരമായ മാർഗങ്ങളിലൂടെ സാർ ഭരണത്തെയും അതിന്റെ രാഷ്ട്രീയാടിത്തറയായ നാടുവാഴി മേധാവിത്വത്തെയും

എതിർക്കുന്നതിൽ കർഷകജനസാമാന്യത്തിന് നേതൃത്വം നൽകുന്ന തൊഴിലാളിവർഗ പാർട്ടി നിയമവിരുദ്ധമായി തുടർന്നും പ്രവർത്തിക്കണമെന്ന് അവർ അഭിപ്രായപ്പെട്ടു. ജനപ്രതിനിധിസഭപോലെ നിയമവിധേയമായ പ്രചാരണപ്രവർത്തനത്തിന് സൗകര്യം നൽകുന്ന എല്ലാ വേദിയും ഇതിന് ഉപയോഗിക്കണമെന്നുകൂടി അവർ നിർദേശിച്ചു.

ഈ സമീപനത്തോട് മെൻഷെവിക്കുകാരിൽ ഒരുവിഭാഗത്തിന് യോജിപ്പുണ്ടായിരുന്നു. അതുകൊണ്ട് അവരെ 'ബോൾഷെവിക് അനുകൂല മെൻഷെവിക്കുകാർ' എന്ന് വിളിക്കാൻ തുടങ്ങി. പ്ലഹാനോവ് കൂടി ഈ അഭിപ്രായക്കാരനായിരുന്നു. അതുകൊണ്ട് അദ്ദേഹത്തിന്റെയും മറ്റ് 'ബോൾഷെവിക് അനുകൂല മെൻഷെവിക്കു'കാരുടെയും സഹായത്തോടെ 'പിരിച്ചുവിടൽകാ'രെ ശക്തിയായി എതിർക്കുകയെന്ന തന്ത്രം ലെനിന്റെ നേതൃത്വത്തിൽ ബോൾഷെവിക്കുകാർ അംഗീകരിച്ചു. ഈ സമീപനത്തെ ന്യായീകരിച്ചുകൊണ്ട് ലെനിൻ ഇങ്ങനെ പറഞ്ഞു:

> വിപ്ലവത്തിനുമുമ്പ് കൊല്ലങ്ങളോളവും പതിറ്റാണ്ടുകളോളവും കാലത്ത് നമുക്ക് ഫലപ്രദമായി പ്രവർത്തിക്കാൻ കഴിഞ്ഞിരുന്നു. നാം ആദ്യം വിപ്ലവത്തിന്റെ കാഴ്ചപ്പാട് പഠനഗ്രൂപ്പുകളുടെ നിലവാരത്തിൽ ഒതുക്കിനിർത്തി; പിന്നീട് അത് സാധാരണ തൊഴിലാളികളിലേക്ക് വ്യാപിച്ചു; അതും കഴിഞ്ഞ് നാം ബഹുജനങ്ങളോടൊപ്പം ആദ്യം തെരുവിലിറങ്ങി; പിന്നീട് പ്രതിരോധനിരകൾ (ബാരിക്കേഡുകൾ) ഉയർത്തി. ഇനിയങ്ങോട്ടും ആദ്യത്തേതും അതിപ്രധാനവുമായ നമ്മുടെ കടമ നിറവേറ്റാൻ നമുക്ക് കഴിയണം. അത് ചെയ്തില്ലെങ്കിൽ സുസംഘടിതമായ രാഷ്ട്രീയ പ്രചാരണത്തെ സംബന്ധിച്ചുള്ള നമ്മുടെ പ്രസ്താവങ്ങൾ മുഴുവൻ വാചകമടിയായിത്തീരും. ഇന്നത്തെ നമ്മുടെ കടമ രാജ്യത്ത് എല്ലായിടത്തും രാഷ്ട്രീയ പ്രചാരണം നടത്തുന്ന സുശക്തമായ ഒരു തൊഴിലാളിവർഗ സംഘടന കെട്ടിപ്പടുക്കുകയും അതിന് ബഹുജനങ്ങളുടെ ഇടയിൽ വിപ്ലവപരമായ അടിത്തറയുണ്ടാക്കാൻ നോക്കുകയുമാണ്.

വിപ്ലവത്തിനേറ്റ തിരിച്ചടി തികച്ചും താൽക്കാലികമാണെന്ന് ലെനിനും ബോൾഷെവിക്കുകാരും വിലയിരുത്തി. പുതിയൊരു വിപ്ലവമുന്നേറ്റം വരാനിരിക്കുകയാണെന്ന് അവർ കണക്കുകൂട്ടി. അതിനുമുമ്പ് അതിന് വിപ്ലവപരമായ സാമൂഹ്യശക്തികളെ നിലനിർത്തുകയും സംഘടിപ്പിക്കുകയും ചെയ്യുന്നതിന് പറ്റുന്ന നയവും അടവുകളുമാണ് സ്വീകരിക്കേണ്ടതെന്ന് അവർ നിർദേശിച്ചു. അതുകൊണ്ട് ജനങ്ങളുടെ മുമ്പിൽ എത്താനുള്ള അവസരം എത്ര ചെറുതാണെങ്കിലും അത് ഉപയോഗപ്പെടുത്തണം. തൊഴിലാളിവർഗശക്തികളിൽ വിപ്ലവസമരത്തിന്റേതായ സമീപനത്തിന് പ്രാമാണ്യം കിട്ടാനുള്ള ഏത് മാർഗവും അംഗീകരിക്കണം. തൊഴിലാളിവർഗ പാർട്ടിയുടെ നിയമവിരുദ്ധസംഘടനയെ നിലനിർത്തുകയും ശക്തി

പ്പെടുത്തുകയും ചെയ്യാതെ ഇത് സാധിക്കുകയില്ല. അതുകൊണ്ട് പിരിച്ചുവിടൽകാരെ ശക്തിയായി എതിർക്കുന്നത് മുഖ്യ കടമയായി ലെനിനും ബോൾഷെവിക്കുകാരും കണക്കാക്കി.

ഇതിൽ പ്ലഹാനോവിന്റെ നേതൃത്വത്തിലുള്ള 'ബോൾഷെവിക് അനുകൂല മെൻഷെവിക്കുകാർ' ലെനിന്റെയും സഖാക്കളുടെയും കൂടെയായിരുന്നുവെന്ന് ഇതിനുമുമ്പ് സൂചിപ്പിച്ചിട്ടുണ്ടല്ലോ. പക്ഷേ ബോൾഷെവിക്കുകാരെന്ന് അറിയപ്പെട്ടവരിൽത്തന്നെ ട്രോത്സ്കിയെ പോലുള്ളവർ പിരിച്ചുവിടൽകാരടക്കമുള്ള മെൻഷെവിക്കുകാരുമായി ഒന്നിച്ചുപോകണമെന്ന നിലപാടാണ് എടുത്തത്. ഫലത്തിൽ പിരിച്ചുവിടൽകാരെ സഹായിക്കുന്ന നിലപാടായിരുന്നു ഇത്. അതുകൊണ്ട് ട്രോത്സ്കി കൂട്ടാളികളടക്കമുള്ള 'പിരിച്ചുവിടൽകാർക്ക്' എതിരെ ബോൾഷെവിക്കുകാരുടെ പ്രത്യാക്രമണത്തിന്റെ കുന്തമുന ഉയർത്തേണ്ടിയിരുന്നു. ട്രോത്സ്കിയെക്കൂടി തുറന്നുകാട്ടിക്കൊണ്ട് വേണമായിരുന്നു പാർട്ടിയുടെ നിയമവിരുദ്ധ സംഘടന നിലനിർത്തുകയും ശക്തിപ്പെടുത്തുകയും ചെയ്യാനെന്ന സ്ഥിതി ഉണ്ടായിരുന്നെന്നർഥം.

മെൻഷെവിക്കുകാരടക്കമുള്ള 'പിരിച്ചുവിടൽകാരു'ടെ ഉത്ഭവം യാദൃച്ഛികമായിരുന്നില്ലെന്ന് ലെനിൻ ചൂണ്ടിക്കാട്ടി. വളരെ താഴോട്ടുപോയ അടിവേരുകളുള്ള ഒരു സാമൂഹ്യപ്രസ്ഥാനമാണത്. ലിബറൽ ബൂർഷ്വാവൃത്തങ്ങളുടെ പ്രതിവിപ്ലവമനോഭാവവും പെറ്റിബൂർഷ്വാ സഹയാത്രികരുടെ തകർച്ചയുമാണ് പിരിച്ചുവിടൽ വാദത്തിന്റെ അടിയിലുള്ള സാമൂഹ്യയാഥാർഥ്യം. സോഷ്യലിസ്റ്റ് തൊഴിലാളിവർഗത്തിന്റെ വിപ്ലവകരമായ വർഗസമരത്തെ പൊതുവിലും ബൂർഷ്വാ ജനാധിപത്യവിപ്ലവത്തിലെ തൊഴിലാളി വർഗനേതൃത്വത്തെ വിശേഷിച്ചും നിഷേധിക്കലാണത്. അതുകൊണ്ട് അതിനെ ഉറച്ചുനിന്ന് എതിർത്തു തോൽപ്പിക്കാതെ പാർട്ടിക്ക് മുമ്പോട്ടുപോകാൻ കഴിയുകയില്ലെന്ന് ലെനിൻ ചൂണ്ടിക്കാട്ടി.

എന്നാൽ, പ്രത്യക്ഷമായ പിരിച്ചുവിടൽവാദത്തെപ്പോലെ അതിനോടൊപ്പം മറ്റൊരു ദുഷ്പ്രവണതയും പാർട്ടിക്കകത്ത് വളർന്നുവരുന്നതായി ലെനിൻ ചൂണ്ടിക്കാട്ടി. ബോൾഷെവിക്കുകാരുടെ ഇടയിൽത്തന്നെ ഒരു വിഭാഗം തൊഴിലാളിവർഗ പാർട്ടി നേതാക്കൾ ജനപ്രതിനിധിസഭയിലെ അംഗങ്ങൾ എന്ന നിലയ്ക്ക് സഭാനടപടികളിൽ പങ്കെടുക്കുന്നതുകൊണ്ട് ഒരു പ്രയോജനവും ഇല്ലെന്ന് അഭിപ്രായപ്പെട്ടു. അതുകൊണ്ട് സോഷ്യൽ ഡെമോക്രാറ്റുകാരായ ജനപ്രതിനിധികളെ സഭയിൽനിന്ന് തിരിച്ചുവിളിക്കണമെന്ന് അവർ അഭിപ്രായപ്പെട്ടു. ഇത് 'തിരിച്ചുവിളിക്കൽ വാദം' 'പിരിച്ചുവിടൽവാദത്തിന്റെ തന്നെ മറുവശ'മാണെന്ന് ലെനിൻ അഭിപ്രായപ്പെട്ടു. സാറിസ്റ്റ് ഭരണവും അതിന്റെ കുഴലൂത്തുകാരായ ഫ്യൂഡൽ – ബൂർഷ്വാ രാഷ്ട്രീയക്കാരും എടുക്കുന്ന ദുർനടപടികളെ ജനങ്ങളുടെ മുമ്പിൽ തുറന്നുകാണിക്കുന്നതിന് ജനപ്രതിനിധിസഭയുടെ വേദി ഉപയോഗിക്കുകയെന്ന കടമയിൽനിന്ന് ഒളിച്ചോടലാണ് ഇത്.

അങ്ങനെ ഒരുവശത്ത് 'പിരിച്ചുവിടൽ'കാരെയും മറുവശത്ത് 'തിരി

ച്ചുവിളിക്കൽ'കാരെയും ശക്തിയായി എതിർത്ത് പാർട്ടിയെ ഒരു നിയമ വിരുദ്ധ സംഘടനയായി നിലനിർത്തുന്നതോടൊപ്പം തിരഞ്ഞെടുക്കപ്പെട്ട ജനപ്രതിനിധിസഭയടക്കം പ്രചാരണ പ്രവർത്തനത്തിന് സഹായകമാകുന്ന എല്ലാ വേദികളെയും ഉപയോഗിക്കുകകൂടി ചെയ്യുന്ന സമീപനം ലെനിനും ബോൾഷെവിക്കുകാരും അംഗീകരിച്ചു. സാറിസ്റ്റ് ഭരണാധികാരികളും അവരുടെ കുഴലൂത്തുകാരും കൂടി സൃഷ്ടിച്ച പ്രതിവിപ്ലവാന്തരീക്ഷം ഇല്ലാതാക്കി ഭാവി വിപ്ലവ മുന്നേറ്റത്തിന് കളമൊരുക്കാൻ ഇതാവശ്യമാണെന്ന് അവർ നിർദേശിച്ചു.

ഈ കാഴ്ചപ്പാടിന്റെ വിപുലീകൃതമായ രൂപമാണ് പിന്നീട് *ഇടതുപക്ഷ കമ്യൂണിസം - ഒരു ബാലാരിഷ്ടത* എന്ന സുപ്രസിദ്ധ ഗ്രന്ഥത്തിൽ ലെനിൻ വിശദീകരിച്ചത്. റഷ്യയിലെ ഒക്ടോബർ വിപ്ലവത്തെത്തുടർന്ന് ലോകകമ്യൂണിസ്റ്റ് പ്രസ്ഥാനത്തിനകത്ത് ശക്തിയായി രൂപംകൊണ്ട് 'ഇടതുപക്ഷ' ചിന്താഗതി തൊഴിലാളിവർഗ വിപ്ലവപ്രസ്ഥാനത്തിന്റെ വളർച്ചയ്ക്ക് എത്ര ദോഷകരമാണെന്ന് ചൂണ്ടിക്കാണിക്കുകയാണ് ആ ഗ്രന്ഥത്തിൽ ലെനിൻ ചെയ്തത്.

പക്ഷേ, അതിന്റെ ആദ്യഭാഗത്ത് വലതുപക്ഷ അവസരവാദം സംഘടിത വിപ്ലവ തൊഴിലാളിപ്രസ്ഥാനത്തിന് വരുത്തിവെച്ച ദോഷം എടുത്തുപറഞ്ഞിട്ടുണ്ട്. ഇടതുപക്ഷത്തുനിന്നും വലതുപക്ഷത്തുനിന്നും വരുന്ന അവസരവാദങ്ങൾ പരസ്പരം എതിർക്കുകയല്ല, ശക്തിപ്പെടുത്തുകയാണ് ചെയ്യുന്നതെന്ന് അദ്ദേഹം ചൂണ്ടിക്കാണിച്ചു. വലതുപക്ഷ അവസരവാദത്തോടുള്ള സമരത്തിൽ ഒരു വിട്ടുവീഴ്ചയും ചെയ്യാതെ ഇടതുപക്ഷത്തെ നേരിടുകയെന്ന സമീപനമാണ് ആ ഗ്രന്ഥത്തിൽ അദ്ദേഹമംഗീകരിച്ചതെന്നർഥം.

അതിന്റെ ആദ്യരൂപമാണ് ഒന്നാം റഷ്യൻ വിപ്ലവത്തെത്തുടർന്ന് പ്രത്യക്ഷപ്പെട്ട പ്രതിവിപ്ലവത്തിന്റെ കാലഘട്ടത്തിൽ 'പിരിച്ചുവിടൽകാരും' തിരിച്ചുവിളിക്കൽ'കാരും രംഗത്ത് വന്നപ്പോൾ ഇരുവരെയും തുറന്നുകാട്ടിക്കൊണ്ട് ലെനിൻ നടത്തിയ സമരം.

14

സോഷ്യലിസ്റ്റ് ഇന്റർനാഷണലിൽ

ആയിരത്തി തൊള്ളായിരത്തി ഏഴ് ആഗസ്തിൽ സ്റ്റുട്ട്ഗാർട്ടിൽ സോഷ്യലിസ്റ്റ് ഇന്റർനാഷണലിന്റെ കോൺഗ്രസ് കൂടി. അതിലേക്ക് റഷ്യൻ പാർട്ടിയുടെ പ്രതിനിധിസംഘത്തിൽ ലെനിനെയും ഉൾപ്പെടുത്തിയിരുന്നു. അദ്ദേഹം ആ കോൺഗ്രസിൽ നടത്തിയ പ്രവർത്തനത്തോടെ വെറുമൊരു റഷ്യൻ നേതാവല്ല ലെനിൻ എന്ന് വ്യക്തമായി. ആഗോള സോഷ്യലിസ്റ്റ് പ്രസ്ഥാനത്തിലെ ഇടതുപക്ഷത്തിന്റെ അംഗീകൃത നേതാവെന്ന പദവിയിലേക്ക് അദ്ദേഹം ഉയർന്നു.

അതിനുമുമ്പുതന്നെ (1905 ൽ) ഇന്റർനാഷണലിന്റെ ബ്യൂറോവിലെ അംഗമായി ലെനിൻ തിരഞ്ഞെടുക്കപ്പെട്ടിരുന്നു. പക്ഷേ, സ്റ്റുട്ട്ഗാർട്ട് സമ്മേളനത്തോടെയാണ് സംഘടനയുടെ സജീവ നേതാക്കളിലൊരാളായി ലെനിൻ ഉയർന്നത്. സ്റ്റുട്ട്ഗാർട്ട് കോൺഗ്രസിന്റെ പ്രസീഡിയത്തിലേക്കും കരടുരേഖ തയാറാക്കാൻ നിയമിതമായ കമീഷനിലേക്കും അദ്ദേഹം തിരഞ്ഞെടുക്കപ്പെട്ടു.

കോൺഗ്രസിലെ ഒരു പ്രധാന ചർച്ചാവിഷയം യൂറോപ്യൻ സാമ്രാജ്യകോയ്മകളുടെ അധീനത്തിൽ കിടക്കുന്ന പൗരസ്ത്യ രാജ്യങ്ങളിലെ ജനങ്ങളുടെ സ്വാതന്ത്ര്യസമരത്തോട് സംഘടനയ്ക്കുള്ള സമീപനങ്ങളായിരുന്നു. അക്കാര്യത്തിൽ വിട്ടുവീഴ്ചയില്ലാത്ത വിപ്ലവസമീപനമാണ് ലെനിനും ഇടതുപക്ഷക്കാരായ മറ്റ് പ്രതിനിധികളും എടുത്തത്. ആ രാജ്യങ്ങളിലെ ജനങ്ങളുടെ സ്വാതന്ത്ര്യത്തിനുവേണ്ടി അവർ വാദിച്ചു.

എന്നാൽ, ഇന്റർനാഷണലിന്റെ നേതൃത്വം ഈ നിലപാടെടുക്കാൻ കൂട്ടാക്കിയില്ല. "പിന്നണി രാജ്യങ്ങളെ മുന്നോട്ടുകൊണ്ടുവരികയെന്ന ദൗത്യം" നിറവേറ്റുകയാണ് യൂറോപ്യൻ സാമ്രാജ്യത്വ കോയ്മകൾ ചെയ്യുന്നതെന്ന് അവർ വാദിച്ചു. കോൺഗ്രസിൽ ചർച്ച ചെയ്യുന്നതിനു

വേണ്ടി രേഖ തയാറാക്കുന്ന കമീഷനിൽ അവർക്ക് ഭൂരിപക്ഷം കിട്ടി.

പക്ഷേ, അവർ തയാറാക്കിയ രേഖ കോൺഗ്രസിന്റെ ചർച്ചയ്ക്കു വന്നപ്പോൾ അവസരവാദ സമീപനത്തെ പരാജയപ്പെടുത്താൻ ലെനിന്റെ നേതൃത്വത്തിലുള്ള ഇടതുപക്ഷ പ്രതിനിധികൾക്ക് കഴിഞ്ഞു.

കോൺഗ്രസിന്റെ ചർച്ചയ്ക്കുവന്ന മറ്റൊരു വിഷയം വരാൻപോകുന്ന ലോകമഹായുദ്ധത്തോട് സോഷ്യലിസ്റ്റുകാർക്കുള്ള സമീപനമായിരുന്നു. ഈ പ്രശ്നം സംബന്ധിച്ച് ഒരു കരടുരേഖ ജർമൻ സഖാക്കളിലൊരാളായ ആഗസ്ത് ബബൽ അവതരിപ്പിച്ചിരുന്നു. ലെനിനും റോസാ ലുക്സം ബർഗും ചേർന്ന് ആ കരടു പ്രമേയത്തിന് ഏതാനും ഭേദഗതികൾ തയാറാക്കി അവതരിപ്പിച്ചു. അതിലൊന്നിൽ ഇങ്ങനെ പ്രഖ്യാപിച്ചു:

> സോഷ്യലിസ്റ്റുകാരുടെ എതിർപ്പിനെ വകവെക്കാതെ യുദ്ധം അഴിച്ചുവിടുന്നതിൽ ഭരണാധികാരികൾ വിജയിക്കുകയാണെങ്കിൽ യുദ്ധത്തിന്റെ സാഹചര്യമുപയോഗിച്ച് സോഷ്യലിസ്റ്റ് വിപ്ലവം സംഘടിപ്പിക്കാനുള്ള എല്ലാ തയാറെടുപ്പും തൊഴിലാളിവർഗവും അതിന്റെ പ്രതിനിധികളും നടത്തണം.

ലെനിനും സഖാക്കളും അംഗീകരിച്ച വിട്ടുവീഴ്ചയില്ലാത്ത സമീപനം നിമിത്തം ഈ ഭേദഗതി ഉൾക്കൊള്ളുന്ന പ്രമേയം കോൺഗ്രസിൽ പാസായി. അന്തർദേശീയ സോഷ്യലിസ്റ്റ് പ്രസ്ഥാനത്തിന്റെ ചരിത്രത്തിലാദ്യമായാണ് ഇത്തരമൊരു പ്രമേയം അംഗീകരിക്കുന്നത്.

സ്റ്റുട്ട്ഗാർട്ട് കോൺഗ്രസ് നടന്നുകൊണ്ടിരുന്നപ്പോൾ അതിൽ പങ്കെടുത്തിരുന്ന ഇടതുപക്ഷ പ്രതിനിധികളെ ഒരുമിച്ചുനിർത്താൻ ലെനിൻ ശ്രമിക്കുകയും അതിലദ്ദേഹം വിജയിക്കുകയും ചെയ്തിരുന്നു. എംഗൽസ് അന്തരിച്ചതിനുശേഷം ആദ്യമായാണ് വിപ്ലവപരമായ മാർക്സിസത്തിന്റെ ശബ്ദം ഇന്റർനാഷണലിന്റെ വേദിയിൽ പ്രതിഫലിക്കുന്നത്.

ഇന്റർനാഷണലിലെ അവസരവാദികളും റഷ്യയിലെ മെൻഷെവിക്കുകാരും തമ്മിൽ ഗാഢമായ ബന്ധം പുലർത്തിയിരുന്നു. ജർമൻ സോഷ്യൽ ഡെമോക്രാറ്റിക് പാർട്ടിയുടെ മുഖപത്രത്തിന്റെ പംക്തികൾ റഷ്യയിലെ ബോൾഷെവിക്കുകാരെ തരംതാഴ്ത്തി കാണിക്കാനും മെൻഷെവിക്കുകാരെ ശ്ലാഘിക്കാനും നിർലോഭം ഉപയോഗിച്ചിരുന്നു. അങ്ങനെ റഷ്യയിലെ ബോൾഷെവിക് - മെൻഷെവിക് സമരവും ഇന്റർനാഷണലിലെ അവസരവാദ പ്രവണതയ്ക്കെതിരായ സമരവും ഒരുമിച്ചുപോകുന്ന സ്ഥിതി വന്നു.

1908 ഒക്ടോബറിൽ ഇന്റർനാഷണലിന്റെ ഒരു ബ്യൂറോ യോഗം ബ്രസൽസിൽ നടക്കുകയായിരുന്നു. അതിൽ പങ്കെടുക്കുന്നതിന് ലെനിൻ പോയി. പോകുന്ന വഴിക്ക് ഒരു ആഗോള സമാധാന റാലിയിൽ ലെനിൻ സംസാരിച്ചു. സ്റ്റുട്ട്ഗാർട്ട് കോൺഗ്രസ് അംഗീകരിച്ച പ്രമേയത്തിന്റെ ഉള്ളടക്കം വിശദീകരിക്കാനാണ് ഈ പ്രസംഗം ലെനിൻ ഉപയോഗിച്ചത്.

അതുകഴിഞ്ഞ് ബ്യൂറോവിന്റെ യോഗത്തിലെത്തിയപ്പോൾ ഇന്റർനാ

ഷണലിലെ വലതുവിഭാഗവുമായി ഏറ്റുമുട്ടേണ്ടിവന്നു. ബ്രിട്ടനിൽ 'സ്വതന്ത്ര തൊഴിലാളി പാർട്ടി' എന്ന പേരിൽ പ്രവർത്തിക്കുന്ന സംഘടനയ്ക്ക് ഇന്റർനാഷണലിൽ അംഗത്വം നൽകാനുള്ള നിർദേശം കൗത്സ്കി അവതരിപ്പിച്ചു. അതിനെ എതിർത്തുകൊണ്ട് ലെനിൻ പറഞ്ഞു:

> 'സ്വതന്ത്ര തൊഴിലാളി പാർട്ടി' എന്ന് സ്വയം പേരിട്ടിട്ടുണ്ടെങ്കിലും ആ പാർട്ടി ബൂർഷ്വാസിയിൽനിന്ന് സ്വതന്ത്രമല്ല. തൊഴിലാളിവർഗത്തിന്റെ സ്വതന്ത്രമായ രാഷ്ട്രീയനയമല്ല ആ പാർട്ടി അംഗീകരിക്കുന്നത്.

ഈ സത്യം തുറന്നുപറഞ്ഞുകൊണ്ടാണെങ്കിലും ആ പാർട്ടിക്ക് ഇന്റർനാഷണലിൽ അംഗത്വം കൊടുക്കുന്നതിന് താൻ എതിരല്ലെന്ന് ലെനിൻ ചൂണ്ടിക്കാണിച്ചു. അതേസമയത്ത്, റഷ്യയിലെ ജൂതവിഭാഗ സോഷ്യലിസ്റ്റ് പാർട്ടിക്ക് അംഗത്വം നൽകുന്നതിനെ അദ്ദേഹം എതിർത്തു.

സ്റ്റുട്ട്ഗാർട്ട് കോൺഗ്രസിലെന്നപോലെ പിന്നീട് നടന്ന ബ്യൂറോ യോഗങ്ങളിലും ലെനിൻ എഴുതിയ നിരവധി ലേഖനങ്ങളിലും യുദ്ധം സംബന്ധിച്ച സ്റ്റുട്ട്ഗാർട്ട് പ്രമേയത്തിന്റെ ഉള്ളടക്കം അദ്ദേഹം വിശദീകരിച്ചു. അതിവേഗം വളർന്നുവരുന്ന പട്ടാളമേധാവിത്വത്തെയും യുദ്ധനീക്കത്തെയും ശക്തിയായി എതിർക്കുന്നതിന്റെ ആവശ്യം ലെനിൻ ഊന്നിപ്പറഞ്ഞു. മുതലാളിത്ത വളർച്ചയുടെ അഭേദ്യഭാഗമാണ് പട്ടാളമേധാവിത്വവും യുദ്ധനീക്കങ്ങളുമെന്ന ന്യായത്തിന്മേൽ അവയെ എതിർക്കാതിരിക്കുന്ന പ്രവണത പ്രസ്ഥാനത്തിനകത്ത് രൂപംകൊള്ളുന്നതിനെ ലെനിൻ വിശേഷിച്ചും എടുത്തുകാട്ടി. ഇതുപോലുള്ള അവസരവാദ ചിന്താഗതികളാണ് പിന്നീട് (ഒന്നാം ലോകമഹായുദ്ധം പൊട്ടിപ്പുറപ്പെട്ടപ്പോൾ) അതിനോടുള്ള സമീപനത്തിൽ ഇന്റർനാഷണലിലെ വലതുവിഭാഗം പ്രകടിപ്പിച്ചത്.

1910 നവംബറിൽ കോപ്പൻഹേഗനിൽ ഇന്റർനാഷണലിന്റെ അടുത്ത കോൺഗ്രസ് കൂടി. അതിൽ ചർച്ച ചെയ്യപ്പെട്ട പ്രധാന വിഷയം സഹകരണ പ്രസ്ഥാനത്തോട് തൊഴിലാളിവർഗവും അതിന്റെ രാഷ്ട്രീയ പാർട്ടികളും അംഗീകരിക്കേണ്ട സമീപനമായിരുന്നു.

പ്രസ്ഥാനത്തിന്റെ പ്രവർത്തനങ്ങളിലൂടെ തൊഴിലാളിവർഗത്തിന്റെ ജീവിതപരിതഃസ്ഥിതിയിൽ ചില്ലറ നേട്ടങ്ങളുണ്ടാക്കുകയെന്ന വലതുപക്ഷ സമീപനത്തിനെതിരെ ലെനിൻ ആഞ്ഞടിച്ചു. ബൂർഷ്വാസിയെ അധികാരഭ്രഷ്ടമാക്കുന്നതിനുള്ള രാഷ്ട്രീയ സമരത്തിൽ പ്രയോഗിക്കാവുന്ന ഒരു ആയുധമായാണ് സഹകരണപ്രസ്ഥാനത്തെ അദ്ദേഹം വിശേഷിപ്പിച്ചത്. എന്നുവെച്ചാൽ മറ്റ് സ്ഥാപനങ്ങളെയെന്നപോലെ സഹകരണ പ്രസ്ഥാനത്തെയും ബഹുജനങ്ങൾക്ക് താൽക്കാലികമായ ആശ്വാസം നൽകുന്ന സ്ഥാപനങ്ങളായി നിലനിർത്തുകമാത്രം ചെയ്യുന്നതിനുപകരം തൊഴിലാളിവർഗത്തിന്റെയും മറ്റധ്വാനിക്കുന്ന ബഹുജനങ്ങളുടെയും രാഷ്ട്രീയ സമരം സംഘടിപ്പിക്കുന്നതിനുള്ള ഉപകരണമായി സഹക

രണ പ്രസ്ഥാനത്തെ ഉപയോഗിക്കണം. ഈ അടിസ്ഥാനത്തിലുള്ള പ്രമേയമാണ് ലെനിൻ കോൺഗ്രസിൽ അവതരിപ്പിച്ചത്.

ഇന്റർനാഷണലിന്റെ കോൺഗ്രസിൽ പങ്കെടുത്തിരുന്ന റഷ്യൻ പ്രതിനിധികളിൽ ഭൂരിപക്ഷം വലതുപക്ഷ ചിന്താഗതിക്കാരായിരുന്നു. അവർക്കെതിരെ വിട്ടുവീഴ്ചയില്ലാതെ പോരാടാൻ ലെനിൻ നിർബന്ധിക്കപ്പെട്ടു. പക്ഷേ, ഈ സമരത്തിൽ പ്ലഹാനോവ് ലെനിന്റെകൂടെയുണ്ടായിരുന്നു. പാർട്ടിയുടെ നിയമവിരുദ്ധ സംഘടന നിലനിർത്തുകയും ശക്തിപ്പെടുത്തുകയും ചെയ്യുന്നതിലും അതിനെതിരെ പോരാടുന്ന, 'പിരിച്ചുവിടൽ' പ്രസ്ഥാനക്കാർ, ട്രോത്സ്കിയുടെ കൂട്ടാളികൾ മുതലായവരെ എതിർത്ത് തോൽപ്പിക്കുന്നതിലും പ്ലഹാനോവ് ലെനിന്റെ കൂടെയുണ്ടായിരുന്നു.

അങ്ങനെ പ്ലഹാനോവിന്റെകൂടി സഹായസഹകരണങ്ങളോടെ ട്രോത്സ്കി കൂട്ടാളികളെ തുറന്നുകാട്ടാൻ ലെനിന് കഴിഞ്ഞു. റഷ്യൻ വിപ്ലവപ്രസ്ഥാനത്തിൽ തൊഴിലാളിവർഗം വഹിക്കുന്ന വിപ്ലവപരമായ പങ്ക് ഉയർത്തിക്കാണിക്കുന്നതിൽ ലെനിൻ സവിശേഷ ശ്രദ്ധ പതിപ്പിച്ചു.

15

ഭൗതികവാദ വിരുദ്ധതയ്ക്കെതിരെ

ആയിരത്തിതൊള്ളായിരത്തി അഞ്ച്–ആയിരത്തിതൊള്ളായിരത്തി ഏഴിലെ വിപ്ലവം അടിച്ചമർത്തപ്പെട്ടതിനെത്തുടർന്ന് പാർട്ടി അണികളിൽ ഉണ്ടായ ആശയക്കുഴപ്പം രാഷ്ട്രീയവും നയപരവുമായ കാര്യങ്ങളിൽ ഒതുങ്ങിനിന്നില്ല; ദാർശനികരംഗത്തേക്കുംകൂടി അത് വ്യാപിച്ചു. മാർക്സിസത്തിന്റെ അടിസ്ഥാനതത്വമായ വൈരുധ്യാത്മക ഭൗതികവാദത്തെ വെല്ലുവിളിക്കാനുള്ള പ്രവണതയ്ക്ക് ലെനിന്റെ അടുത്ത സഹപ്രവർത്തകരായിരുന്ന മാർക്സും ഗോർക്കിയുമടക്കം പലരും ഇരയായി. ഭൗതികവാദത്തിനുപകരം ആശയവാദം, വൈരുധ്യവാദത്തിനുപകരം യാന്ത്രിക നിലപാട് എന്നിവ അംഗീകരിക്കുന്ന വാദഗതികൾ വ്യാപകമായി.

ആഗോളതലത്തിലും ഭൗതികവാദത്തെയും വൈരുധ്യവാദത്തെയും വെല്ലുവിളിക്കുന്ന പ്രവണത ശക്തിപ്പെട്ടു തുടങ്ങി. ആസ്ത്രിയക്കാരനായ മാക്ക് എന്ന ശാസ്ത്രകാരനും ദാർശനികനും, അവനാരിയസ് എന്ന ജർമൻ ദാർശനികൻ എന്നിവർ ഭൗതിക പ്രപഞ്ചത്തിന്റെ നിലനിൽപ്പിനെ ചോദ്യം ചെയ്യുന്ന ഒരു ദർശനവുമായി രംഗത്തുവന്നു. നാം ജീവിക്കുന്ന പ്രപഞ്ചം ഭൗതിക യാഥാർഥ്യമല്ല. നമുക്ക് ഉണ്ടാവുന്ന അനുഭൂതികളുടെ സമാഹാരം മാത്രമാണത്, എന്നാണ് അവർ വാദിച്ചത്. ഇതിന് ബൂർഷ്വാ ആശയവാദ സിദ്ധാന്തങ്ങളുമായി ഗാഢബന്ധമുണ്ടായിരുന്നു. അതുകൊണ്ട് അതിനെതിരെ പോരാടുന്നത് തൊഴിലാളിവർഗത്തിന്റെ കടമയായിത്തീർന്നു.

ആഗോള സോഷ്യലിസ്റ്റ് പ്രസ്ഥാനത്തിൽ അവസരവാദത്തിന്റേതായ രാഷ്ട്രീയ നയസമീപനങ്ങൾ തലപൊക്കിയ കാര്യം ഇതിനുമുമ്പ്

എടുത്ത് പറഞ്ഞിട്ടുണ്ടല്ലോ. അതിന്റെ ഒരു കേന്ദ്രമായിരുന്നു കാൾ കൗത്സ്കിയുടെ നേതൃത്വത്തിലുള്ള ജർമൻ സോഷ്യൽ ഡെമോക്രാറ്റിക് പാർട്ടി. അതിന്റെ മുഖപത്രത്തിൽ മാക്കിന്റെയും അവനാരിയസിന്റെയും സിദ്ധാന്തങ്ങൾക്ക് വ്യാപകമായ പ്രചാരം നൽകിയിരുന്നു. മാക്കിന്റെ സിദ്ധാന്തങ്ങൾ ആശയവാദപരമല്ല എന്ന് കൗത്സ്കി വാദിച്ചു. ഇതിനെതിരെ ലെനിൻ ഒരു ലേഖനം എഴുതി.

ജർമനിക്ക് വെളിയിലുള്ള മറ്റ് യൂറോപ്യൻ രാജ്യങ്ങളിലും റഷ്യയിലുമുള്ള റിവിഷനിസ്റ്റുകാരും മാക്കിന്റെ സിദ്ധാന്തങ്ങളെ ശാസ്ത്രീയ ചിന്തയുടെ അവസാന വാക്കായി പ്രഖ്യാപിക്കുകയും വൈരുധ്യാത്മകമായ ഭൗതികവാദമെന്ന സിദ്ധാന്തത്തിനെതിരെ രൂക്ഷമായ ഒരാക്രമണം നടത്തുകയും ചെയ്തു. മാക്കിന്റെ സിദ്ധാന്തങ്ങൾ സോഷ്യൽ ഡെമോക്രാറ്റുകാരുടെ ദാർശനിക നിലപാടാകണമെന്ന് അവർ വാദിച്ചു. മാർക്സിസത്തെ 'നന്നാക്കാ'നെന്ന പേരിൽ ഭൗതികവാദത്തിന്റെ അടിസ്ഥാന തത്വങ്ങളെ — വൈരുധ്യാത്മക ഭൗതികവാദത്തെ വിശേഷിച്ചും — നിഷേധിക്കുകയാണ് അവർ ചെയ്തത്. ഇവർക്കെതിരെ രൂക്ഷമായ ഒരു പ്രത്യാക്രമണം നടത്താൻ ലെനിൻ നിർബന്ധിക്കപ്പെട്ടു.

1908 ഏപ്രിൽ മധ്യത്തിൽ 'മാർക്സിസവും റിവിഷനിസവും' എന്ന പ്രസിദ്ധ ലേഖനം ലെനിൻ എഴുതിത്തീർത്തു. മാർക്സ് അന്തരിച്ച് 25 വർഷം തികയുന്ന സന്ദർഭത്തിൽ പ്രസിദ്ധീകരിക്കുന്ന ഒരു പ്രബന്ധസമാഹാരത്തിനുവേണ്ടിയാണ് ആ ലേഖനം അദ്ദേഹം എഴുതിയത്. അതിൽ അദ്ദേഹം ചൂണ്ടിക്കാണിച്ചു:

> 1890 കളോടെ തൊഴിലാളിവർഗ പ്രസ്ഥാനത്തിന് മാർക്സിസം നേടിയ വിജയം മിക്കവാറും പൂർത്തിയായി. പക്ഷേ, അതോടൊപ്പം മാർക്സിസത്തിനെതിരായ സമരം പുതിയ രൂപങ്ങൾ കൈക്കൊണ്ടു. വിപ്ലവതൊഴിലാളിവർഗത്തിന്റെ മഹത്തായ ഈ സിദ്ധാന്തത്തിന്റെ അടി തകർക്കുന്നതിനുവേണ്ടി അതിൽ ഭേദഗതികൾ വരുത്തുന്ന കാര്യം അവർ മുന്നോട്ടുവച്ചു (ഭേദഗതി വരുത്തുക എന്ന അർഥത്തിലുള്ള 'റിവൈസ്' എന്ന പദത്തിൽനിന്നാണ് 'റിവിഷനിസം' ഉത്ഭവിച്ചിട്ടുള്ളത്). ബൂർഷ്വാസിയുടെ അക്കാദമിക് ശാസ്ത്ര സിദ്ധാന്തങ്ങളുടെ പിറകിൽ നൊണ്ടിനൊണ്ടി പോകുന്ന റിവിഷനിസ്റ്റുകാർ മാർക്സിസത്തിന്റെ വൈരുധ്യാത്മക ഭൗതികവാദമെന്ന ദർശനം; മാർക്സിസ്റ്റ് അർഥശാസ്ത്ര സിദ്ധാന്തങ്ങൾ, വർഗസമരത്തിന്റെയും തൊഴിലാളിവർഗ സർവാധിപത്യത്തിന്റെയും ആശയം, തൊഴിലാളിവർഗപ്രസ്ഥാനത്തിന്റെ അന്തിമലക്ഷ്യമായ സോഷ്യലിസം എന്നിവ ഉപേക്ഷിച്ച് അവസരവാദത്തെ

പൂർണമായി അംഗീകരിച്ചിരിക്കുകയാണെന്ന് ലെനിൻ ചൂണ്ടിക്കാണിച്ചു.

അങ്ങനെ രൂപംകൊണ്ട റിവിഷനിസം ഒരു ആഗോള പ്രതിഭാസമാണെന്നും അതിന് മുതലാളിത്ത സമൂഹത്തിൽ ബൂർഷ്വാവർഗപരമായ പേരുകളാണെന്നും ലെനിൻ സ്ഥാപിച്ചു. അതുകൊണ്ടാണ് തൊഴിലാളി പ്രസ്ഥാനത്തിൽ റിവിഷനിസത്തിനെതിരായി ഉറച്ചുനിന്നും ഊർജസ്വലമായും പോരാടുന്നതിന്റെ പ്രാധാന്യം അദ്ദേഹം ഊന്നിപ്പറഞ്ഞത്. ഇതിനുവേണ്ടി ലെനിൻ എഴുതിയ ബൃഹദ്ഗ്രന്ഥമാണ് *ഭൗതികവാദവും അനുഭവമാത്ര ജ്ഞാനസിദ്ധാന്തത്തിന്റെ വിമർശനവും.*

1908 ഒക്ടോബറോടുകൂടി അതിന്റെ എഴുത്തുപണി പൂർത്തിയായിരുന്നു. പക്ഷേ, അത് നിയമവിധേയമായി പ്രസിദ്ധീകരിക്കുന്നതിന് പല തടസങ്ങളും ഉണ്ടായി. പ്രസിദ്ധീകരണത്തിന്റെ പ്രാധാന്യം ഊന്നിപ്പറഞ്ഞുകൊണ്ട് തന്റെ സഹോദരി അന്നയ്ക്ക് ലെനിൻ എഴുതിയ ഒരു കത്തിൽ അതിന്റെ പ്രസിദ്ധീകരണം ഗൗരവാവഹമായ രാഷ്ട്രീയ പരിഗണനകളാൽകൂടി പ്രധാനമാണെന്ന് ചൂണ്ടിക്കാണിച്ചിരുന്നു. അവസാനം 1909 മേയ് മാസത്തിൽ അത് പുറത്തുവന്നു.

നമുക്ക് ചുറ്റുമുള്ള ഭൗതികപ്രപഞ്ചം യഥാർഥത്തിൽ ഉള്ളതാണോ; അതിന്റെ ഭാഗമായ പ്രകൃതിയിലും സമൂഹത്തിലും സംഭവിക്കുന്ന ചലനങ്ങളെ നിയന്ത്രിക്കുന്ന നിയമങ്ങൾക്ക് വസ്തുനിഷ്ഠമായ സ്വഭാവമുണ്ടോ: ആ വസ്തുനിഷ്ഠനിയമങ്ങൾ വൈരുധ്യവാദത്തിന്റെ അടിസ്ഥാനത്തിൽ നമുക്ക് മനസിലാക്കാൻ കഴിയുമോ? ഇതൊക്കെയാണല്ലോ വൈരുധ്യാത്മക ഭൗതികവാദമെന്ന മാർക്സിസ്റ്റ് ദർശനം ഉത്തരം പറയുന്ന ചോദ്യങ്ങൾ. അവയ്ക്ക് അതെ, ഉണ്ട്, കഴിയും എന്ന ഉത്തരത്തിൽ മാർക്സിസത്തിന്റെ അടിസ്ഥാനതത്വങ്ങൾ അടങ്ങിയിരിക്കുന്നു. ഇവയെ ന്യായീകരിച്ച് മാർക്സിന്റെ സിദ്ധാന്തങ്ങൾ ഉയർത്തിപ്പിടിക്കുന്നവരോട് ലെനിൻ ചോദിച്ചു: "മനുഷ്യനെന്ന ജീവി ഉത്ഭവിക്കുന്നതിനുമുമ്പ് പ്രകൃതി ഉണ്ടായിരുന്നുവോ?" ഉണ്ടായിരുന്നുവെന്ന് ശാസ്ത്രവും ചരിത്രത്തിന്റെ ശാസ്ത്രവും വ്യക്തമാക്കിയിരിക്കുന്നു.

പ്രകൃതിയുടെ ചലനങ്ങൾ ഒരു ഘട്ടത്തിൽ എത്തിയപ്പോഴാണ് മനുഷ്യനെന്ന ജീവി രൂപംപ്രാപിച്ചത്. അതുകൊണ്ട് നമ്മുടെ അനുഭൂതികളുടെ ഒരു സമാഹാരമാണ് നമുക്ക് ചുറ്റുമുള്ള ഭൗതിക പ്രപഞ്ചമെന്ന വാദം വസ്തുതാവിരുദ്ധമാണ്.

ലെനിൻ മറ്റൊരു ചോദ്യം കൂടി ചോദിച്ചു: "മനുഷ്യൻ തന്റെ തലച്ചോറ് കൊണ്ടാണോ ചിന്തിക്കുന്നത്?" എങ്കിൽ തലച്ചോറ് സ്വാഭാവികമായും ഒരു ഭൗതിക പദാർഥമല്ലെ? ഭൗതിക പദാർഥത്തിന്റെ ചലനങ്ങളി

ലൂടെയാണല്ലോ മനുഷ്യന്റെ ചിന്ത ഉത്ഭവിക്കുന്നത്. ഒരു ഭൗതികപദാർഥമായ തലച്ചോറ് ഇല്ലാതെ ചിന്തയില്ല. തലച്ചോറിന്റെ ഭൗതികമായ അസ്തിത്വം, അതിന്റെ പ്രവർത്തനം മൂലമുണ്ടാകുന്ന ചിന്ത എന്നിവയെ നിഷേധിക്കുന്ന മാക്കിന്റെ ദർശനത്തെ "തലച്ചോറ് ഇല്ലാത്ത ദർശനം" എന്ന് ലെനിൻ വിളിച്ചു.

പ്രാഥമികമായുള്ളത് ഭൗതിക പദാർഥമാണ്. മനുഷ്യന്റെ ബോധം, ചിന്ത, അനുഭൂതി എന്നിവ ഭൗതികപദാർഥത്തിന്റെ സൃഷ്ടിയാണ് എന്ന മാർക്സിസ്റ്റ് ജ്ഞാനസിദ്ധാന്തത്തെ ലെനിൻ അരക്കിട്ടുറപ്പിച്ചു.

മനുഷ്യന്റെ ചിന്താശക്തിക്കും അനുഭവജ്ഞാനത്തിനും വെളിയിലുള്ള ഭൗതിക പ്രപഞ്ചം. അവന്റെ ചിന്തയിലും ബോധത്തിലും അനുഭൂതിയിലും ഭൗതികപ്രപഞ്ചം പ്രതിഫലിക്കുന്നത്, ആ പ്രതിഫലനത്തെ തുടർന്ന് ബാഹ്യപ്രപഞ്ചത്തിൽ മാറ്റങ്ങൾ വരുത്താൻ മനുഷ്യൻ നടത്തുന്ന പ്രയത്നം എന്നിവ ചേർന്ന് മനുഷ്യൻ പ്രകൃതിയിൽ മാറ്റംവരുത്തുന്നു; അതോടൊപ്പം പ്രകൃതിയും മനുഷ്യനിൽ മാറ്റംവരുത്തുന്നു. അങ്ങനെ യുഗയുഗാന്തരങ്ങളായി പ്രകൃതിയിൽ മാറ്റംവരുത്താൻ ശ്രമിക്കുകയും ആ ശ്രമത്തിലൂടെ സ്വയം മാറുകയും ചെയ്യുന്ന മനുഷ്യനെ മനസിലാക്കണമെങ്കിൽ ഭൗതികവാദത്തെ എന്നപോലെ വൈരുധ്യവാദത്തെയും ആശ്രയിക്കണം. പ്രകൃതിയിലുള്ള സർവതും (മനുഷ്യന്റെ വികാരവിചാരങ്ങളടക്കം) സദാ മാറിക്കൊണ്ടിരിക്കയാണ്; മാറ്റമില്ലാത്തതായി പ്രപഞ്ചത്തിലുള്ള ഒരേയൊരു സംഗതി നിരന്തരം നടക്കുന്ന മാറ്റമെന്ന യാഥാർഥ്യമാണ്.

എന്നുവെച്ചാൽ, ഭൗതികപ്രപഞ്ചത്തോട് ബന്ധപ്പെട്ട് മനുഷ്യൻ നിരന്തരം നടത്തുന്ന പ്രവർത്തനങ്ങളിലൂടെയാണ് ഭൗതിക പ്രപഞ്ചത്തെ തന്നെ അധികമധികം അറിയാൻ മനുഷ്യന് കഴിവുണ്ടാകുന്നത്. മനുഷ്യൻ നടത്തുന്ന പ്രവൃത്തിയിൽനിന്നാണ് അയാൾക്ക് ഭൗതികപ്രപഞ്ചത്തെക്കുറിച്ച് ജ്ഞാനമുണ്ടാകുന്നതെന്നർഥം. ആ ജ്ഞാനം ശരിയോ തെറ്റോ എന്ന് പരീക്ഷിച്ച് നോക്കാനുള്ള ഉരകല്ലും പ്രവൃത്തിതന്നെയാണ്. ഇതിൽനിന്നാണ് തത്വവും പ്രയോഗവും തമ്മിലുള്ള ബന്ധം സംബന്ധിച്ച വൈരുധ്യാത്മകവീക്ഷണം രൂപപ്പെടുന്നത്.

മനുഷ്യൻ നിരന്തരം നടത്തുന്ന പ്രവർത്തനങ്ങളിലൂടെയാണ് അവന്റെ ജ്ഞാനം വികസിക്കുന്നത്. നേരെമറിച്ച്, ജ്ഞാനം വികസിക്കുന്ന തോതിൽ പ്രവൃത്തി കൂടുതൽ ഫലപ്രദമാവുന്നു. അങ്ങനെ വൈജ്ഞാനിക നിലവാരത്തിലും പ്രായോഗികരംഗത്തിലും ഒരുപോലെ മനുഷ്യൻ വളരുന്നു. ഈ നിരന്തരമായ പുരോഗതി മനുഷ്യനെ അധികമധികം മുമ്പോട്ട് കൊണ്ടുപോകുന്നു. തനിക്ക് ചുറ്റുമുള്ള പ്രപഞ്ചത്തെ മാറ്റിത്തീർക്കുന്നതിൽ മനുഷ്യനുള്ള കഴിവ് നിരന്തരം വർധിക്കുന്നു.

ഇതിൽനിന്ന് ലെനിൻ ഒരു പ്രധാന ചോദ്യം ഉയർത്തുന്നു. നമുക്ക് ചുറ്റുമുള്ള ഭൗതിക പ്രപഞ്ചത്തെക്കുറിച്ചുള്ള അന്തിമസത്യം നമുക്ക് കണ്ടുപിടിക്കാനാവുമോ? ലെനിന്റെ ഉത്തരം ഇതാണ്: ഓരോ ഘട്ടത്തിലും അതാതിന്റേതായ സത്യം കണ്ടുപിടിക്കാൻ നമുക്ക് കഴിയും (ഇതിനെ ആപേക്ഷിക സത്യം എന്ന് ലെനിൻ വിളിക്കുന്നു). പക്ഷേ, ആ ഘട്ടം മാറുന്നതോടെ സത്യവും മാറുന്നു. അങ്ങനെ ഓരോ ഘട്ടത്തിലുമുള്ള (ആപേക്ഷിക) സത്യം കണ്ടുപിടിക്കാൻ നമുക്ക് കഴിയും. എന്നാൽ, അത് ഓരോന്നും ആപേക്ഷിക സത്യമാണെന്നതിനാൽ അതിനെ അന്തിമസത്യമെന്ന് വിളിച്ചുകൂടാ. അന്തിമസത്യത്തിലേക്കുള്ള അവിരാമമായ അന്വേഷണത്തിന്റെ ഓരോ ഘട്ടത്തിലും മനുഷ്യൻ കണ്ടെത്തുന്ന ആപേക്ഷിക സത്യങ്ങളുണ്ട്. അവ കണ്ടുപിടിക്കാൻ നമുക്ക് കഴിയും. പക്ഷേ, ഒരു ആപേക്ഷികസത്യത്തെയും അന്തിമസത്യമായി കണക്കാക്കിക്കൂടാ.

ഈ കണ്ടുപിടുത്തത്തിന് റഷ്യയിലെയും ആഗോളതലത്തിലുള്ളതുമായ തൊഴിലാളിവർഗ പ്രസ്ഥാനത്തിനകത്തെ രണ്ട് ദുഷ്പ്രവണതകളെ തിരിച്ചറിയുന്ന ജോലിയിൽ പ്രാധാന്യമുണ്ട്. ഒരുവശത്ത് താത്വികമായ പിടിവാശിയും സെക്ടേറിയനായ രാഷ്ട്രീയ നയസമീപനങ്ങളും, മറുവശത്ത് റിവിഷനിസവും വലതുപക്ഷ അവസരവാദവും, എന്ന രണ്ട് പ്രവണതകളെയാണ് ഇവിടെ ഉദ്ദേശിക്കുന്നത്.

ആദ്യത്തേതിന്റെ ദാർശനികമായ അടിസ്ഥാനം മാർക്സും എംഗൽസും അന്തിമസത്യം കണ്ടവരാണെന്ന ധാരണയാണ്, അവർ എഴുതിയതിൽനിന്ന് അണുപോലും വ്യതിചലിക്കരുതെന്ന നിലപാടാണ് (ഇതിന്റെ അടിസ്ഥാനത്തിലാണ് കൗത്സ്കിയും കൂട്ടരും റഷ്യൻ വിപ്ലവത്തെ എതിർത്തത്. ലെനിനാകട്ടെ, മാർക്സ് - എംഗൽസ് സിദ്ധാന്തത്തെ ആപേക്ഷികസത്യമായി അംഗീകരിച്ച് മാർക്സും എംഗൽസും വിഭാവനം ചെയ്തതിൽനിന്ന് വ്യത്യസ്തമായ രീതിയിൽ റഷ്യൻ വിപ്ലവം സംഘടിപ്പിച്ചു).

രണ്ടാമത്തെ കൂട്ടരാകട്ടെ, ചരിത്രകാലഘട്ടം മാറുമ്പോൾ ആപേക്ഷികസത്യം മാറുമെന്നും ആ മാറ്റത്തോട് അനുകൂലമായി പ്രതികരിക്കുന്നത് അന്തിമസത്യത്തിലേക്കുള്ള ഓരോ കാൽവെപ്പാണെന്നും മനസിലാക്കുന്നില്ല. അങ്ങനെ അവർ മാർക്സ് എംഗൽസ് സിദ്ധാന്തങ്ങളെ തന്നെ തള്ളിപ്പറയുന്നു.

മാർക്സ്-എംഗൽസ് സിദ്ധാന്തങ്ങളിലടങ്ങിയ ആപേക്ഷിക സത്യം മനസിലാക്കുക, കാലഘട്ടത്തിനനുസരിച്ച് അതിൽ മാറ്റംവരുമെന്ന് അംഗീകരിക്കുക, മാറ്റംവരുത്തുമ്പോൾത്തന്നെ മാർക്സ് - എംഗൽസ് സിദ്ധാന്തങ്ങളുടെ അടിസ്ഥാന പ്രമാണങ്ങൾ വിടാതെ മുറുകെപ്പിടിക്കുക — ഇതൊക്കെയാണ് ലെനിൻ ചെയ്തത്. അങ്ങനെ അദ്ദേഹം മാർക്സ് - എംഗൽസ്

സിദ്ധാന്തങ്ങളെ പുഷ്ടിപ്പെടുത്തി. എതിരാളികളോ? അവരിൽ ഒരുവിഭാഗം മാർക്സ്-എംഗൽസ് സിദ്ധാന്തങ്ങളെ തികച്ചും തള്ളിപ്പറഞ്ഞപ്പോൾ മറ്റേ വിഭാഗം അടിസ്ഥാന പ്രമാണങ്ങളിൽ ഉറച്ചുനിൽക്കുന്നതിന്റെ പേരിൽ യാഥാർഥ്യത്തിൽനിന്ന് ബഹുദൂരം വ്യതിചലിച്ചു. ഈ ദ്വിമുഖ സമരത്തിന് മൂർച്ചയേറിയ ആയുധമാണ് ലെനിൻ നൽകിയത്.

16

‘പ്രാവ്ദ’ (സത്യം)

ലെനിൻ കരുതിയതുപോലെ റഷ്യയിലെ പ്രതിവിപ്ലവ നീക്കത്തിൽ നിന്ന് കരകയറി തൊഴിലാളിവർഗ വിപ്ലവപ്രസ്ഥാനം മുന്നേറാൻ തുടങ്ങി.

1910 വേനൽക്കാലത്തോടുകൂടി തൊഴിലാളിവർഗപ്രസ്ഥാനം പുതിയൊരു കുതിച്ചുകയറ്റം രേഖപ്പെടുത്തി. റഷ്യയിലെ പ്രധാന നഗരങ്ങളിലെല്ലാം മുമ്പത്തെക്കാൾ കൂടുതൽ പണിമുടക്കുകൾ നടന്നു. അതിന് സമാന്തരമായി കർഷകസമരങ്ങളും പൊട്ടിപ്പുറപ്പെട്ടിരുന്നു.

കൂടാതെ, ബുദ്ധിജീവികളുടെയും ഇടത്തരക്കാരുടെയും ഇടയിൽ പുതിയൊരു ജനാധിപത്യമുന്നേറ്റം ദൃശ്യമായി. അതിന്റെ ഒന്നാന്തരം ഉദാഹരണമായിരുന്നു വിശ്വസാഹിത്യകാരനായിരുന്ന ടോൾസ്റ്റോയി അന്തരിച്ചപ്പോൾ പട്ടണപ്രദേശങ്ങളിലെ തൊഴിലാളികളും വിദ്യാർഥികളും ചേർന്ന് നടത്തിയ കൂറ്റൻ പ്രകടനം. (“റഷ്യയിലെ കാർഷികവിപ്ലവത്തിന്റെ കണ്ണാടി”യായാണ് ടോൾസ്റ്റോയിയെ ലെനിൻ വിശേഷിപ്പിച്ചിട്ടുള്ളത്.)

1911 ആയപ്പോഴേക്ക് തലേവർഷത്തെ അപേക്ഷിച്ച് ഇരട്ടി തൊഴിലാളികൾ പണിമുടക്ക് പ്രസ്ഥാനത്തിൽ പങ്കെടുത്തു.

ഈ സാഹചര്യത്തിൽ വിപ്ലവത്തിന്റെ മുന്നേറ്റത്തെ സഹായിക്കും വിധത്തിൽ തൊഴിലാളിവർഗവും അതിന്റെ രാഷ്ട്രീയപാർട്ടിയും നിർണായകമായ പങ്കു വഹിക്കണമെന്ന് ലെനിൻ ചൂണ്ടിക്കാണിച്ചു. പാർട്ടിയുടെ നിയമവിരുദ്ധ സംഘടന നിലനിർത്തുകയും ശക്തിപ്പെടുത്തുകയും ചെയ്യുമ്പോൾത്തന്നെ, നിയമവിധേയ പ്രവർത്തനത്തിനുള്ള എല്ലാ സാധ്യതകളും — അത് എത്ര ചുരുങ്ങിയതായാലും—ഉപയോഗപ്പെടുത്തുകകൂടി വേണമെന്ന് അദ്ദേഹം നിർദേശിച്ചു. പ്ലഹാനോവിന്റെ നേതൃത്വത്തിലുള്ള ബോൾഷെവിക് അനുകൂല മെൻഷെവിക്കുകാരുമായി സഹകരിച്ച്

മെൻഷെവിക് നേതാക്കളെയും നിയമവിരുദ്ധ പാർട്ടി പിരിച്ചുവിടണമെന്നാവശ്യപ്പെടുന്ന മറ്റെല്ലാവരെയും എതിർക്കണമെന്നാണ് അദ്ദേഹം അഭിപ്രായപ്പെട്ടത്.

ഈ സമരം ഫലപ്രദമാക്കുന്നതിന് അന്യരാജ്യങ്ങളിൽ പ്രസിദ്ധീകരിക്കുന്ന നിയമവിരുദ്ധ പത്രങ്ങൾക്ക് പുറമെ റഷ്യയിൽത്തന്നെ നിയമവിധേയ പത്രങ്ങളും പ്രസിദ്ധീകരിക്കണമെന്ന് ലെനിൻ പറഞ്ഞു. അതിന്റെ പരിണാമമാണ് 1912 –ൽ തുടങ്ങിയ *പ്രാവ്ദ* (സത്യം) എന്ന നിയമവിധേയ ദിനപത്രം.

അതിനുമുമ്പുതന്നെ 1910 ഡിസംബറിൽ *സ്വെസ്ദ* (നക്ഷത്രം) എന്ന ഒരു റഷ്യൻ വാരിക നിയമവിധേയമായി പ്രസിദ്ധീകരിക്കാൻ തുടങ്ങിയിരുന്നു. അതോടൊപ്പം *മിസൻ* (ചിന്ത) എന്ന പേരിൽ ഒരു മാസികയും പുറത്തുവരാൻ തുടങ്ങി. പിന്നീട് *സ്വെസ്ദ* ആഴ്ചയിൽ മൂന്ന് ലക്ഷം പ്രസിദ്ധീകരിക്കുന്ന പത്രമായി മാറി. അങ്ങനെ നിയമവിധേയ പത്രപ്രവർത്തനം പടിപടിയായി മുന്നോട്ടുപോയി. അതിന്റെ പരിണാമമായാണ് 1912 –ൽ *പ്രാവ്ദ* പ്രസിദ്ധീകരിക്കാൻ തുടങ്ങിയത്.

സ്വെസ്ദ തൊട്ട് *പ്രാവ്ദ* വരെ എല്ലാ നിയമവിധേയ പത്രങ്ങളും ആനുകാലിക രാഷ്ട്രീയ സംഭവവികാസങ്ങൾ വിശദീകരിക്കാനെന്നപോലെ തന്നെ മാർക്സിസത്തിന്റെ തത്വങ്ങൾ പ്രചരിപ്പിക്കാനും പ്രയോജനപ്പെട്ടു. *പ്രാവ്ദ*യടക്കം എല്ലാ നിയമവിധേയ പത്രങ്ങളിലും എഴുതിയ ലേഖനങ്ങളാണ് പിന്നീട് ലെനിന്റെ താത്വിക വിശദീകരണ പ്രബന്ധങ്ങളായി ഉയർന്നത്.

ഉദാഹരണത്തിന്, “യൂറോപ്യൻ തൊഴിലാളി പ്രസ്ഥാനത്തിനകത്തെ അഭിപ്രായങ്ങൾ” എന്ന ഒരു ലേഖനം *സ്വെസ്ദ*യിൽ പ്രസിദ്ധീകരിച്ചു. അഭിപ്രായവ്യത്യാസങ്ങളുടെ ചരിത്രപരമായ ഉറവിടവും വർഗപരമായ ഉള്ളടക്കവും വിശദീകരിക്കാൻ അത് സഹായിച്ചു.

അതിവേഗം വളർന്നുവരുന്ന പ്രസ്ഥാനത്തിനകത്ത് പുതിയ പുതിയ വിഭാഗങ്ങൾ കടന്നുവരുന്നു; അവരിൽ വലിയൊരു വിഭാഗത്തിന് താത്വികമായ അടിത്തറയോ അച്ചടക്കമോ ഇല്ല; അവർ സദാ ആടിക്കളിച്ചുകൊണ്ടിരിക്കും — ഇതാണ് അഭിപ്രായവ്യത്യാസങ്ങൾക്കുള്ള ഒരു കാരണം.

അതോടൊപ്പം, സാമൂഹ്യവളർച്ചയിൽ അന്തർലീനമായ വൈരുധ്യങ്ങളുണ്ട്. ഈ വൈരുധ്യങ്ങൾ മനസിലാക്കുന്നതിൽ പ്രസ്ഥാനത്തിനകത്തെ വലിയൊരു വിഭാഗം പരാജയപ്പെടുന്നു.

പോരെങ്കിൽ, ബൂർഷ്വാസി തൊഴിലാളിവർഗത്തോട് എടുക്കുന്ന സമീപനത്തിൽ നേരിട്ടുള്ള ആക്രമണത്തിന്റെയും മർദനത്തിന്റെയും സ്വഭാവം മാത്രമല്ല ഉള്ളത്. തൊഴിലാളിവർഗത്തിനും മറ്റ് അധ്വാനിക്കുന്ന ബഹുജനങ്ങൾക്കും ചില്ലറ സൗജന്യങ്ങൾ നൽകി, അവരെ ഭരണവർഗങ്ങളുടെ കൂടെനിർത്താൻ കൂടി അവർ ശ്രമിക്കുന്നു. ഇതും അഭിപ്രായഭേദങ്ങൾക്ക് ഇടയാക്കുന്നു.

ഇതിന്റെയെല്ലാം ഫലമായി ‘ഇടതുപക്ഷ’ത്തിന്റെയും വലതുപക്ഷ

ത്തിന്റെയും സ്വഭാവങ്ങൾ കാണിച്ച് വിപ്ലവപ്രസ്ഥാനത്തെ എതിർക്കുന്ന അവസരവാദം തൊഴിലാളിവർഗ പ്രസ്ഥാനത്തിനകത്ത് വ്യാപകമായി വരുന്നു. രണ്ടിനെയും ഉറച്ചുനിന്ന് എതിർക്കാതെ തൊഴിലാളിവർഗ ത്തിനും അതിന്റെ വിപ്ലവ രാഷ്ട്രീയ പാർട്ടിക്കും അതിന്റെ കടമകൾ നിറവേറ്റാൻ കഴിയുകയില്ല.

*സ്വെസ്ദ*യും മറ്റ് നിയമവിധേയ പ്രസിദ്ധീകരണങ്ങളും ക്രമമായി പുറത്തുവന്നുകൊണ്ടിരുന്നപ്പോൾ വിപ്ലവ തൊഴിലാളിവർഗ പ്രസ്ഥാനം വളരുകയായിരുന്നു.

1912 ഏപ്രിൽ മാസത്തിൽ ലീന എന്ന സ്ഥലത്തെ സ്വർണഖനിക ളിലെ തൊഴിലാളികൾ ഒരു പണിമുടക്കിൽ ഏർപ്പെട്ടിരിക്കുകയായിരുന്നു. അവർക്കുനേരെ സാറിസ്റ്റ് പട്ടാളം നിറതോക്ക് ഒഴിച്ചു. അതിനെതിരെ രാജ്യവ്യാപകമായ പ്രതിഷേധ പണിമുടക്കുകൾ നടന്നു. അത് സംബ ന്ധിച്ച വാർത്തകളും റിപ്പോർട്ടുകളും *സ്വെസ്ദ*യിൽ പ്രസിദ്ധീകരിക്കു കയും അത് രാജ്യത്താകെ എത്തിക്കുകയും ചെയ്തു. റഷ്യയുടെ വിവിധ നഗര പ്രദേശങ്ങളിലുള്ള തൊഴിലാളികളുടെ ഏകീകൃതമായ പ്രതിഷേധ ശബ്ദം *സ്വെസ്ദ*യുടെ പംക്തികളിലൂടെ രാജ്യത്താകെ കേൾക്കാറായി. ഇതിന് പിന്തുണ പ്രഖ്യാപിച്ചുകൊണ്ടുള്ള യോഗങ്ങളും പ്രകടനങ്ങളും വിദേശ രാജ്യങ്ങളിലും വ്യാപിച്ചു.

ഈ സാഹചര്യത്തിലാണ് *സ്വെസ്ദ* എന്ന വാരികയ്ക്കും *മിസൽ* എന്ന മാസികയ്ക്കും പുറമെ *പ്രാവ്ദ* എന്ന ദിനപത്രവും പുറത്തിറക്ക ണമെന്ന് ബോൾഷെവിക് സെൻട്രൽ കമ്മിറ്റി തീരുമാനിച്ചത്. പാർല മെന്റ് അംഗമായ ഒരു ബോൾഷെവിക് നേതാവ് പത്രപ്രസിദ്ധീകരണ ത്തിനുള്ള അനുവാദം വാങ്ങി. അങ്ങനെ 1912 മെയ് 4 ന് *പ്രാവ്ദ*യുടെ ആദ്യലക്കം പുറത്തുവന്നു.

പക്ഷേ, അതിന്റെ നടത്തിപ്പ് ഒട്ടും സുഗമമായിരുന്നില്ല. അതിനെതി രായ നടപടികൾ ഒന്നിന് പിറകെ മറ്റൊന്നായി വന്നു. *പ്രാവ്ദ*യുടെ പ്രസി ദ്ധീകരണം തടഞ്ഞപ്പോൾ *തൊഴിലാളിവർഗ പ്രാവ്ദ, വടക്കൻ റഷ്യയിലെ പ്രാവ്ദ* മുതലായ പല പുതിയ പേരുകളിൽ പത്രം പുറത്തുവന്നു. പത്ര ത്തിന്റെ ലേഖകൻ എന്ന നിലയ്ക്ക് താൻ താമസിക്കുന്ന നഗരത്തിലെ അധികൃതരുടെ മുമ്പാകെ പേർ രജിസ്റ്റർ ചെയ്തു. യൂറോപ്യൻ തൊഴി ലാളിവർഗ പ്രസ്ഥാനത്തിൽ അംഗീകരിക്കപ്പെടുന്ന നേതാവ് എന്ന സ്ഥാന ത്തേക്ക് ലെനിൻ ഉയർന്നു.

പ്രാവ്ദ പുറത്തിറങ്ങാൻ തുടങ്ങിയതോടെ മെൻഷെവിക് നേതാ ക്കൾക്കും മറ്റ് വലതുപക്ഷ അവസരവാദക്കാർക്കുമെതിരെ രൂക്ഷമായ ആക്രമണങ്ങൾ നടത്തുന്ന ലേഖനങ്ങൾ ലെനിന്റെ തൂലികയിൽനിന്ന് പുറത്തുവരാൻ തുടങ്ങി. പക്ഷേ, *പ്രാവ്ദ*യിൽ എഴുതുന്ന എല്ലാ ലേഖ കന്മാരും ഒരുപോലെ അവസരവാദികൾക്ക് എതിരായ നിലപാട് എടു ത്തില്ല. അവരിൽ ചിലർ ലെനിന്റെ ലേഖനങ്ങളിലെ 'കർക്കശ നിലപാടി' നെ ആക്ഷേപിക്കുകകൂടി ചെയ്തു. അതിന് ലെനിന്റെ മറുപടി ഇതായി

രുന്നു: “പ്രസ്ഥാന”ത്തിന് ദോഷം ചെയ്യാത്ത, സത്യവിരുദ്ധമായതിനെതിരെ കർക്കശമായ നിലപാട് എടുക്കാത്ത ഒരാൾ എന്ന് മുതൽക്കാണ് ഒരു ദിനപത്രത്തെ ചീത്തപ്പെടുത്തിയിട്ടുള്ളത്?” നേരെമറിച്ച്, തെറ്റായതിനെതിരെ കർക്കശമായ നിലപാട് എടുക്കാതിരുന്നാൽ ദിനപത്രം ബോറാകുമെന്ന് ലെനിൻ ചൂണ്ടിക്കാണിച്ചു.

പാർട്ടിസംഘടന വളർന്നുവരാൻ തുടങ്ങിയ ആദ്യവർഷങ്ങളിൽ നിയമവിരുദ്ധമായ *ഇസ്ക്ര* പത്രത്തിന്റെ പ്രാധാന്യം ഊന്നിപ്പറഞ്ഞുകൊണ്ടാണ് ലെനിൻ തന്റെ പാർട്ടിപ്രവർത്തനം തുടങ്ങിയത്. വിദേശത്തുവെച്ച് തയാറാക്കി അച്ചടിച്ച് റഷ്യയിലേക്ക് പത്രം കൊണ്ടുവരികയും പ്രചരിപ്പിക്കുകയുമായിരുന്നു അന്നത്തെ രീതി. 1905-1907 ലെ വിപ്ലവത്തെത്തുടർന്നാകട്ടെ, റഷ്യയിൽത്തന്നെ തയാറാക്കി അച്ചടിച്ച് പ്രസിദ്ധീകരിക്കുന്ന വാരികയും മാസികയും മാത്രമല്ല, ദിനപത്രംകൂടി പുറത്തിറക്കാമെന്ന സ്ഥിതിവന്നു. ലക്ഷക്കണക്കിന് തൊഴിലാളികളുടെയും മറ്റധ്വാനിക്കുന്ന ബഹുജനങ്ങളുടെയും അടുത്ത് ദിവസേന ചെന്നെത്തുന്നതും പ്രസ്ഥാനത്തിന്റെ മുന്നണിയിൽ നിൽക്കുന്ന പ്രവർത്തകർക്ക് താത്വികവും രാഷ്ട്രീയവും നയപരവുമായ വിദ്യാഭ്യാസം നൽകുന്നതുമായ ഒരു ദിനപത്രം നിയമവിധേയമായി പ്രസിദ്ധീകരിക്കുകയും പ്രചരിപ്പിക്കുകയും ചെയ്തുതുടങ്ങി.

പക്ഷേ, പത്രങ്ങളിൽ വരുന്ന ലേഖനങ്ങളുടെ ഉള്ളടക്കം, സ്വരം മുതലായവ പഴയ *ഇസ്ക്ര*യുടേതുതന്നെയായിരുന്നു. ബൂർഷ്വാ-ഫ്യൂഡൽ വർഗമേധാവിത്വത്തെയും അതിന്റെ ഉപകരണമായ സാറിസ്റ്റ് ഭരണകൂടത്തെയും അടിച്ചുടച്ച് തൊഴിലാളിവർഗത്തിന്റെയും മറ്റധ്വാനിക്കുന്ന ബഹുജനങ്ങളുടെയും വിപ്ലവാത്മകമായ ഭരണം സ്ഥാപിച്ചെടുക്കുന്നതിന് ജനങ്ങളെ തയാറാക്കുകയെന്ന ദൗത്യമാണ് പഴയ നിയമവിരുദ്ധ *ഇസ്ക്ര*യെന്നപോലെ പുതിയ *പ്രാവ്ദ*യും നിറവേറ്റിയത്.

17

ബോൾഷെവിക് എം പിമാർ

നിയമവിധേയ പത്രങ്ങൾ എന്നപോലെ പാർട്ടിയുടെ രാഷ്ട്രീയോപകരണങ്ങളിൽ പ്രധാനപ്പെട്ട ഒന്നായിരുന്നു ബോൾഷെവിക് എം പിമാരുടെ ഗ്രൂപ്പ്. അതിന്റെ പ്രവർത്തനത്തിന് വ്യക്തവും സമൂർത്തവുമായ നേതൃത്വം നൽകുന്ന ജോലിയിൽ ലെനിൻ ഏർപ്പെട്ടു.

ബോൾഷെവിക്കുകാരും മെൻഷെവിക്കുകാരും ചേർന്ന് ഒരൊറ്റ സോഷ്യൽ ഡെമോക്രാറ്റിക് പാർട്ടിയായാണ് പാർലമെന്റിൽ നിലനിന്നിരുന്നത്. പക്ഷേ, അവരിൽ നേരിയ ഒരു ഭൂരിപക്ഷം മെൻഷെവിക്കുകാർക്കായിരുന്നു (മെൻഷെവിക്കുകാർ ഏഴുപേരും ബോൾഷെവിക്കുകാർ ആറ് പേരുമായിരുന്നു). അതുകൊണ്ട് സോഷ്യൽ ഡെമോക്രാറ്റിക് തൊഴിലാളിവർഗ പാർട്ടിയുടെ വക്താക്കളായി മെൻഷെവിക്കുകാർ എപ്പോഴും രംഗത്തുവന്നു. ബോൾഷെവിക്കുകാർക്ക് പ്രസംഗിക്കാനും മറ്റുതരത്തിൽ പാർലമെന്റ് നടപടികളിൽ പങ്കുകൊള്ളാനും വേണ്ട സൗകര്യം മെൻഷെവിക്കുകാർ നിഷേധിച്ചു. അതുകൊണ്ട് ആറ് ബോൾഷെവിക് എം പി മാർ പ്രത്യേക ഗ്രൂപ്പായി സംഘടിക്കുകയും പാർലമെന്റിനകത്ത് പ്രവർത്തനം നടത്തുകയും ചെയ്തു.

പാർലമെന്റിലേക്കുള്ള തിരഞ്ഞെടുപ്പ് നടക്കുന്ന അവസരത്തിൽ തന്നെ മെൻഷെവിക്കുകാരും ബോൾഷെവിക്കുകാരും തമ്മിൽ രൂക്ഷമായ ഏറ്റുമുട്ടൽ നടന്നിരുന്നു. തിരഞ്ഞെടുപ്പ് മത്സരത്തിൽ ഉയർന്നുവരുന്ന രാഷ്ട്രീയ നയപ്രശ്നങ്ങളെ സംബന്ധിച്ച് മൗനമവലംബിക്കുക, പ്രചാരവേലയിൽ ആ പ്രശ്നങ്ങൾ ഉയർത്താതിരിക്കുക — ഇതാണ് മെൻഷെവിക് നേതാക്കൾ തുടർന്നുപോന്ന നയസമീപനം. ലെനിനും ബോൾഷെവിക്കുകാരും അതിനെ എതിർത്തു. തിരഞ്ഞെടുപ്പ് പ്രചാരണത്തെത്തന്നെ രാഷ്ട്രീയവും നയപരവുമായ വിശദീകരണങ്ങൾക്കവർ ഉപയോ

ഗിച്ചു. അങ്ങനെ ബൂർഷ്വാ–ഫ്യൂഡൽ രാഷ്ട്രീയക്കാരായി കൂട്ടുകെട്ടുണ്ടാക്കുകയെന്ന മെൻഷെവിക് നയത്തിനെതിരെ മറ്റിടതുപക്ഷക്കാരുമായി ചേർന്ന് ഒരു മുന്നണി രൂപീകരിക്കുന്നതിന് ബോൾഷെവിക്കുകാർ മുൻകൈ എടുത്തു.

തിരഞ്ഞെടുപ്പ് കഴിഞ്ഞ് വോട്ട് എണ്ണിയപ്പോഴാകട്ടെ ബോൾഷെവിക്കുകാർക്ക് പത്തുലക്ഷം വോട്ട് കിട്ടി — മെൻഷെവിക്കുകാർക്കും അവരുടെ കൂട്ടാളികൾക്കും അതിന്റെ നാലിൽ ഒന്നിൽ കുറവും. ഇങ്ങനെ വോട്ടർ പിന്തുണയുടെ കാര്യത്തിൽ മെൻഷെവിക്കുകാരെക്കാൾ എത്രയോ മുന്നിൽനിൽക്കുന്ന ബോൾഷെവിക്കുകാർക്കാണ് പാർലമെന്റിലെ പ്രാതിനിധ്യത്തിന്റെ കാര്യത്തിൽ മെൻഷെവിക്കുകാരെ അപേക്ഷിച്ച് ഒരു സീറ്റ് കുറവു വന്നത്.

തിരഞ്ഞെടുപ്പ് കഴിഞ്ഞ് പുതിയ പാർലമെന്റിന്റെ യോഗം ചേരുമ്പോൾ അതിൽ ബോൾഷെവിക് പ്രതിനിധി ചെയ്യാനുള്ള ആദ്യ പ്രസ്താവനയുടെ ഒരു കരടുരൂപം ലെനിൻ തയാറാക്കി. മുതലാളിത്ത സാമൂഹ്യവ്യവസ്ഥയെ അട്ടിമറിച്ച് സോഷ്യലിസ്റ്റ് സാമൂഹ്യവ്യവസ്ഥ നിലവിൽ വരുത്താൻ ശ്രമിക്കുകയെന്ന പൊതുകാഴ്ചപ്പാട് മാത്രമല്ല, സാർവദേശീയ സോഷ്യലിസ്റ്റ് കോൺഗ്രസിന്റെ പ്രമേയമനുസരിച്ച് യുദ്ധത്തെ എതിർക്കുകയെന്ന സമകാലീന പ്രശ്നംകൂടി ഉൾക്കൊള്ളിക്കുന്ന ഒരു കരട് പ്രസ്താവനയാണ് ലെനിൻ തയാറാക്കിയത്. അതിനെ മെൻഷെവിക് നേതാക്കൾ ശക്തിയായി എതിർത്തു. എങ്കിലും, ലെനിൻ ഉദ്ദേശിച്ചതുപോലുള്ള പ്രസ്താവന പാർലമെന്റിന്റെ വേദിയിൽ നടത്താനും അതിന്റെ പൂർണരൂപം *പ്രാവ്ദ*യിൽ പ്രസിദ്ധീകരിക്കാനും പാർട്ടിക്ക് കഴിഞ്ഞു. അങ്ങനെ ബോൾഷെവിക് എം പിമാരുടെ പാർലമെന്റിനകത്തെ പ്രവർത്തനം പാർലമെന്റിന് വെളിയിൽ പാർട്ടി നടത്തുന്ന പ്രചാരണത്തെയും പ്രവർത്തനത്തെയും സഹായിച്ചു.

എണ്ണത്തിൽ നേരിയ കുറവുണ്ടെങ്കിലും മെൻഷെവിക്കുകാരുടേതിന് തുല്യമായ പദവി ബോൾഷെവിക് എം പി മാരുടെ ഗ്രൂപ്പിന് കിട്ടണമെന്ന് പാർട്ടി ആവശ്യപ്പെട്ടു. ഈ ആവശ്യം ബോൾഷെവിക് സെൻട്രൽ കമ്മിറ്റി ഉന്നയിക്കുകയും ചെയ്തു. എന്നാൽ, കമ്മിറ്റി ഏകകണ്ഠമായി എടുത്ത ഈ തീരുമാനം നടപ്പിൽ വരുത്താൻ ചില ബോൾഷെവിക് എം പി മാരും അവരുടെകൂടെനിന്നിരുന്ന സ്റ്റാലിനും കൂട്ടാക്കിയില്ല. സെൻട്രൽ കമ്മിറ്റി ഏകകണ്ഠമായി തീരുമാനിച്ചതാണെങ്കിലും അത് നടപ്പിൽവരുത്താൻ വേണ്ട ശക്തി ബോൾഷെവിക് എം പി മാർക്കില്ലെന്ന് അവർ വാദിച്ചു.

പക്ഷേ, ലെനിനും സെൻട്രൽ കമ്മിറ്റിയും നിർദേശിച്ചതനുസരിച്ച് ബോൾഷെവിക് എം പി മാരുടെ സ്വതന്ത്രഗ്രൂപ്പ് രൂപീകരിക്കപ്പെട്ടു. ബോൾഷെവിക് നേതൃത്വത്തിൽ റഷ്യൻ തൊഴിലാളിവർഗത്തെ യോജിപ്പിച്ച് അണിനിരത്താൻ സഹായിച്ച ഒരു സംഭവമായിരുന്നു അത്.

ബോൾഷെവിക് എം പി മാർ പാർലമെന്റിൽ നടത്തേണ്ട പ്രസംഗങ്ങൾ, അവതരിപ്പിക്കേണ്ട ബില്ലുകൾ എന്നിവയിൽ പലതും കരടുരൂപ

ത്തിൽ തയാറാക്കിയത് ലെനിൻ ആയിരുന്നു. ഈ കരട് രേഖകളിലുള്ള ആശയങ്ങൾ എം പി മാരെ ബോധ്യപ്പെടുത്തുന്നതിന് ലെനിൻ ക്ഷമാപൂർവം അവരോട് നിരന്തരം സംസാരിച്ചു. അങ്ങനെ പാർലമെന്റിന്റെ വേദിയിൽ അവർ നടത്തുന്ന പ്രവർത്തനം കണിശമായും പാർട്ടി നേതൃത്വത്തിൽ കൊണ്ടുവരാൻ കഴിഞ്ഞു.

പക്ഷേ, ബോൾഷെവിക് എം പി മാരുടെ പ്രവൃത്തി പാർലമെന്റിന്റെ വേദിയിൽ മാത്രമായി ഒതുക്കിനിർത്തരുതെന്ന് ലെനിൻ നിർബന്ധിച്ചു. രഹസ്യമായി നടത്തുന്നതടക്കമുള്ള പാർട്ടി യോഗങ്ങളിൽ സംസാരിക്കുക, പാർട്ടി പത്രങ്ങളും സാഹിത്യങ്ങളും പ്രചരിപ്പിക്കുക, നിയമവിരുദ്ധമായ പത്രങ്ങളും സാഹിത്യങ്ങളും എത്തിക്കേണ്ടിടത്ത് എത്തിക്കാൻ എം പി മാരെന്ന പദവി ഉപയോഗിച്ച് എന്തെല്ലാം ചെയ്യാൻ കഴിയുമോ അതെല്ലാം ചെയ്ത് പാർട്ടി സംഘടന ശക്തിപ്പെടുത്താൻ സഹായിക്കുക– ഇതെല്ലാം ബോൾഷെവിക് എം പിമാർക്ക് ചെയ്യാനുണ്ടെന്ന് ലെനിൻ ചൂണ്ടിക്കാണിച്ചു. ഈ ജോലികളെല്ലാം നിറവേറ്റുന്നതിൽ ബോൾഷെവിക് എം പി മാർ കാണിക്കുന്ന കൃത്യബോധത്തെ ലെനിൻ ശ്ലാഘിച്ചു.

നിയമവിരുദ്ധമായി സംഘടിപ്പിക്കപ്പെട്ട പാർട്ടിയുടെ നിയമവിധേയ പ്രവർത്തനത്തിനുള്ള വേദികളിൽ പ്രധാനപ്പെട്ട ഒന്നാണ് പാർലമെന്റ്. അവിടെ ബോൾഷെവിക് എം പി മാർ നടത്തുന്ന പ്രവർത്തനം പാർട്ടി സംഘടനയുടെ ഒരു പ്രധാന വശമാണ്. അതുകൊണ്ട് സെൻട്രൽ കമ്മിറ്റി യോഗങ്ങളും സമ്മേളനങ്ങളും പോലുള്ള ചർച്ചാവേദികളിൽ ബോൾഷെവിക് എം പിമാർക്ക് സ്ഥാനം നൽകിയിരുന്നു. അവരുടെ കൂടി വികാരവിചാരങ്ങൾ മാനിച്ചുകൊണ്ടാണ് പാർട്ടി രാഷ്ട്രീയവും നയപരവും സംഘടനാപരവുമായ തീരുമാനങ്ങൾ എടുത്തിരുന്നതെന്നർഥം.

ബോൾഷെവിക് എം പി മാരുടെ പ്രവർത്തനത്തിനിടയ്ക്ക് പ്രകടമായ ഒരു ദൗർബല്യം സൂചിപ്പിക്കാതെ ഈ അധ്യായം അവസാനിപ്പിക്കാൻ വയ്യ. എം പി മാരിൽ ഒരാളായ മലിനോവ്സ്കി തന്റെ പാർലമെന്റ് അംഗത്വം രാജിവെച്ചു. അത് പാർട്ടിയിൽ ഉടനീളം രോഷം ഉളവാക്കി. ഏതാനും വർഷങ്ങൾക്കുശേഷമാണ് എം പി യായി പ്രവർത്തിക്കുമ്പോൾത്തന്നെ മലിനോവ്സ്കി ഒരു പൊലീസ് ചാരനായിരുന്നുവെന്ന സത്യം പുറത്തുവന്നത്. എം പി എന്ന നിലയ്ക്കും സെൻട്രൽ കമ്മിറ്റി യോഗങ്ങളിൽ പങ്കെടുക്കുന്ന വ്യക്തിയെന്ന നിലയ്ക്കും തനിക്ക് കിട്ടുന്ന വിവരങ്ങൾ അയാൾ പൊലീസിന് കൊടുത്തിരുന്നു. അതിന്റെ ഫലമായി പാർട്ടിയുടെ ഏറ്റവും നല്ല സഖാക്കളെ ജയിലിൽ അയക്കുകയും അവരിൽ ചിലരെ വധശിക്ഷയ്ക്കുപോലും ഇരയാക്കുകയും ചെയ്തു.

ഇതിനെ പരാമർശിച്ച് പിന്നീട് ലെനിൻ പറഞ്ഞത് നിയമവിധേയവും നിയമവിരുദ്ധവുമായ പ്രവർത്തനങ്ങളെ ഏകോപിപ്പിക്കുന്നതിൽ പാർട്ടി തുടർന്നുപോന്ന ശരിയായ നയസമീപനംകൊണ്ടാണ് കൂടുതൽ നാശനഷ്ടങ്ങൾ വരാതിരുന്നതെന്നായിരുന്നു.

ബോൾഷെവിക് എം പി മാരെ നയിക്കുന്ന ജോലി നിറവേറ്റിയതിൽ

നിന്ന് ലോക കമ്യൂണിസ്റ്റ് പ്രസ്ഥാനത്തിന് സ്വീകരിക്കേണ്ട ചില അടിസ്ഥാനതത്വങ്ങൾ ആവിഷ്കരിക്കാൻ ലെനിന് കഴിഞ്ഞു.

ഒന്നാമത്, പാർലമെന്ററി ഗ്രൂപ്പ് സെൻട്രൽ കമ്മിറ്റിയുടെ നിയന്ത്രണത്തിനും നിർദേശങ്ങൾക്കും പരിപൂർണമായും വിധേയമാകണം.

രണ്ടാമത്, പാർലമെന്ററി ഗ്രൂപ്പിലെ അംഗങ്ങളിലധികവും വിപ്ലവകാരികളായ തൊഴിലാളികളായിരിക്കണം.

മൂന്നാമത്, പാർലമെന്റിനകത്ത് നടത്തുന്ന പ്രസംഗങ്ങൾ പരിശോധിച്ച് അവ കമ്യൂണിസ്റ്റ് തത്വങ്ങൾക്ക് അനുസരിച്ചാണോ എന്ന് പാർട്ടി പത്രങ്ങളും പാർട്ടി യോഗങ്ങളും തീരുമാനിക്കണം.

നാലാമത്, എം പി മാർ പാർലമെന്റിന് വെളിയിലുള്ള പ്രചാരണ പ്രവർത്തനങ്ങളിൽ പങ്കുകൊള്ളണം.

അഞ്ചാമത്, അവസരവാദ പ്രവണതകൾ കാണിക്കുന്ന എം പി മാരെ ഗ്രൂപ്പിൽനിന്ന് പുറത്താക്കണം.

ലെനിന്റെ കാലത്തും പിന്നീടും ലോകകമ്യൂണിസ്റ്റ് പ്രസ്ഥാനം തുടർന്നുപോന്ന നയങ്ങളുടെ പ്രധാന ഭാഗങ്ങളാണിവ.

18

ദേശീയപ്രശ്നത്തോട് മാർക്സിസ്റ്റ് സമീപനം

*പ്രാവ്ദ*യടക്കമുള്ള നിയമവിധേയ പത്രങ്ങളുടെ പ്രവർത്തനം, ബോൾഷെവിക് എം പി മാർക്ക് നിർദേശങ്ങൾ കൊടുക്കൽ മുതലായ രൂപത്തിലുള്ള സംഘടനാ പ്രവർത്തനത്തോടൊപ്പം താത്വിക പ്രവർത്തനവും ലെനിൻ നടത്തിയിരുന്നു. 1913 അവസാനവും 1914 ആദ്യവുമായി ലെനിൻ കൈകാര്യം ചെയ്ത ഒരു പ്രധാന താത്വികപ്രശ്നം ദേശീയതയുടെതായിരുന്നു.

ഈ പ്രശ്നം സംബന്ധിച്ച് സ്വയം പഠന ഗവേഷണങ്ങൾ നടത്തുന്നതിനുപുറമെ മറ്റ് സഖാക്കളെക്കൊണ്ട് അത് നടത്തിക്കുക കൂടി ലെനിൻ ചെയ്തിരുന്നു. അക്കൂട്ടത്തിൽ പ്രധാനപ്പെട്ട ഒരു പഠനമാണ് സ്റ്റാലിന്റേത്. പാർട്ടിയുടെ താത്വിക മുഖപത്രത്തിൽ പ്രസിദ്ധീകരിച്ച ആ ലേഖനം പിന്നീട് ഒരു ലഘുലേഖയായും പ്രസിദ്ധീകരിച്ചു. അതുപോലെ വേറെ ചില പ്രധാന സഖാക്കളും ദേശീയപ്രസ്ഥാനം പഠനവിഷയമാക്കി.

മറ്റ് സഖാക്കൾ നടത്തിയ ഈ പഠന ഗവേഷണങ്ങൾക്ക് കുറെക്കൂടി ആശയവ്യക്തത നൽകുന്ന ഏതാനും ലേഖനങ്ങൾ ലെനിൻ തന്നെ എഴുതി. അതാണ് ദേശീയപ്രശ്നം സംബന്ധിച്ച് മാർക്സിസ്റ്റ് വിശകലനത്തിന്റെ സാരാംശം നൽകുന്ന ലെനിനിസ്റ്റ് കൃതികൾ.

മുതലാളിത്ത വളർച്ചയുടെ ഭാഗമായാണ് ദേശീയപ്രശ്നം ഉയർന്നുവരുന്നതെന്ന മാർക്സിസ്റ്റ് നിലപാടാണ് ലെനിൻ തന്റെ പഠനങ്ങൾക്ക് ആധാരമാക്കിയത്. പക്ഷേ, ലെനിൻ ഒരു പടികൂടി മുമ്പോട്ട് പോയി. മുതലാളിത്ത വളർച്ചയുടെ ആദ്യഘട്ടത്തിലാണ് ബൂർഷ്വാ ദേശീയതയുടെ അടിസ്ഥാനത്തിലുള്ള വിമോചന പ്രസ്ഥാനങ്ങൾ അലയടിച്ചുയരുന്നതെന്ന് അദ്ദേഹം ചൂണ്ടിക്കാണിച്ചു.

ഈ ഘട്ടത്തിൽ വിവിധ ദേശീയ ജനവിഭാഗങ്ങൾ അധിവസിക്കുന്ന വിശാല സാമ്രാജ്യങ്ങളിലോരോന്നിലും ദേശീയ വിമോചനപ്രസ്ഥാനം പ്രത്യക്ഷപ്പെടുകയും വിജയം വരിച്ച ദേശീയ ഭരണകൂടങ്ങൾ നിലവിൽ വരികയും ചെയ്ത കാര്യം ലെനിൻ എടുത്തു പറഞ്ഞു. ആധുനിക മുതലാളിത്തത്തിന്റെ വളർച്ചയ്ക്ക് ഇതാവശ്യമാണ്. ഒരേ ഭാഷ സംസാരിക്കുന്നവരും ഒരേ സംസ്കാരം ഉൾക്കൊള്ളുന്നവരുമായ ജനലക്ഷങ്ങളെ ഒരേ കൊടിക്കു കീഴിൽ അണിനിരത്തി വിപുലമായ ആഭ്യന്തരകമ്പോളം സൃഷ്ടിച്ചെടുക്കുന്നു എന്നതാണ് ബൂർഷ്വാ ദേശീയതയെ ആസ്പദമാക്കിയ ഭരണകൂടങ്ങളുടെ രൂപവൽക്കരണത്തിന്റെ അർഥവും പ്രാധാന്യവും.

മുതലാളിത്ത വളർച്ചയുടെ രണ്ടാംഘട്ടമാണ് കുത്തക മുതലാളിത്തം അല്ലെങ്കിൽ സാമ്രാജ്യാധിപത്യം. ഈ ഘട്ടത്തിൽ ദേശീയ ജനവിഭാഗങ്ങളോരോന്നും സ്വന്തം ഭരണകൂടമുണ്ടാക്കുകയെന്ന അർഥത്തിലുള്ള പഴയ ദേശീയതയ്ക്കുപകരം ഒന്നിലധികം ദേശീയ ജനവിഭാഗങ്ങൾ ഉൾക്കൊള്ളുന്ന വിപുലമായ ഭരണമേഖലകൾ രൂപംകൊള്ളുകയാണ്. മുൻ ഘട്ടത്തിൽ വേറിട്ടുപോകൽ പ്രവണതയ്ക്കായിരുന്നു പ്രാധാന്യമെങ്കിൽ ഈ ഘട്ടത്തിൽ ഏതാനും ദേശീയ ജനവിഭാഗങ്ങൾ ഉൾക്കൊള്ളുന്ന വിപുലമായ ഭരണപ്രദേശങ്ങൾ, അല്ലെങ്കിൽ സാമ്രാജ്യങ്ങൾ രൂപപ്പെടുകയാണ്.

ആദ്യഘട്ടത്തിലേതെന്നപോലെ ഇതും മുതലാളിത്ത വളർച്ചയുടെ ഫലമാണെന്ന് ലെനിൻ ചൂണ്ടിക്കാട്ടി. പക്ഷേ, ഈ ഘട്ടത്തിൽ ഒന്നിലധികം ദേശീയ ജനവിഭാഗങ്ങൾ ചേർന്നുകൊണ്ടുള്ള വിശാല രാജ്യങ്ങൾ, അല്ലെങ്കിൽ സാമ്രാജ്യങ്ങൾ, രൂപപ്പെടുന്നത് ജനാധിപത്യപരമായ അടിസ്ഥാനത്തിലല്ല. വിവിധ ദേശീയ ജനവിഭാഗങ്ങൾ തമ്മിൽ സമത്വവും സഹകരണവുമില്ലതാനും, അവയിൽവച്ച് ഏറ്റവും വലിയ ദേശീയ ജനവിഭാഗത്തിന് മറ്റുള്ളവയുടെമേൽ ആധിപത്യം സ്ഥാപിക്കാൻ കഴിയും വിധത്തിലാണ് ബഹുരാഷ്ട്ര വിശാലരാജ്യങ്ങൾ രൂപപ്പെടുന്നത്.

അതുകൊണ്ട് ഈ ഘട്ടത്തിലെ മുതലാളിത്ത സമൂഹത്തിന്റെ സവിശേഷ സ്വഭാവങ്ങളിലൊന്ന് വിവിധ ദേശീയ ജനവിഭാഗങ്ങൾ തമ്മിലുള്ള സംഘർഷങ്ങളും സംഘട്ടനങ്ങളുമാണ്. വിവിധ ദേശീയ ജനവിഭാഗങ്ങളിൽപ്പെട്ട തൊഴിലാളി–കർഷകാദി ജനലക്ഷങ്ങളെ തമ്മിലടിപ്പിച്ച് സ്വന്തം വർഗമേധാവിത്വം സ്ഥാപിക്കാൻ ഈ സാഹചര്യത്തിൽ ബൂർഷ്വാ–ഫ്യൂഡൽ ഭരണവർഗങ്ങൾക്ക് കഴിയുന്നു. അതിനെതിരെ പോരാടി വിവിധ ദേശീയ ജനവിഭാഗങ്ങളിൽപ്പെട്ട തൊഴിലാളി–കർഷകാദി ബഹുജനങ്ങളുടെ ഐക്യം ഊട്ടിയുണ്ടാക്കാൻ തൊഴിലാളിവർഗവും അതിന്റെ പാർട്ടികളും മുന്നോട്ട് വരണമെന്ന് ലെനിൻ നിർദേശിച്ചു.

ബൂർഷ്വാ സാമൂഹ്യവ്യവസ്ഥ നിലനിൽക്കുന്നിടത്തോളം കാലം ശക്തമായ ദേശീയ ജനവിഭാഗം ദുർബലമായവയുടെമേൽ സ്ഥാപിക്കുന്ന ആധിപത്യം ഇല്ലാതാവുകയില്ലെന്ന് ലെനിൻ ഉറച്ച് വിശ്വസിച്ചു. അതു

കൊണ്ട് മുതലാളിത്ത വളർച്ചയുടെ രണ്ടാംഘട്ടത്തിൽ ബൂർഷ്വാ ദേശീയതയ്ക്ക് എതിരെ പോരാടി തൊഴിലാളിവർഗ സാർവദേശീയത സ്ഥാപിക്കാൻ തൊഴിലാളിവർഗ പാർട്ടി ശ്രമിക്കണം. ആധിപത്യം സ്ഥാപിക്കുന്ന ദേശീയ ജനവിഭാഗത്തിലെന്നതുപോലെതന്നെ ആധിപത്യത്തിനിരയായ ദേശീയ ജനവിഭാഗങ്ങളിലും ബൂർഷ്വാ ദേശീയത പരക്കാൻ ഇടയുണ്ട്. അതിനെതിരെ ആശയപരവും രാഷ്ട്രീയവും പ്രായോഗികവുമായ സമരം നടത്താൻ തൊഴിലാളിവർഗ പാർട്ടി സദാ സന്നദ്ധമാവണം.

സാറിസ്റ്റ് റഷ്യയുടെ സമകാലീന സ്ഥിതി പരിശോധിക്കുമ്പോൾ റഷ്യൻ ജനതയ്ക്കും റഷ്യക്കാരല്ലാത്ത മറ്റ് ദേശീയ ജനവിഭാഗങ്ങൾക്കും ഒരുപോലെ ആപൽക്കാരിയായി നിൽക്കുന്നത് സാറിസ്റ്റ് സ്വേച്ഛാധിപത്യമാണ്. അതിനെ കടപുഴക്കി എറിഞ്ഞ് പൂർണവും യഥാർഥവുമായ ജനാധിപത്യം സ്ഥാപിക്കുന്നത് റഷ്യൻ ജനതയുടെയും മറ്റ് ദേശീയ ജനവിഭാഗങ്ങളുടെയും പൊതു ആവശ്യമാണ്. അതുകൊണ്ടാണ് റഷ്യക്കാർ അല്ലാത്ത മറ്റ് ദേശീയ ജനവിഭാഗങ്ങൾക്ക് റഷ്യൻ സാമ്രാജ്യത്തിൽനിന്ന് വേറിട്ടുപോയി സ്വന്തം ദേശീയ ഭരണകൂടം സ്ഥാപിക്കാനുള്ള അവകാശം തൊഴിലാളിവർഗ പാർട്ടി അംഗീകരിക്കണമെന്ന് ലെനിൻ നിർദേശിച്ചത്.

ഇവിടെ ലെനിൻ ഒരു കാര്യം വ്യക്തമാക്കി: എല്ലാ ദേശീയ ജനവിഭാഗങ്ങൾക്കും റഷ്യൻ മേധാവിത്വത്തിൽനിന്ന് വിട്ടുപോകാൻ അവകാശമുണ്ടെന്ന് പറയുന്നതിനർഥം അവരെല്ലാവരും റഷ്യൻ സാമ്രാജ്യത്തിൽ നിന്ന് വിട്ടുപോകണമെന്നല്ല. വിട്ടുപോകാനുള്ള അവകാശം അംഗീകരിക്കുക, അതേസമയത്ത് പരിപൂർണസമത്വത്തിന്റെ അടിസ്ഥാനത്തിൽ വിവിധ ദേശീയ ജനവിഭാഗങ്ങൾ ചേർന്ന ഒരു വിശാലമായ മഹാരാജ്യം വാർത്തെടുക്കുക — ഇത് തൊഴിലാളി വർഗത്തിന്റെ താൽപ്പര്യങ്ങൾക്ക് യോജിച്ചതാണ്. എന്തുകൊണ്ടെന്നാൽ, വെവ്വേറെ നിൽക്കുന്ന കുറെ കൊച്ചുരാജ്യങ്ങളായി നിന്നാലുണ്ടാവുന്നതിനേക്കാൾ ശക്തമായ ഒരു ഭരണസംവിധാനം സമത്വത്തെ ആസ്പദമാക്കിയ ഏകീകരണത്തിന്റെ സംവിധാനത്തിൽ തൊഴിലാളിവർഗത്തിനുണ്ടാവും. പരിപൂർണ സമത്വത്തിന്റെ അടിസ്ഥാനത്തിൽ രൂപംകൊള്ളുന്ന വിശാല രാജ്യത്ത് തൊഴിലാളിവർഗത്തിന്റെ താൽപ്പര്യം കൂടുതൽ നന്നായി സംരക്ഷിക്കപ്പെടും.

പക്ഷേ, ഇത് സാധിക്കണമെങ്കിൽ റഷ്യൻ തൊഴിലാളിവർഗം മറ്റ് ദേശീയ ജനവിഭാഗങ്ങൾക്ക് റഷ്യൻ സാമ്രാജ്യത്തിൽനിന്ന് വിട്ടുപോകാനുള്ള അവകാശം അംഗീകരിക്കണം. അങ്ങനെ മാത്രമേ തൊഴിലാളി വർഗ നേതൃത്വത്തിൽ വിവിധ ദേശീയ ജനവിഭാഗങ്ങളെ ഏകോപിപ്പിക്കാൻ കഴിയൂ.

ഇതുമായി ബന്ധപ്പെട്ടതും ലെനിൻ കൈകാര്യം ചെയ്തതുമായ ഒരു പ്രശ്നമാണ് ദേശീയസംസ്കാരത്തിന്റേത്. റഷ്യക്കാർക്കും മറ്റ് ദേശീയ ജനവിഭാഗങ്ങൾക്കും ഒരുപോലെ താന്താങ്ങളുടെ സ്വന്തമായ

സംസ്കാരമുണ്ട്. അത് നിലനിർത്താനും വളർത്താനുമുള്ള അവരുടെ ആഗ്രഹം ന്യായമാണുതാനും. അതുകൊണ്ട് ദേശീയസംസ്കാരത്തോട് നിഷേധാത്മകമായ നിലപാട് എടുക്കാൻ മാർക്സിസ്റ്റുകാർ ഒരിക്കലും തയാറാവരുത്.

പക്ഷേ, സാംസ്കാരികമായി ഓരോ ദേശീയ ജനവിഭാഗത്തിനുമുള്ള വ്യക്തിത്വം നിലനിർത്തുകയും സംരക്ഷിക്കുകയും ചെയ്യണമെങ്കിൽ തന്നെ ദേശീയ ജനവിഭാഗങ്ങളുടെ രാഷ്ട്രീയ സ്വാതന്ത്ര്യത്തിന് — വിട്ടുപോകലടക്കമെടുള്ള സ്വയം നിർണയാവകാശത്തിന് — മാർക്സിസ്റ്റുകാർ പ്രാമുഖ്യം നൽകണം.

ഈ പശ്ചാത്തലത്തിലാണ് ഓരോ ദേശീയ ജനവിഭാഗത്തിനകത്തുമുള്ള രണ്ട് സംസ്കാരങ്ങൾ സംബന്ധിച്ച ലെനിനിസ്റ്റ് സിദ്ധാന്തം രൂപപ്പെട്ടത്. ലെനിൻ എഴുതി:

> ജനാധിപത്യപരവും സോഷ്യലിസ്റ്റുമായ സംസ്കാരത്തിന്റെ മൂലഘടകങ്ങൾ പ്രാഥമിക രൂപത്തിലെങ്കിലും ഓരോ ദേശീയ സംസ്കാത്തിനകത്തുമുണ്ട്. എന്തുകൊണ്ടെന്നാൽ, ഓരോ ദേശീയ ജനവിഭാഗത്തിനുമകത്ത് മർദിത ജനവിഭാഗങ്ങളുണ്ട്. അവരുടെ ജീവിതസാഹചര്യങ്ങൾ അനിവാര്യമായി ജനാധിപത്യത്തിന്റെയും സോഷ്യലിസത്തിന്റെയും ആശയഗതിക്ക് രൂപംനൽകുന്നു. അതേ സമയത്ത് ഓരോ ദേശീയ ജനവിഭാഗത്തിനുമകത്ത് ബൂർഷ്വാ സംസ്കാരവും നിലനിൽക്കുന്നുണ്ട് — പിന്തിരിപ്പത്തത്തിന്റെയും പൗരോഹിത്യ മേധാവിത്വത്തിന്റെയും സംസ്കാരങ്ങൾപോലും. ഇതാകട്ടെ, പ്രാഥമിക രൂപത്തിലല്ലതാനും; സമൂഹത്തിൽ മേധാവിത്വം വഹിക്കുന്ന സംസ്കാരം ബൂർഷ്വാസിയുടെതാണ്. അതുകൊണ്ട് 'ദേശീയ'മെന്ന് പറയപ്പെടുന്ന പൊതുസംസ്കാരം ഭൂഉടമവർഗത്തിന്റെയും മതമേധാവികളുടെയും ബൂർഷ്വാസിയുടെയും സംസ്കാരമാണ്.

ഓരോ ദേശീയസംസ്കാരത്തിനുമകത്ത് പ്രകടമാവുന്ന ജനാധിപത്യപരതയെയും സോഷ്യലിസ്റ്റ് സ്വഭാവത്തെയും ഉപയോഗിച്ച് ബൂർഷ്വാ സംസ്കാരത്തിനും ബൂർഷ്വാ ദേശീയതയ്ക്കും എതിരായി പോരാടാൻ മാർക്സിസ്റ്റുകാർ ശ്രമിക്കണമെന്നർഥം.

വിവിധ ദേശീയ ജനവിഭാഗങ്ങളിൽപ്പെട്ട അധ്വാനിക്കുന്ന ബഹുജനങ്ങളെ യോജിപ്പിച്ച് ബൂർഷ്വാ ഭൂപ്രഭുവർഗങ്ങളുടെ ദേശീയതയ്ക്ക് എതിരെ പോരാടലാണ് ദേശീയ പ്രശ്നത്തോട് മാർക്സിസ്റ്റുകാർക്ക് ഉണ്ടാവേണ്ടസമീപനത്തിന്റെ ഹൃദയമെന്ന് ലെനിൻ ചൂണ്ടിക്കാണിച്ചു. ഇതിന്റെ അടിസ്ഥാനത്തിലാണ് റഷ്യൻ ദേശീയജനതയ്ക്ക് എതിരെയും ഉക്രേനിയൻ ജനതയെ യോജിപ്പിക്കാൻവേണ്ടിയും ഒരു ഉക്രേനിയൻ

മാർക്സിസ്റ്റ് ഉന്നയിച്ച നിർദേശത്തെ ലെനിൻ എതിർത്തത്. ഈ അടിസ്ഥാനത്തിൽത്തന്നെയാണ് റോസാ ലുക്സംബർഗിന്റെ ഒരു ലേഖനത്തിൽ റഷ്യൻ മാർക്സിസ്റ്റുകാരുടെ പരിപാടിയിൽനിന്ന് ദേശീയ ജനവിഭാഗങ്ങളുടെ സ്വയം നിർണയാവകാശമെന്ന നിർദേശം എടുത്തുകളയണമെന്ന് വാദിച്ചപ്പോൾ അതിനെ ലെനിൻ എതിർത്തത്.

പോളണ്ടും ഉക്രേയിനുമടക്കം എല്ലാ ദേശീയ ജനവിഭാഗ പ്രദേശങ്ങൾക്കും സ്വയംനിർണയാവകാശം അംഗീകരിച്ചുകൊണ്ട് പോളണ്ടിലെയും ഉക്രേയിനിലെയും റഷ്യയിലെയും തൊഴിലാളിവർഗത്തെ യോജിപ്പിക്കുകയെന്നതായിരുന്നു ലെനിന്റെ കാഴ്ചപ്പാട്.

മറ്റ് ജനവിഭാഗങ്ങളെ മർദിച്ചൊതുക്കുന്ന ഒരു ജനവിഭാഗത്തിനും സ്വയം സ്വതന്ത്രമാകാൻ കഴിയുകയില്ലെന്ന മാർക്സിന്റെ നിരീക്ഷണമാണ് ലെനിനെ താത്വികമായി നയിച്ചത്. പോളണ്ടും അയർലണ്ടും അടക്കമുള്ള ദേശീയ ജനവിഭാഗങ്ങളുടെ ദേശീയ സ്വാതന്ത്ര്യത്തിനുവേണ്ടി മാർക്സും എംഗൽസും പോരാടിയതുപോലെ സാറിസ്റ്റ് സാമ്രാജ്യത്തിന്റെ ഭാഗമായ ഓരോ ദേശീയ ജനവിഭാഗത്തിനും സ്വയം നിർണയാവകാശം നൽകിക്കൊണ്ട് മാത്രമേ റഷ്യൻ ജനതയ്ക്ക് അതിന്റെ സ്വാതന്ത്ര്യം നിലനിർത്താനാവൂ എന്ന് ലെനിൻ ഉദ്ബോധിപ്പിച്ചു. ഈ തത്വത്തിൽനിന്ന് വ്യതിചലിച്ചുകൊണ്ടുള്ള ഏത് വാദഗതിയെയും അത്തരം വാദഗതികൾ ഉയർത്തുന്ന ഏത് പ്രസ്ഥാനത്തെയും വിട്ടുവീഴ്ച കൂടാതെ ലെനിൻ എതിർത്തു. അതേയവസരത്തിൽ, സാറിസ്റ്റ് സ്വേച്ഛാധിപത്യത്തിനും ബൂർഷ്വ-ഫ്യൂഡൽ മേധാവിത്വത്തിനും എതിരായ സമരത്തിൽ റഷ്യക്കാരും അല്ലാത്തവരുമായ എല്ലാ ദേശീയ ജനവിഭാഗങ്ങളും ഒന്നിച്ചു നിൽക്കണമെന്ന് ലെനിന് നിർബന്ധമുണ്ടായിരുന്നു.

ഇതവസാനിപ്പിക്കുന്നതിനുമുമ്പ് ദേശീയപ്രശ്നം സംബന്ധിച്ച ലെനിനിസ്റ്റ് നിലപാടിനെ ദുർവ്യാഖ്യാനിക്കാനുള്ള ഒരു പ്രവണത നമ്മുടെ പാർട്ടിയിൽ രൂപപ്പെട്ടതിനെക്കുറിച്ചുകൂടി പറയാതിരിക്കാൻ നിവൃത്തിയില്ല. സാറിസ്റ്റ് സ്വേച്ഛാധിപത്യത്തിന്റെ രൂപത്തിൽ മറ്റ് ജനവിഭാഗങ്ങളുടെമേൽ റഷ്യൻ മേധാവിത്വം അടിച്ചേൽപ്പിക്കാനുള്ള ശ്രമത്തെയാണ് ലെനിൻ എതിർത്തത്. ആ എതിർപ്പിലെ ഒരുവിഭാഗം — സ്വയം നിർണയാവകാശം — ലെനിനിസത്തിന്റെ അഭേദ്യഭാഗമായ തൊഴിലാളിവർഗ സാർവദേശീയതയിൽനിന്ന് അടർത്തിയെടുത്തുകൊണ്ട് ഇന്ത്യയിലെ വിവിധ ദേശീയ ജനവിഭാഗങ്ങൾക്ക് വിട്ടുപോകലടക്കമുള്ള സ്വയം നിർണയാവകാശമുണ്ടായിരിക്കണമെന്ന ചിന്ത നമ്മുടെ പാർട്ടിക്കകത്ത് രൂപം കൊണ്ടു. അതിന്റെ ലാഞ്ഛന 1951 –ൽ അവിഭക്ത കമ്യൂണിസ്റ്റു പാർട്ടി അംഗീകരിച്ച പരിപാടിയിൽ കാണാം. അത് ആവർത്തിക്കണമെന്ന് 1964–ൽ അംഗീകരിച്ച പരിപാടി സംബന്ധിച്ച് ഏഴാം കോൺഗ്രസിൽ നടന്ന ചർച്ചയ്ക്കിടയ്ക്ക് ഒരഭിപ്രായം വരികയുണ്ടായി. അത് അന്ന് അംഗീ

കരിച്ചില്ല, കൂടുതൽ ചർച്ചയ്ക്കുവേണ്ടി മാറ്റിവെക്കുകയാണുണ്ടായത്. പിന്നീട് 1972 –ൽ പ്രശ്നം ചർച്ചചെയ്തപ്പോൾ സ്വതന്ത്ര ഇന്ത്യയുടെ സാഹചര്യത്തിൽ ഭാഷാ സംസ്ഥാനങ്ങൾക്ക് വിപുലമായ സ്വയംഭരണാവകാശങ്ങളോടുകൂടിയ ഫെഡറൽ സംവിധാനമാണ് ഇവിടത്തെ അധ്വാനിക്കുന്ന ബഹുജനങ്ങളുടെ ഐക്യത്തിന് ഉപകരിക്കുകയെന്ന നിഗമനത്തിൽ സി പി ഐ (എം) ചെന്നെത്തി.

19

പാർട്ടി ഐക്യം – എന്ത്, എങ്ങനെ?

റഷ്യൻ സോഷ്യൽ ഡെമോക്രാറ്റിക് തൊഴിലാളിവർഗപാർട്ടി ബോൾഷെവിക്കും മെൻഷെവിക്കുമായി തിരിഞ്ഞുനിന്ന് പരസ്പരം പോരാടുകയായിരുന്നുവല്ലോ. ഈ സ്ഥിതി അവസാനിപ്പിച്ച് പാർട്ടിയെ ഏകീകരിക്കണമെന്ന നിർദേശം മെൻഷെവിക്കുകാരിൽനിന്നും അവരുടെ കൂടെനിൽക്കുന്ന ചില ഗ്രൂപ്പുകളിൽനിന്നും വന്നു. മെൻഷെവിക്കുകാരുടെതിൽനിന്നും ബോൾഷെവിക്കുകാരുടെതിൽനിന്നും വ്യത്യസ്തമായ നിലപാട് എടുത്തിരുന്നവരെന്ന് പറഞ്ഞുകൊണ്ടാണ് ഇവർ ഈ നിർദേശം വെച്ചത്. അക്കൂട്ടത്തിൽ പ്ലഹാനോവും ട്രോത്സ്കിയും ഉൾപ്പെട്ടിരുന്നു. എന്നാൽ, യഥാർഥത്തിൽ ബോൾഷെവിക്കുകാർക്ക് എതിരായ ഒരു നീക്കമായിരുന്നു അത്.

1905 ലെ വിപ്ലവത്തെ അടിച്ചമർത്തിക്കഴിഞ്ഞതോടുകൂടി പാർട്ടിയുടെ രഹസ്യപ്രവർത്തനവും സംഘടനയും പിരിച്ചുവിടണമെന്ന് മെൻഷെവിക്കുകാർ വാദിച്ചിരുന്നുവല്ലോ. അതുപോലെ കാർഷികപ്രശ്നം, ദേശീയപ്രശ്നം മുതലായ പല കാര്യങ്ങളിലും ബോൾഷെവിക്കുകാരും മെൻഷെവിക്കുകാരും അന്യോന്യവിരുദ്ധമായ നിലപാടുകളാണ് എടുത്തിരുന്നത്. അതിൽ പല കാര്യങ്ങളും മെൻഷെവിക്കുകാരോടുള്ളതിനെക്കാൾ അടുപ്പം തങ്ങൾക്ക് ബോൾഷെവിക്കുകാരോടാണുള്ളതെന്ന് പ്ലഹാനോവിനെയും ട്രോത്സ്കിയെയും പോലുള്ളവർ അവകാശപ്പെട്ടു. പക്ഷേ, 'പാർട്ടിക്കകത്ത് ഐക്യം' നിലനിർത്തുന്നതിന് ബോൾഷെവിക്കുകാർ വിട്ടുവീഴ്ച ചെയ്യണമെന്ന് അവർ ആവശ്യപ്പെട്ടു. 'ബോൾഷെവിക്കുകാരുടെ കടുംപിടുത്തം' മൂലമാണ് പാർട്ടി ഭിന്നിച്ച് രണ്ടായി നിൽക്കുന്നതെന്ന് അവർ ആരോപിച്ചു. ഈ നിലപാട് ഉപേക്ഷിച്ച് മെൻഷെവിക്കുകാരുമായി യോജിച്ചു നിൽക്കാനാവശ്യമായ വിട്ടുവീഴ്ചകൾ ചെയ്യ

ണമെന്ന് ബോൾഷെവിക്കുകാരോട് അവർ ആവശ്യപ്പെട്ടു.

ഇക്കാര്യത്തിൽ ലെനിൻ തത്വാധിഷ്ഠിതമായ നിലപാടാണെടുത്തത്. ഐക്യമില്ലാതെ തൊഴിലാളിവർഗത്തിന് അതിന്റെ വർഗസമരത്തിൽ വിജയിക്കാൻ കഴിയുകയില്ലെന്ന് ലെനിന് പൂർണബോധ്യമുണ്ടായിരുന്നു. പക്ഷേ, തൊഴിലാളിവർഗത്തിൽ ഐക്യം സ്ഥാപിക്കണമെങ്കിൽ തൊഴിലാളിവർഗത്തിന്റെ മാർക്സിസ്റ്റ് പാർട്ടിയിൽ ജനാധിപത്യപരമായ ഐക്യമുണ്ടാവണമെന്ന് അദ്ദേഹം ചൂണ്ടിക്കാണിച്ചു. സംഘടിതരായ മാർക്സിസ്റ്റുകാരുടെ ഇടയിൽ പ്രകടമാവുന്ന വിവിധങ്ങളായ അഭിപ്രായഗതികളിൽ ഭൂരിപക്ഷത്തിന്റെ അഭിപ്രായമേതെന്ന് കണ്ടുപിടിക്കുകയും അത് ഒരു തീരുമാനത്തിന്റെ രൂപത്തിൽ പുറത്തുകൊണ്ടുവരികയും ചെയ്ത് ആ തീരുമാനം കൂറോടെ നടപ്പിൽ വരുത്തുകയെന്ന രീതി അംഗീകരിച്ചാൽ മാത്രമേ തൊഴിലാളിവർഗത്തിന്റെ ഐക്യം സ്ഥാപിക്കപ്പെടൂ.

എന്തുകൊണ്ടെന്നാൽ, തൊഴിലാളിവർഗത്തിന്റെ മുന്നണി വിഭാഗമാണ് മാർക്സിസ്റ്റുകാർ. തൊഴിലാളികളിൽനിന്നുയർന്നുവരുന്ന ഏറ്റവും ഉശിരന്മാരായ പ്രവർത്തകർ, വർഗബോധത്തിന്റെ കാര്യത്തിൽ ഉയർന്നുനിൽക്കുന്നവർ, മറ്റുവർഗങ്ങളിൽനിന്ന് വന്നവരാണെങ്കിലും തൊഴിലാളിവർഗ കാഴ്ചപ്പാടംഗീകരിച്ചിട്ടുള്ള വിപ്ലവകാരികൾ എന്നിവർ ചേർന്നതാണ് പാർട്ടി. അവരുടെ ഇടയിൽ പല കാരണങ്ങളാലും പലപ്പോഴും അഭിപ്രായഭേദമുണ്ടാകുന്നത് സ്വാഭാവികമാണ്. അവയെ സംബന്ധിച്ച് അന്യോന്യം ആശയവിനിമയം നടത്തി, ഭൂരിപക്ഷത്തിന്റെ തീരുമാനം നടപ്പിൽ വരുത്താൻ ന്യൂനപക്ഷം തയാറായാൽ മാത്രമേ തൊഴിലാളിവർഗത്തിന് ഏകീകൃതമായ നേതൃത്വമുണ്ടാവുകയുള്ളൂ. വ്യക്തികളായ പാർട്ടിമെമ്പർമാർ പാർട്ടിയുടെ കൂട്ടായ തീരുമാനത്തിനെന്നപോലെ പാർട്ടിക്കകത്ത് ന്യൂനപക്ഷ-ഭൂരിപക്ഷത്തിന് കീഴടങ്ങിയാൽ മാത്രമേ ഏകീകൃതമായ തൊഴിലാളിവർഗ നേതൃത്വമെന്ന നിലയ്ക്ക് മാർക്സിസ്റ്റുകാർക്ക് പ്രവർത്തിക്കാനാവൂ.

സാറിസ്റ്റ് സ്വേച്ഛാധിപത്യം കൊടികുത്തി വാണിരുന്ന റഷ്യയിൽ തൊഴിലാളിവർഗത്തിന്റെ മുന്നണിവിഭാഗമായ മാർക്സിസ്റ്റുകാർക്ക് രഹസ്യമായേ സംഘടിക്കാൻ കഴിയൂ. അങ്ങനെയാണ് കാൽനൂറ്റാണ്ടോളം കാലം റഷ്യൻ മാർക്സിസ്റ്റുകാർ പ്രവർത്തിച്ചുപോന്നത്. നിയമവിധേയമായി പത്രങ്ങൾ നടത്താനുള്ള സ്വാതന്ത്ര്യം, പാർലമെന്റിലേക്കും മറ്റുമുള്ള തിരഞ്ഞെടുപ്പുകൾ മുതലായ എല്ലാ വേദികളിലും മാർക്സിസ്റ്റുകാർ നിസ്സംശയം പ്രവർത്തിക്കണം, പ്രവർത്തിച്ചുപോന്നിട്ടുണ്ട്. പക്ഷേ, നിയമവിധേയമായ ഈ പ്രവർത്തനങ്ങളെല്ലാം നടത്തുമ്പോൾത്തന്നെ പാർട്ടി അതിന്റെ സ്വന്തം സംഘടന രഹസ്യമായി നിലനിർത്തണം. എങ്കിൽ മാത്രമേ തൊഴിലാളി - കർഷകാദി ജനലക്ഷങ്ങളെ സാറിസ്റ്റ് സ്വേച്ഛാധിപത്യത്തിനെതിരായി അണിനിരത്താൻ പാർട്ടിക്ക് കഴിയൂ.

ഈ നിയമവിരുദ്ധ പ്രവർത്തനവും സംഘടനയും അവസാനിപ്പിച്ച് ബോൾഷെവിക്കുകാർ നിയമവിധേയ പ്രവർത്തനം മാത്രം നടത്തുന്നത്

സംബന്ധിച്ച് മെൻഷെവിക്കുകാരുമായി യോജിപ്പിലെത്തണമെന്നാണ് പ്ലഹാനോവും ട്രോത്സ്കിയും നിർദേശിച്ചത്. അത് സാധ്യമല്ലെന്ന് മാത്ര മല്ല, അങ്ങനെ ചെയ്താൽ അത് തൊഴിലാളിവർഗ പ്രസ്ഥാനത്തെ വഞ്ചി ക്കുകയായിരിക്കുമെന്നുകൂടി ലെനിൻ ചൂണ്ടിക്കാണിച്ചു.

എന്നാൽ, നിയമവിരുദ്ധമായ പാർട്ടി സംഘടനയും നിയമവിധേയ മായ ബഹുജനപ്രവർത്തനവും തമ്മിലുള്ള ബന്ധത്തിന്റെ പ്രശ്നം മാത്ര മല്ല ലെനിൻ ഉന്നയിച്ചത്. തൊഴിലാളിവർഗ പാർട്ടിക്ക് തൊഴിലാളിവർഗ ത്തോടാകെ, അധ്വാനിക്കുന്ന ജനകോടികളോട് മുഴുവൻ, ഉണ്ടായിരി ക്കേണ്ട ബന്ധം സംബന്ധിച്ച് അതിപ്രധാനമായ ഒരു തത്വം അദ്ദേഹം ആവിഷ്കരിച്ചു.

തൊഴിലാളിവർഗത്തിന്റെ മുന്നണി വിഭാഗമാണ് പാർട്ടി; അതിനെ ക്കാൾ എത്രയോ വിശാലമായ ഒരു ജനവിഭാഗമാണ് തൊഴിലാളിവർഗം; അതിനെക്കാൾ എത്രയോ വിശാലമായ ജനവിഭാഗങ്ങളാണ് കർഷക ജനസാമാന്യവും മറ്റ് ജനവിഭാഗങ്ങളും. അപ്പോൾ തൊഴിലാളിവർഗ ത്തിന്റെ മുന്നണി വിഭാഗമായ പാർട്ടിക്ക് തൊഴിലാളിവർഗത്തെയാകെയും കർഷകജനസാമാന്യമടക്കമുള്ള ജനാധിപത്യപോരാളികളെയും നയി ക്കാൻ കഴിയണം, അതിന് കെട്ടുറപ്പുള്ള ഒരു സംഘടന വേണം, പാർട്ടി അംഗങ്ങളുടേതിന്റെ പത്തോ നൂറോ ആയിരമോ കൂടുതലോ ഇരട്ടി വരുന്ന തൊഴിലാളി – കർഷകാദി ബഹുജനങ്ങളെ നയിക്കാൻ കഴിയുന്ന സംഘ ടനയായി പാർട്ടി ഉയരണം. അത് സാധ്യമാണോ എന്ന ചോദ്യത്തിന് ലെനിൻ മറുപടി പറഞ്ഞു; സംഘടിതമായ പാർട്ടിക്ക് അതിന്റെ അംഗ ങ്ങളെക്കാൾ എത്രയോ ഇരട്ടി ബഹുജനങ്ങളുടെ പിന്തുണനേടാൻ കഴി യും.

സ്വയം നിയമവിരുദ്ധമായി സംഘടിപ്പിക്കപ്പെട്ടതെങ്കിലും നിയമവിധേ യമടക്കമുള്ള എല്ലാ മാർഗങ്ങളും ഉപയോഗിച്ച് പാർട്ടിമെമ്പർമാരുടെ എണ്ണത്തെക്കാൾ എത്രയോ ഇരട്ടി അനുയായികളുള്ള ഒരു പാർട്ടിയാണ് ബോൾഷെവിക്കുകാരുടേത്. നേരെമറിച്ച്, മെൻഷെവിക്കുകാരുടേത് നിയമവിധേയമായി പ്രവർത്തിക്കുന്നതാണെങ്കിലും, ബോൾഷെവിക്കുകാ രുടേതിനെക്കാൾ എത്രയോ ചുരുങ്ങിയ ബഹുജനപിന്തുണയുള്ള ഒരു പാർട്ടിയാണ്. ഇതിൽ ആദ്യത്തേതിനെ പിരിച്ചുവിട്ട് രണ്ടാമത്തേതിനെ മാത്രം നിലനിർത്താനാണ് പ്ലഹാനോവും ട്രോത്സ്കിയുമടക്കമുള്ള 'പാർട്ടി ഐക്യവാദി'കൾ ആവശ്യപ്പെട്ടത്. ഈ ആവശ്യം ലെനിൻ അവ ജ്ഞാപൂർവം തള്ളിക്കളഞ്ഞു. അങ്ങനെ ബോൾഷെവിക്കുകാർ റഷ്യ യിലെ തൊഴിലാളിവർഗ പ്രസ്ഥാനത്തിലെ ഏറ്റവും ശക്തിയുള്ള സംഘ ടനയായി ഉയർന്നു.

ഈ സമരത്തിൽ റഷ്യൻ മെൻഷെവിക്കുകാരുടെകൂടെ ചേർന്ന് ബോൾഷെവിക്കുകാരെ ആക്രമിക്കാൻ ആഗോളസോഷ്യൽ ഡെമോക്രാ റ്റിക് നേതാക്കളും ഒരുമ്പെട്ടു. 1913 ഡിസംബറിൽ ചേർന്ന ഇന്റർനാഷണ ലിന്റെ ഒരു കോൺഗ്രസിൽ അതിന്റെ വലതുപക്ഷനേതാവായ

കൗത്സ്കി "റഷ്യയിലെ പഴയ പാർട്ടി ഇല്ലാതായിരിക്കുന്നു" എന്ന് റിപ്പോർട്ടു ചെയ്തു. 'പഴയ പാർട്ടി'യിൽപ്പെട്ട ബോൾഷെവിക്കുകാർ ഒരു സ്വതന്ത്ര രാഷ്ട്രീയ ശക്തിയായി വളർന്നിരിക്കുന്നു. അവർ മെൻഷെവിക്കുകാരുടെ നിയന്ത്രണത്തിന് വഴങ്ങുന്നില്ല, എന്നാണ് കൗത്സ്കി പറഞ്ഞതിനർഥം. ഇത് ഉപയോഗിച്ച് റഷ്യയിലെ മെൻഷെവിക്കുകാർ ബോൾഷെവിക്കുകാർക്കെതിരെ രൂക്ഷമായ കടന്നാക്രമണം നടത്തി. അത് സംബന്ധിച്ച് ലെനിൻ ഇങ്ങനെ പറഞ്ഞു:

> ഞങ്ങളുടെ പാർട്ടി പിരിച്ചുവിടണമെന്നാവശ്യപ്പെടുന്നവരുമായി യോജിപ്പുണ്ടാക്കണമെന്ന അസംബന്ധമായ നിർദേശമാണ് ഞങ്ങൾക്ക് നൽകുന്നത്. ഞങ്ങളാണ് തൊഴിലാളി ജനസാമാന്യത്തെ പിരിച്ചുവിടൽകാർക്ക് എതിരായി യോജിപ്പിക്കുന്നത്.

കൗത്സ്കിയുടെ റിപ്പോർട്ടിനെതിരെ വ്യാപകമായ ഒരു ബഹുജന പ്രചാരണപ്രസ്ഥാനം സംഘടിപ്പിക്കണമെന്ന് ലെനിൻ നിർദേശിച്ചു. അത് സംഘടിപ്പിക്കുകയും ചെയ്തു.

ഒന്നാം ലോകമഹായുദ്ധം പൊട്ടിപ്പുറപ്പെടുന്നതിന് തൊട്ടുമുമ്പ് സാർവദേശീയ സോഷ്യലിസ്റ്റ് ബ്യൂറോ ഒരു സമ്മേളനം വിളിച്ചു. മെൻഷെവിക്കുകാരും മറ്റു ബോൾഷെവിക് വിരുദ്ധരുമാണ് ആ സമ്മേളനത്തിൽ പ്രധാനമായി പങ്കെടുത്തത്. പക്ഷേ, അതിൽ പങ്കെടുക്കാനുള്ള ക്ഷണം ബോൾഷെവിക്കുകാർക്കും കിട്ടി. അവർ ഒരു പ്രതിനിധിയെ സമ്മേളനത്തിലേക്കയക്കുകയും ചെയ്തു. അവിടെ ബോൾഷെവിക് പ്രതിനിധി വായിച്ച പ്രസ്താവനയിൽ സമ്മേളനത്തിൽ പങ്കെടുക്കുന്ന മറ്റ് പ്രതിനിധികൾ 'അനുയായികളില്ലാത്ത നേതാക്കന്മാരാണ്' എന്ന് വെട്ടിത്തുറന്ന് പറഞ്ഞിരുന്നു.

ബോൾഷെവിക്കുകാരും പിരിച്ചുവിടൽകാരും തമ്മിലുള്ള പ്രധാന തർക്കം സംഘടനാപരമല്ല, ആശയപരവും നയപരവുമാണ്; തൊഴിലാളി വർഗത്തിന്റെ സ്വതന്ത്രരാഷ്ട്രീയമെന്ന പ്രശ്നമാണ് അതിൽ വ്യക്തമാവുന്നത്. അക്കാര്യത്തിൽ വിട്ടുവീഴ്ചയുടെ പ്രശ്നമേ ഉദിക്കുന്നില്ലെന്ന് ബോൾഷെവിക് പ്രതിനിധി വെട്ടിത്തുറന്ന് പ്രഖ്യാപിച്ചു.

സാറിസ്റ്റ് സ്വേച്ഛാധിപത്യം നടമാടുന്ന റഷ്യയിൽ നിയമവിരുദ്ധമായി പ്രവർത്തിക്കുന്നതിന്റെ ആവശ്യമാണല്ലോ ലെനിൻ ഊന്നിപ്പറഞ്ഞത്. പക്ഷേ, സ്വാതന്ത്ര്യാനന്തര ഇന്ത്യയിലെന്നപോലെ നിയമവിധേയ പ്രവർത്തനത്തിന് സൗകര്യമുള്ള സാഹചര്യത്തിലും പ്രയോഗത്തിൽ വരുത്തേണ്ട ഒരു തത്വമാണ് ലെനിൻ ഇവിടെ ആവിഷ്കരിച്ചത്.

തൊഴിലാളിവർഗത്തിന്റെ മുന്നണിവിഭാഗം, ജനാധിപത്യ കേന്ദ്രീകരണ തത്വത്തിന്റെ അടിസ്ഥാനത്തിൽ ഈ മുന്നണിവിഭാഗം ഒരു പാർട്ടിയായി പ്രവർത്തിക്കൽ, ആ പാർട്ടിയും തൊഴിലാളി-കർഷകാദി ബഹുജനങ്ങളുടെ പൊരുതുന്ന സംഘടനകളും തമ്മിലുള്ള സുദൃഢബന്ധം — ഇതെല്ലാമാണ് ലെനിൻ ഊന്നിപ്പറഞ്ഞ കാര്യങ്ങൾ. കഴിഞ്ഞ നാല്

പതിറ്റാണ്ട് കാലമായി ഇന്ത്യയിൽ നിലവിലുള്ള രാഷ്ട്രീയ സാഹചര്യം ലെനിൻ ജീവിച്ചിരുന്ന കാലത്തെ റഷ്യയുടെതിൽനിന്ന് വ്യത്യസ്തമാണ്. അതുകൊണ്ട് പാർട്ടിക്ക് നിയമവിധേയമായി പ്രവർത്തിക്കാനുള്ള സാഹചര്യങ്ങളുണ്ട്.

പക്ഷേ, ഇവിടെയും തൊഴിലാളിവർഗത്തിന്റെ മുന്നണിവിഭാഗമാണ് പാർട്ടി. മുന്നണിവിഭാഗവും ജനസാമാന്യവുമായുള്ള ബന്ധം സുദൃഢമാക്കുകതന്നെ വേണം. മുന്നണിവിഭാഗമായ പാർട്ടിയുടെതന്നെ പ്രവർത്തനം ജനാധിപത്യകേന്ദ്രീകരണത്തിന്റെ അടിസ്ഥാനത്തിലായിരിക്കുകയും വേണം. അതുകൊണ്ടാണ് സി പി ഐ (എം)ന്റെ സൽക്കിയാ റിപ്പോർട്ടിൽ ലക്ഷക്കണക്കിന് ബഹുജനങ്ങൾ അംഗങ്ങളായിട്ടുള്ള തൊഴിലാളി – കർഷകാദി സമരസംഘടനകളിൽ പ്രവർത്തിക്കുന്ന പതിനായിരക്കണക്കിന് ഉശിരന്മാരായ പ്രവർത്തകരെ പാർട്ടിയിലേക്ക് എടുക്കുകയും ആശയപരവും സംഘടനാപരവുമായ പ്രവർത്തനങ്ങളിലൂടെ അവരെ കമ്യൂണിസ്റ്റുകാരായി ഉയർത്തുകയും ചെയ്യുന്നതിന്റെ പ്രാധാന്യം ഊന്നിപ്പറഞ്ഞത്. അതുകൊണ്ടുതന്നെയാണ് പാർട്ടിയുടെ പ്രവർത്തനം തികച്ചും ജനാധിപത്യ കേന്ദ്രീകരണത്തിൽ അടിയുറച്ചതാവണമെന്ന് സൽക്കിയാ പ്ലീനം നിർബന്ധിച്ചത്.

ലെനിൻ വിഭാവനം ചെയ്തതുപോലെ പതിനായിരവും ലക്ഷവും കണക്കിന് മെമ്പർമാരുള്ള പാർട്ടി കോടിക്കണക്കിൽ ബഹുജനങ്ങളെ നയിക്കുക എന്ന അർഥത്തിൽ ഇന്ത്യൻ തൊഴിലാളിവർഗത്തിന്റെ വിപ്ലവ ബഹുജന പാർട്ടിയായി സ്വയം ഉയരാനുള്ള ആഹ്വാനം സൽക്കിയാ സമ്മേളനം സി പി ഐ (എം)ന് നൽകിയതും അതുകൊണ്ടുതന്നെ. അത്തരമൊരു പാർട്ടിയില്ലാതെ ഇന്ത്യയിൽ ഇന്ന് നിലവിലുള്ള ബൂർഷ്വാ ജനാധിപത്യവ്യവസ്ഥയെ ജനകീയ ജനാധിപത്യത്തിലേക്ക് ഉയർത്തി ഇന്ത്യയെ സോഷ്യലിസത്തിലേക്കും കമ്യൂണിസത്തിലേക്കും നയിക്കാൻ ആവുകയില്ലെന്ന് സൽക്കിയാ സമ്മേളനം വെട്ടിത്തുറന്ന് പറഞ്ഞു.

20

യുദ്ധവും തൊഴിലാളിവർഗവും

ആയിരത്തിതൊള്ളായിരത്തി പതിനാല് ആഗസ്തിൽ യൂറോപ്പിൽ ഒരു യുദ്ധം പൊട്ടിപ്പുറപ്പെട്ടു. ഒരുവശത്ത് ജർമനിയും അതിന്റെ സഖ്യ കോയ്മകളായിരുന്ന ആസ്ത്രിയ, തുർക്കി, ബൾഗേറിയ എന്നിവയും മറുവശത്ത് ബ്രിട്ടൻ, ഫ്രാൻസ്, റഷ്യ എന്നിവയും ഉണ്ടായിരുന്നു. പിന്നീട് ജപ്പാൻ, ഇറ്റലി, അമേരിക്ക എന്നീ രാജ്യങ്ങളും അവരോട് ചേർന്നു.

അങ്ങനെ യൂറോപ്യൻ ഭൂഖണ്ഡത്തിലും വെളിയിലുമുള്ള മുതലാളിത്തകോയ്മകൾ രണ്ട് വിരുദ്ധചേരികളായി തിരിഞ്ഞ് അന്യോന്യം പടവെട്ടിക്കൊണ്ടുള്ള ഒരു യുദ്ധമായിരുന്നു ഒന്നാം ലോകമഹായുദ്ധമെന്ന് പിന്നീട് അറിയപ്പെട്ട ആഗോളയുദ്ധം.

ഇതുപോലൊരു സാമ്രാജ്യയുദ്ധം വരാൻ പോകുന്നുവെന്ന് തൊഴിലാളിവർഗ പ്രസ്ഥാനം നേരത്തെതന്നെ കണ്ടിരുന്നു. അങ്ങനെ വരുമ്പോൾ ഓരോ രാജ്യത്തെയും തൊഴിലാളിവർഗത്തെ സ്വന്തം കൊടിക്കീഴിൽ അണിനിരത്തി 'ശത്രു' രാജ്യങ്ങളിലെ തൊഴിലാളികൾക്കെതിരെ പടവെട്ടിക്കാൻ മുതലാളിത്ത ഭരണകർത്താക്കൾ ശ്രമിക്കുമെന്ന് മാർക്സിസ്റ്റുകാർ മുന്നറിയിപ്പ് നൽകി. കഴിയുമെങ്കിൽ യുദ്ധം പൊട്ടിപ്പുറപ്പെടാതെ നോക്കുക, അത് പരാജയപ്പെട്ട് യുദ്ധം വന്നാൽ ഓരോ മുതലാളിത്ത രാജ്യത്തെയും തൊഴിലാളികൾ അതാത് രാജ്യത്തെ ഭരണാധികാരികൾക്കും അവർ നടത്തുന്ന യുദ്ധത്തിനുമെതിരെ പോരാടുക — ഇതാണ് ലെനിന്റെ നേതൃത്വത്തിലുള്ള ഇടതുപക്ഷക്കാർ അംഗീകരിച്ച നിലപാട്.

നേരെമറിച്ച് 'ശത്രു' രാജ്യത്തെ ശക്തിയായി എതിർത്തുകൊണ്ടും 'സ്വന്തം' രാജ്യത്തെ ഗവൺമെന്റിന് സർവ പിന്തുണയും നൽകിക്കൊണ്ടും പ്രവർത്തിക്കാനാണ് വലതുപക്ഷക്കാർ തീരുമാനിച്ചത്.

യുദ്ധം പൊട്ടിപ്പുറപ്പെട്ട വാർത്ത വന്നപ്പോൾ ലെനിൻ ആസ്ത്രിയയി

ലായിരുന്നു. അവിടത്തെ ബൂർഷ്വാ ഗവൺമെന്റ് ജർമൻ ചേരിയിലാണ് അണിനിരന്നിരുന്നത്. എന്നാൽ, ലെനിനെപ്പോലുള്ളവർ റഷ്യയിലെ എന്ന പോലെ 'ശത്രു' രാജ്യത്തിലെയും ഭരണാധികാരികളുടെ വിരോധത്തിന് ഇരയായിരുന്നു. അതുകൊണ്ട് ആസ്ത്രിയൻ ഗവൺമെന്റ് ലെനിനെ ഒരു 'റഷ്യൻ ഏജന്റാ'യി മുദ്രകുത്തി അദ്ദേഹത്തെ അറസ്റ്റുചെയ്തു. ആസ്ത്രിയ റഷ്യൻ പിടിയിൽ അമർന്നുപോയാൽ ലെനിൻ റഷ്യൻ പൊലീസിന്റെ കൈയിലാവും. അതുകൊണ്ട് ലെനിന്റെ ബന്ധുക്കളും സുഹൃത്തുക്കളുമെല്ലാം അങ്ങേയറ്റം ഉൽക്കണ്ഠാകുലരായിരുന്നു. ആസ്ത്രിയയിലെ ഇടതുപക്ഷക്കാരായ രാഷ്ട്രീയപ്രവർത്തകർ ലെനിന്റെ മോചനത്തിനുവേണ്ടി പ്രക്ഷോഭപ്രചാരണങ്ങൾ നടത്തി.

ആസ്ത്രിയൻ സോഷ്യൽ ഡെമോക്രാറ്റിക് പാർട്ടിയുടെ നേതാവായ വിക്ടർ ആഡ്‌ലർ ആസ്ത്രിയൻ മന്ത്രിയെ കണ്ട് ലെനിനെ നിഷ്പക്ഷ രാജ്യമായ സ്വിറ്റ്സർലന്റിലേക്ക് പോകാൻ അനുവദിക്കണമെന്ന് അഭ്യർഥിച്ചു. അപ്പോൾ മന്ത്രി ആഡ്‌ലർ ചോദിച്ചത് "ലെനിൻ റഷ്യൻ ഗവൺമെന്റിനെതിരാണ് എന്ന് നിങ്ങൾക്ക് ഉറപ്പുണ്ടോ" എന്നായിരുന്നു. ആഡ്‌ലറുടെ മറുപടി ഇതായിരുന്നു: "ബഹുമാനപ്പെട്ട അങ്ങയെക്കാൾ എത്രയോ കൂടുതൽ ശക്തിയായി റഷ്യൻ ഗവൺമെന്റിനെ ലെനിൻ എതിർക്കുന്നു."

അവസാനം സ്വിറ്റ്സർലന്റിലേക്ക് പോകാൻ ലെനിന് അനുമതി കിട്ടി. ഭാര്യ ക്രൂപ്സ്കായ, അവരുടെ അമ്മ എന്നിവരോടുകൂടി സെപ്തംബർ 5 ന് ലെനിൻ സ്വിറ്റ്സർലന്റിലെത്തി.

ഇതിനിടയ്ക്കുതന്നെ ജർമൻ, സോഷ്യൽ ഡെമോക്രാറ്റിക് പാർട്ടിയുടെ പാർലമെന്ററി ഗ്രൂപ്പ് നേതാക്കൾ 'സ്വന്തം' ഗവൺമെന്റിനോട് സാഹോദര്യം പ്രകടിപ്പിച്ചു. കൈസർ ചക്രവർത്തിയുടെ നേതൃത്വത്തിലുള്ള ഗവൺമെന്റിന് യുദ്ധം നടത്താനാവശ്യമുള്ള പണം അനുവദിക്കുന്ന പ്രമേയത്തിന് ജർമൻ സോഷ്യൽ ഡെമോക്രാറ്റിക് എം പി മാർ മുഴുവൻ വോട്ട് ചെയ്തു.

ഇന്റർനാഷണലിന്റെ തീരുമാനങ്ങളെയെല്ലാം കാറ്റിൽ പറത്തിക്കൊണ്ടുള്ള ഈ നടപടിതന്നെ ബൽജിയം, ഫ്രാൻസ്, ബ്രിട്ടൻ എന്നീ രാജ്യങ്ങളിലെ സോഷ്യൽ ഡെമോക്രാറ്റുകാർ സ്വന്തം രാജ്യത്തെടുത്തു. റഷ്യയിലും പ്ലഹാനോവ് അടക്കമുള്ള മെൻഷെവിക്കുകാർ മുഴുവൻ സാറിസ്റ്റ് ഗവൺമെന്റിന്റെ പിന്നിൽ അണിനിരന്നു. അങ്ങനെ രണ്ടാം ഇന്റർനാഷണൽ ലജ്ജാകരമാംവിധം തകർന്ന് തരിപ്പണമായി.

ഇതെല്ലാം നടക്കുമ്പോൾ ലെനിന്റെ നേതൃത്വത്തിലുള്ള ബോൾഷെവിക് പാർട്ടി തൊഴിലാളിവർഗ സാർവദേശീയതയുടെ കൊടി ഉയർത്തിക്കൊണ്ട് പ്രഖ്യാപിച്ചു: "യുദ്ധത്തിനെതിരെ അണിനിരക്കുക! യുദ്ധത്തിനെതിരെ യുദ്ധം" ലോകത്താകെയുള്ള അധ്വാനിക്കുന്ന ബഹുജനങ്ങൾക്ക് സാമ്രാജ്യകോയ്മകളുടെ നശീകരണപ്രക്രിയക്ക് എതിരെയുള്ള പരിശുദ്ധ സമരത്തിലണിനിരന്ന് പിന്തിരിപ്പന്മാരുടെതായ യുദ്ധത്തിൽനിന്ന് വിപ്ലവകരമായി പുറത്തുകടക്കാനുള്ള ഏകമാർഗം അംഗീകരിക്കാൻ

ആഹ്വാനം ചെയ്തത് ലെനിൻ ആയിരുന്നു.

1914 സെപ്തംബർ 6 തൊട്ട് 8 വരെയുള്ള ദിവസങ്ങളിൽ സ്വിറ്റ്സർലന്റിലെ ബേൺ എന്ന നഗരത്തിലെ ബോൾഷെവിക് ഗ്രൂപ്പ് ഒരു യോഗം ചേർന്നു. ലെനിൻ തയാറാക്കിയ ഒരു രേഖ യോഗം അംഗീകരിച്ചു. "യൂറോപ്യൻ യുദ്ധത്തിൽ വിപ്ലവകാരികളായ സോഷ്യൽ ഡെമോക്രാറ്റുകാരുടെ കടമകൾ" എന്ന തലവാചകത്തിലുള്ള ആ രേഖ അച്ചടിക്കാൻ സൗകര്യമില്ലാതിരുന്നതിനാൽ അതിന്റെ കൈയെഴുത്ത് കോപ്പികൾ എല്ലാ രാജ്യങ്ങളിലുമുള്ള ബോൾഷെവിക്കുകാർക്ക് പകർത്തിയെടുത്ത് കൊടുത്തയച്ചു. ഒക്ടോബർ 16 ന് ലെനിന് കിട്ടിയ ഒരു റിപ്പോർട്ടനുസരിച്ച് റഷ്യയിലെ സെൻട്രൽ കമ്മിറ്റി മെമ്പർമാരും എം പി മാരുടെ ഗ്രൂപ്പും സെന്റ് പീറ്റേഴ്സ് ബർഗ് അടക്കമുള്ള പട്ടണങ്ങളിലെ പാർട്ടി സംഘടനകളും ആ രേഖ അംഗീകരിച്ചു. അതുകൊണ്ട് ആ രേഖയുടെ അടിസ്ഥാനത്തിൽ ഒരു വിജ്ഞാപനം ലെനിൻ എഴുതി തയാറാക്കി. അതിന് റഷ്യയിൽനിന്ന് അംഗീകാരം കിട്ടിയാലുടനെ പാർട്ടി സെൻട്രൽ കമ്മിറ്റിയുടെ അഭ്യർഥനയായി പ്രസിദ്ധീകരിക്കാൻ തീരുമാനിച്ചു.

"യുദ്ധവും റഷ്യയിലെ സോഷ്യൽ ഡെമോക്രസിയും" എന്ന തലക്കെട്ടിലുള്ള ആ വിജ്ഞാപനം യുദ്ധത്തിന്റെ സാമ്രാജ്യ സ്വഭാവം തികച്ചും തുറന്നു കാണിക്കുന്ന ഒരു രേഖയായിരുന്നു. അതിൽ ഇങ്ങനെ പറഞ്ഞു:

> മറ്റ് രാജ്യങ്ങളുടെ അധീനത്തിലുള്ള പ്രദേശങ്ങൾ കൈയടക്കുക, തങ്ങളോട് കച്ചവടമത്സരമുള്ള രാജ്യങ്ങളെ നശിപ്പിക്കുക, അവരുടെ സ്വത്തുക്കൾ കൊള്ളയടിക്കുക, റഷ്യയിലും ജർമനിയിലും ബ്രിട്ടനിലും മറ്റ് രാജ്യങ്ങളിലുമുള്ള അധ്വാനിക്കുന്ന ബഹുജനങ്ങളുടെ ശ്രദ്ധ തിരിച്ചുവിടുക, തൊഴിലാളികളെ ഭിന്നിപ്പിക്കുകയും രാജ്യസ്നേഹത്തിന്റെ മത്തുപിടിപ്പിക്കുകയും ചെയ്യുക, തൊഴിലാളിവർഗത്തിന്റെ വിപ്ലവപ്രസ്ഥാനത്തെ ദുർബലപ്പെടുത്തത്തക്ക വിധം മുന്നണിവിഭാഗത്തെ നശിപ്പിക്കുക — ഇതൊക്കെയാണ് ഇന്നത്തെ യുദ്ധത്തിന്റെ യഥാർഥ ഉള്ളടക്കവും പ്രാധാന്യവും.

സെൻട്രൽ കമ്മിറ്റി അംഗീകരിച്ച വിജ്ഞാപനം ഇങ്ങനെ തുടർന്നു:

> റഷ്യയുടെ ഭാഗമായ എല്ലാ ദേശീയ ജനവിഭാഗങ്ങളിലുംപെട്ട തൊഴിലാളി വർഗത്തിന്റെയും മറ്റ് അധ്വാനിക്കുന്ന ബഹുജനങ്ങളുടെയും നിലപാടിൽനിന്ന് നോക്കുമ്പോൾ സാറിസ്റ്റ് സ്വേച്ഛാധിപത്യത്തിന്റെ പരാജയത്തെപ്പോലെ നല്ല ഒരു കാര്യമില്ല.

എന്തുകൊണ്ടെന്നാൽ, സാറിസ്റ്റ് സ്വേച്ഛാധിപത്യത്തിനെതിരായ ജനങ്ങളുടെ വിജയം കൂടുതൽ സുഗമമാവും; തൊഴിലാളിവർഗത്തിന്റെ ഉറച്ച

കാലടികളിലൂടെ സോഷ്യലിസത്തിലേക്ക് മുന്നേറാൻ കഴിയും. മുതലാളിത്തത്തിന്റെ അടിമത്തത്തിൽനിന്നും സാമ്രാജ്യയുദ്ധങ്ങളുടെ വിപത്തിൽ നിന്നും രക്ഷനേടാൻ കഴിയും. റഷ്യയിൽ മാത്രമല്ല മറ്റ് എല്ലാ രാജ്യങ്ങളിലുമുള്ള വിപ്ലവകാരികളായ മാർക്സിസ്റ്റുകാർ യുദ്ധത്തിലേർപ്പെട്ടിട്ടുള്ള 'സ്വന്തം' ഗവൺമെന്റുകളെ പരാജയപ്പെടുത്താൻ ശ്രമിക്കണമെന്ന കാഴ്ചപ്പാടാണ് ലെനിനെ മറ്റ് സോഷ്യൽ ഡെമോക്രാറ്റിക് നേതാക്കളിൽനിന്ന് വേർതിരിച്ചത്. അങ്ങനെ സാമ്രാജ്യയുദ്ധത്തെ സ്വന്തം രാജ്യത്തെ ആഭ്യന്തരവർഗയുദ്ധമാക്കി മാറ്റാനുള്ള നേതൃത്വം ലെനിൻ നൽകി.

ആഗോള സോഷ്യൽ ഡെമോക്രാറ്റിക് പ്രസ്ഥാനത്തിലെ ഒരുവിഭാഗം താന്താങ്ങളുടെ 'സ്വന്തം' ഭരണവർഗങ്ങളുടെ പിന്നിലണിനിരക്കുകയും മറ്റൊരുവിഭാഗം സാമ്രാജ്യയുദ്ധത്തെ മുതലാളിത്തരാജ്യങ്ങളിലെ ആഭ്യന്തര വർഗ യുദ്ധമാക്കി മാറ്റാൻ നേതൃത്വം കൊടുക്കുകയും ചെയ്ത ഈ സാഹചര്യത്തിൽ, വിപ്ലവകാരികളുടെതായ മാർക്സിസ്റ്റുകാരുടെ ഒരു മൂന്നാം ഇന്റർനാഷണൽ സ്ഥാപിക്കുന്നതിന്റെ ആവശ്യം ലെനിൻ ഊന്നിപ്പറഞ്ഞു. എല്ലാ അവസരവാദ ചിന്താഗതികളോടും സലാം പറഞ്ഞ് അവസരവാദി നേതാക്കളെ പുറത്താക്കി ശുദ്ധീകരിക്കപ്പെട്ട ഒരു യഥാർഥ തൊഴിലാളിവർഗ പ്രസ്ഥാനമാണ് ലെനിനും സഹപ്രവർത്തകരും വിഭാവനം ചെയ്തത്. തൊഴിലാളിവർഗത്തിന്റെ സാർവദേശീയ കാഴ്ചപ്പാടോടെ സോഷ്യലിസ്റ്റ് വിപ്ലവത്തിന് അധ്വാനിക്കുന്ന ബഹുജനങ്ങളെ സജ്ജീകരിക്കാനുള്ള സമീപനമായിരുന്നു ലെനിന്റേത്. തലതിരിഞ്ഞ രാജ്യാഭിമാനം, വർഗവഞ്ചന മുതലായവ കൊടികുത്തിവാഴുന്ന കാലത്ത് അന്തിമമായ വിജയം തൊഴിലാളിവർഗത്തിന്റെതായ സാർവദേശീയതയ്ക്കും വിപ്ലവപ്രസ്ഥാനത്തിനുമാണെന്ന ശുഭാപ്തിവിശ്വാസത്തോടെയാണ് ലെനിൻ മുന്നോട്ടു നീങ്ങിയത്.

ഈ അടിസ്ഥാനത്തിലുള്ള പ്രവർത്തനം പ്രയാസങ്ങൾ നിറഞ്ഞതായിരുന്നു. നിയമവിരുദ്ധമായി പുറത്തിറക്കേണ്ട പത്രങ്ങളും, സാഹിത്യങ്ങളും പ്രസിദ്ധീകരിക്കാൻ വേണ്ട പണമോ മറ്റ് സാമഗ്രികളോ ശേഖരിക്കുന്നത് എളുപ്പമല്ലായിരുന്നു. എങ്കിലും നവംബർ 1 ന് സെൻട്രൽ കമ്മിറ്റിയുടെ വിജ്ഞാപനം പ്രസിദ്ധീകരിക്കുന്ന ഒരു പത്രം പുറത്തുവന്നു. അതിന്റെ 1500 കോപ്പി സ്വിറ്റ്സർലന്റിൽനിന്ന് മറ്റ് യൂറോപ്യൻ രാജ്യങ്ങളിലേക്കും റഷ്യയിലേക്കും അയച്ചു. ചെന്നിടത്തെല്ലാം സഖാക്കളെ ആവേശഭരിതരാക്കിക്കൊണ്ട് പുതിയ നിയമവിരുദ്ധ സാഹചര്യത്തിൽ പ്രവർത്തിക്കാനുള്ള നേതൃത്വം ആ പ്രസിദ്ധീകരണം നൽകി. ഒറ്റതിരിഞ്ഞ് നിൽക്കുന്ന പ്രസ്ഥാനമാണെന്ന് മുദ്രകുത്തപ്പെട്ടുവെങ്കിലും റഷ്യയിലെ ജനസാമാന്യത്തിനിടയിൽ അതിവേഗം പടർന്നുകയറുന്ന ഒന്നായി ബോൾഷെവിക് പ്രസ്ഥാനം മാറി.

റഷ്യയിലെ ബോൾഷെവിക്കുകാരെ എന്നപോലെ മറ്റ് രാജ്യങ്ങളിലെ ഇടതുപക്ഷ സോഷ്യൽ ഡെമോക്രാറ്റുകാരെയും സംഘടിപ്പിക്കുന്നതിന്റെ പ്രാധാന്യം ലെനിൻ മനസിലാക്കി. ഈ പ്രവർത്തനത്തിൽ ജർമനിയിലെ

കൗത്സ്കി, റഷ്യയിലെ പ്ലഹാനോവ് മുതലായവരെടുത്ത 'മധ്യമാർഗ' ത്തിനെതിരെ പോരാടുന്നതിന്റെ ആവശ്യം ലെനിൻ കണ്ടു. ഒരുവശത്ത് വലതുപക്ഷ സോഷ്യൽ ഡെമോക്രാറ്റുകാർക്കും മറുവശത്ത് ഇടതുപക്ഷക്കാർക്കും എതിരായ നിലപാടാണ് തങ്ങൾ എടുക്കുന്നതെന്നാണ് 'മധ്യവർഗ'ക്കാർ അവകാശപ്പെട്ടത്. പക്ഷേ, അന്ന് പ്രസക്തമായിരുന്ന പ്രധാന പ്രശ്നത്തിൽ -- 'സ്വന്തം' രാജ്യത്തെ ഭരണവർഗങ്ങൾക്ക് സഹായം നൽകുന്ന നിലപാട് യുദ്ധകാര്യത്തിൽ എടുക്കുന്നതിൽ — വലതുപക്ഷത്തിന്റെ അതേ സമീപനമാണ് ഇവർക്കുണ്ടായിരുന്നത്. അതാണ് പ്ലഹാനോവ് എടുക്കുന്നതെന്ന് കേട്ടപ്പോൾ ആദ്യം ലെനിന് അത് വിശ്വസിക്കാൻ കഴിഞ്ഞില്ല. അതുകൊണ്ട് ജനീവാ നഗരത്തിൽ നടക്കുന്ന ഒരു യോഗത്തിൽ പ്ലഹാനോവ് സംസാരിക്കുന്നുണ്ടെന്ന് കേട്ടപ്പോൾ ലെനിൻ അവിടെ എത്തി. പ്ലഹാനോവിന്റെ പ്രസംഗത്തെത്തുടർന്ന് തനിക്കും സംസാരിക്കാനുണ്ടെന്ന് അദ്ദേഹം പറഞ്ഞു. പത്തു മിനിട്ട് നീണ്ടുനിന്ന തന്റെ പ്രസംഗത്തിൽ പ്ലഹാനോവിന്റെ പേർപോലും ലെനിൻ ഉച്ചരിച്ചില്ല; പക്ഷേ, അദ്ദേഹം ഉന്നയിച്ച വാദങ്ങളെയെല്ലാം തകർത്ത് തരിപ്പണമാക്കുന്ന രീതിയിലാണ് ലെനിൻ പ്രസംഗിച്ചത്.

ഇതിനെത്തുടർന്ന് മറ്റുചില യോഗങ്ങളിലും പ്രസംഗിക്കാനുള്ള ക്ഷണം ലെനിന് കിട്ടി. ആ സന്ദർഭങ്ങളെല്ലാം വലതുപക്ഷ സോഷ്യൽ ഡെമോക്രാറ്റുകാരെയും 'മധ്യവർഗ'ക്കാരെയും തുറന്നുകാണിക്കാൻ ലെനിൻ ഉപയോഗിച്ചു.

പ്രധാനമായ ജോലി റഷ്യക്ക് അകത്തുതന്നെയുള്ള പ്രചാരണ പ്രവർത്തനവും സംഘടനയും ശക്തിപ്പെടുത്തലായിരുന്നു. അതാകട്ടെ സാധാരണ കാലത്തേതിനെ അപേക്ഷിച്ച് നൂറിരട്ടി പ്രയാസമുള്ള സാഹചര്യമാണ് അന്നുണ്ടായത്. എന്നാൽ *പ്രാവ്ദ*യുടെ പ്രവർത്തനത്തിന്റെയും മറ്റും ഫലമായി പതിനായിരക്കണക്കിന് വർഗബോധമുള്ള തൊഴിലാളി പ്രവർത്തകർ ഉയർന്നുവന്നിരുന്നു. അവരെ ഒരു സംഘടിത രാഷ്ട്രീയ ശക്തിയാക്കി വളർത്തുന്നത് സംബന്ധിച്ച് വിവിധ പ്രശ്നങ്ങൾക്ക് പരിഹാരം കാണാൻ ലെനിൻ തന്റെ കഴിവുകൾ മുഴുവൻ ഉപയോഗിച്ചു.

യുദ്ധത്തിനെതിരായ ബോൾഷെവിക്കുകാരുടെ പ്രവർത്തനം രണ്ട് വിരുദ്ധചേരികളിലുള്ള സാമ്രാജ്യകോയ്മകളുടെയും എതിർപ്പിനിരയായിരുന്നു. സ്വന്തം രാജ്യത്തെക്കുറിച്ച് യാതൊരഭിമാനവും ബോൾഷെവിക്കുകാർക്ക് ഇല്ലെന്ന ഒരു പ്രചാരവേല റഷ്യയിലെയും ബ്രിട്ടൻ, ഫ്രാൻസ് എന്നീ രാജ്യങ്ങളിലെയും ഭരണാധികാരികൾ ബോൾഷെവിക്കുകാർക്കെതിരെ അഴിച്ചുവിട്ടു. അതിന് ഉജ്വലമായ മറുപടി പറഞ്ഞുകൊണ്ട് ലെനിൻ എഴുതി:

> വർഗബോധമുള്ള റഷ്യൻ തൊഴിലാളികൾക്ക് സ്വന്തം രാജ്യത്തെക്കുറിച്ചുള്ള അഭിമാനം അന്യമാണോ? ഒരിക്കലുമല്ല. ഞങ്ങൾ ഞങ്ങളുടെ ഭാഷയെയും രാജ്യത്തെയും സ്നേഹിക്കുന്നു.

രാജ്യത്തെ അധ്വാനിക്കുന്ന ബഹുജനങ്ങളെ, അതായത് ജനസംഖ്യയുടെ പത്തിലൊമ്പത് വരുന്നവരെ, ഉയർത്താൻ ഞങ്ങൾ കഴിവിന്റെ പരമാവധി ശ്രമിക്കുന്നു. അവരിൽ ജനാധിപത്യബോധവും സോഷ്യലിസ്റ്റ്ബോധവും വളർത്താനാണ് ഞങ്ങൾ ശ്രമിക്കുന്നത്. സാർ ഭരണത്തിന്റെ കൊലപാതകികൾ, ഫ്യൂഡൽ പ്രഭുക്കളും മുതലാളിമാരും എന്നിവരിൽനിന്ന് നമ്മുടെ സുന്ദരമായ രാജ്യത്തിനനുഭവിക്കേണ്ടിവരുന്ന അക്രമങ്ങൾ, മർദനവിധാനങ്ങൾ, അപമാനം എന്നിവ കാണുന്നത് ഞങ്ങൾക്ക് വേദനാജനകമാണ്. ഈ അക്രമങ്ങൾക്കുള്ള ചെറുത്തുനിൽപ്പ് നമ്മുടെ ഇടയിൽനിന്നുതന്നെ ഉയർന്നുവരുന്നതിൽ ഞങ്ങൾ അഭിമാനിക്കുന്നു. ഈ ചെറുത്തുനിൽപ്പാണ് മുൻകാല വിപ്ലവകാരികളെ റഷ്യൻ ജനതയിൽനിന്ന് സൃഷ്ടിച്ചത്. അതാണ് 1905 ലെ വിപ്ലവമായി മാറിയത്. അതിൽനിന്നാണ് അധ്വാനിക്കുന്ന ബഹുജനങ്ങളുടെതായ ഒരു വിപ്ലവപാർട്ടി രൂപംകൊണ്ടിട്ടുള്ളത്. അതിന്റെ ഫലമായാണ് റഷ്യയിലെ കർഷക ജനസാമാന്യം ജനാധിപത്യത്തിന്റെ പാതയിലേക്ക് നീങ്ങുകയും വൻകിട ഭൂഉടമകൾ, പൗരോഹിത്യ മേധാവിത്വം മുതലായവയെ അട്ടിമറിക്കുന്നതിനുവേണ്ടി മുന്നേറിവരികയും ചെയ്യുന്നത്. റഷ്യൻ ദേശീയ ജനവിഭാഗം ഒരു വിപ്ലവമാർഗത്തെ ഉയർത്തിക്കൊണ്ടുവന്നിട്ടുണ്ടെന്നും ആഗോളമായ വിപ്ലവപ്രസ്ഥാനത്തിന് അതൊരു മാതൃകയായിട്ടുണ്ടെന്നുമുള്ള കാര്യത്തിൽ ഞങ്ങൾ അഭിമാനിക്കുന്നു.

ദേശാഭിമാനത്തിന്റെ പേരിൽ തൊഴിലാളിവർഗത്തെ ഭരണവർഗങ്ങളുടെ പിന്നിൽ അണിനിരത്തുന്ന വലതുപക്ഷത്തിന്റേതിന് എതിരെ വർഗബോധമുള്ള ബഹുജനങ്ങളുടെ വിപ്ലവപ്രവർത്തനമാണ് യഥാർഥ ദേശാഭിമാനമെന്ന തത്വം ലെനിൻ സ്ഥാപിച്ചെടുത്തു.

21

ദാർശനിക – താത്വിക പ്രശ്നങ്ങൾ

അനുദിന രാഷ്ട്രീയ സംഭവവികാസങ്ങളെക്കുറിച്ച് പ്രചാരണപരവും പ്രക്ഷോഭപരവുമായ പ്രവൃത്തികൾ നടത്തിക്കൊണ്ടിരിക്കുമ്പോൾ തന്നെ താത്വികമായ പഠനത്തിലും ലെനിൻ ശ്രദ്ധിച്ചു. യുദ്ധം പൊട്ടിപ്പുറപ്പെട്ട സാഹചര്യത്തിന്റെ സവിശേഷതകൾ ദാർശനികമായും അർഥശാസ്ത്രപരമായും പരിശോധിക്കാൻ 1914–15 വർഷങ്ങൾ അദ്ദേഹം ഉപയോഗിച്ചു. അതിന്റെ ഫലമായി *ദാർശനികക്കുറിപ്പുകൾ* എന്ന ഒരു അപൂർണ കൃതിയും *സാമ്രാജ്യാധിപത്യം മുതലാളിത്തത്തിന്റെ ഏറ്റവും ഉയർന്ന കാലഘട്ടം* എന്ന ഒരു സമ്പൂർണ കൃതിയും നമുക്ക് കിട്ടിയിട്ടുണ്ട്. മാർക്സിസത്തിന്റെ വളർച്ചയെത്തിയ രൂപമായ ലെനിനിസത്തിന്റെ മുഖ്യ സംഭാവനകളാണ് അവ രണ്ടും.

ആഗോള മുതലാളിത്തത്തിനകത്തുള്ള എല്ലാ വൈരുധ്യങ്ങളും മൂർച്ഛിച്ചതിനാലാണല്ലോ ലോകമഹായുദ്ധം പൊട്ടിപ്പുറപ്പെട്ടത്. ഇത് ലെനിനെ വൈരുധ്യവാദമെന്ന ഹെഗലിയൻ സിദ്ധാന്തം സംബന്ധിച്ച നിഷ്കൃഷ്ടമായ പഠനത്തിലേക്ക് നയിച്ചു. ഹെഗൽ, ഫൊയർബാഹ് മുതലായ പ്രശസ്ത ദാർശനികരുടെ കൃതികൾ മുഴുവൻ അദ്ദേഹം വീണ്ടും വായിച്ചുനോക്കി. പ്രകൃതിശാസ്ത്രങ്ങളിൽ വന്നുകൊണ്ടിരുന്ന മാറ്റങ്ങളും അദ്ദേഹം പഠനവിഷയമാക്കി. അതിൽനിന്നെല്ലാം എടുത്തുണ്ടാക്കിയ കുറിപ്പുകളാണ് ലെനിൻ അന്തരിച്ചതിനുശേഷം *ദാർശനികക്കുറിപ്പുകൾ* എന്ന പേരിൽ പ്രസിദ്ധീകരിക്കപ്പെട്ടത്.

ഹെഗലിന്റെയും മാർക്സിന്റെയും വൈരുധ്യവാദത്തെ സമകാലീന പ്രശ്നങ്ങളുടെ പഠനത്തിന് ഉപയോഗിച്ചുകൊണ്ടുള്ള ഒരു ബൃഹദ്ഗ്രന്ഥം തയാറാക്കാൻ ഉദ്ദേശിച്ച് എഴുതിയ കുറിപ്പുകളാണ് ഈ ഗ്രന്ഥം. പക്ഷേ,

യുദ്ധത്തിന്റെ ഗതിവിഗതികളും തുടർന്ന് നടന്ന റഷ്യൻ വിപ്ലവവും നിമിത്തം ആ ബൃഹദ്ഗ്രന്ഥം എഴുതാൻ ലെനിന് കഴിഞ്ഞില്ല.

മാർക്സിന്റെയും എംഗൽസിന്റെയും കാലത്തിനുശേഷം ദാർശനിക രംഗത്ത് വ്യാപിച്ച റിവിഷനിസത്തെ തുറന്ന് കാണിക്കുന്നതിന് പുതിയ സാഹചര്യത്തിൽ ഭൗതികവാദത്തിനുള്ള പ്രസക്തി ഊന്നിപ്പറഞ്ഞുകൊണ്ടുള്ള ഒരു കൃതി നേരത്തെ ലെനിൻ രചിച്ചിരുന്നുവല്ലോ. അത് പക്ഷേ, മാർക്സിയൻ ദർശനത്തിന്റെ രണ്ട് അഭേദ്യഭാഗങ്ങളിൽ ഒന്നിനെ — ഭൗതികവാദത്തെ — മാത്രം പുരസ്കരിച്ച ഒരു കൃതിയായിരുന്നു. ഭൗതികവാദം പോലെതന്നെ മാർക്സിസ്റ്റ് ദർശനത്തിന്റെ അഭേദ്യഭാഗമായ വൈരുധ്യവാദം അതിൽ ചർച്ചചെയ്യപ്പെട്ടില്ല. മുതലാളിത്തത്തിന്റെ വളർച്ച വിനാശകരമായ ഒരു ലോക മഹായുദ്ധത്തിൽ ചെന്നെത്തിയ സാഹചര്യത്തിൽ വൈരുധ്യവാദത്തിന്റെ പഠനത്തിനുള്ള പ്രാധാന്യം ലെനിൻ കണ്ടു. അതുകൊണ്ടുതന്നെയാണ് വൈരുധ്യവാദം സംബന്ധിച്ച് ഹെഗൽ തൊട്ടുള്ള ദാർശനികരുടെ കൃതികളെ അവലംബിച്ചുകൊണ്ട് ഒരു ബൃഹദ്ഗ്രന്ഥം എഴുതാൻ ലെനിൻ തുനിഞ്ഞത്.

ഒരു സമ്പൂർണ കൃതിയായി വളർന്നുവന്നിട്ടില്ലെങ്കിലും, *ദാർശനികക്കുറിപ്പുകളിൽ*ത്തന്നെ വൈരുധ്യവാദത്തിന്റെ സത്ത് എന്തെന്ന് ലെനിൻ വ്യക്തമാക്കിയിട്ടുണ്ട്. വിരുദ്ധശക്തികൾ തമ്മിലുള്ള ഐക്യം, അത് കാരണം ഒരേ പ്രതിഭാസത്തിനകത്ത് വിരുദ്ധശക്തികൾ തമ്മിൽ നടക്കുന്ന നിരന്തരമായ സംഘട്ടനം — ഇതാണ് വൈരുധ്യവാദത്തിന്റെ സത്തെന്ന് ലെനിൻ ചൂണ്ടിക്കാണിച്ചു.

സാമ്രാജ്യാധിപത്യത്തിന്റെ കാലഘട്ടത്തിൽ മുതലാളിത്ത സാമൂഹ്യ വ്യവസ്ഥയ്ക്കകത്ത് അന്യോന്യം ഏറ്റുമുട്ടുന്ന വിരുദ്ധശക്തികൾ ഏവയെന്നും അവ എങ്ങനെ ഏറ്റുമുട്ടുന്നുവെന്നും ആ ഏറ്റുമുട്ടലിന്റെ ഫലമായി ആ രണ്ട് ശക്തികളുടെയും സ്വഭാവത്തിൽ മാറ്റംവന്ന്, പുതിയ മറ്റൊന്ന് ഉണ്ടാവുന്നതെങ്ങനെയെന്നും വിശദീകരിക്കാനാണ് ഈ ഗ്രന്ഥത്തിൽ ലെനിൻ ശ്രമിച്ചത്. ഒരേ പ്രതിഭാസത്തിനകത്തുള്ള വിരുദ്ധശക്തികൾ തമ്മിലുള്ള സംഘട്ടനവും അതിന്റെ ഫലമായി ആ ശക്തികളുടെ സ്വഭാവത്തിൽ വരുന്ന മാറ്റവുമാണ് ഭൗതികലോകത്തിൽ നടക്കുന്ന എല്ലാ പുരോഗതിയുടെയും അടിസ്ഥാനമെന്ന് ലെനിൻ ചൂണ്ടിക്കാണിച്ചു. ഈ വൈരുധ്യവും വൈരുധ്യത്തിലൂടെയുള്ള പുരോഗതിയും നിഷേധിക്കുന്നതിൽനിന്നാണ് രണ്ടാം ഇന്റർനാഷണലിന്റെ നേതാക്കളുടെ അവസരവാദം രൂപപ്പെടുന്നതെന്ന് അദ്ദേഹം ചൂണ്ടിക്കാണിച്ചു; വൈരുധ്യങ്ങളും ഏറ്റുമുട്ടലുകളുമില്ലാത്ത ഒരു യാഥാർഥ്യത്തെക്കുറിച്ച് അവർ സ്വപ്നം കണ്ടു. അതിനെ തുറന്നുകാട്ടിക്കൊണ്ട് പഴയതും പുതുതും തമ്മിലുള്ള സംഘട്ടനമെന്ന യാഥാർഥ്യം ലെനിൻ പുറത്തുകൊണ്ടുവന്നു.

പഴയതും പുതുതും തമ്മിലുള്ള ഐക്യത്തിന്റെ താൽക്കാലികമായ തകർച്ചയാണ് പുതിയ സമൂഹത്തിന്റെ ഉയർച്ച, അല്ലെങ്കിൽ വിപ്ലവം ആയി പ്രത്യക്ഷപ്പെടുന്നതെന്ന് ലെനിൻ ചൂണ്ടിക്കാണിച്ചു. ഇതിന്റെ അടി

സ്ഥാനത്തിലാണ് സമകാലീന രാഷ്ട്രീയ സംഭവവികാസങ്ങളെ അപഗ്രഥിച്ച് വ്യക്തവും സമഗ്രവും ആയ ഒരു കാഴ്ചപ്പാടിൽ ലെനിൻ ചെന്നെത്തിയത്.

*ദാർശനികക്കുറിപ്പു*കളുടെ രൂപത്തിൽ വ്യക്തമാക്കപ്പെട്ട ഈ തത്വത്തെ സമകാലീനങ്ങളായ സാമ്പത്തിക രാഷ്ട്രീയ സംഭവവികാസങ്ങളുമായി ഇണക്കി മാർക്സിന്റെ *മൂലധന*ത്തിനുശേഷം മുതലാളിത്തത്തിന്റെ സ്വഭാവത്തിൽ വന്ന മാറ്റങ്ങൾ വിശദീകരിക്കുകയാണ് *സാമ്രാജ്യാധിപത്യം മുതലാളിത്തത്തിന്റെ ഏറ്റവും ഉയർന്ന രൂപം* എന്ന ബൃഹദ്ഗ്രന്ഥത്തിൽ ലെനിൻ ചെയ്തത്. വിരുദ്ധശക്തികളുടെ ഏറ്റുമുട്ടലിന്റെ ഫലമായി വിവിധ മുതലാളിമാർ തമ്മിലുള്ള രൂക്ഷമായ പരസ്പര മത്സരത്തെ ആസ്പദമാക്കിയ ആദ്യകാല മുതലാളിത്തം പരസ്പര മത്സരത്തെ വലിയൊരളവുവരെ തടഞ്ഞുവെക്കുന്ന കുത്തകമുതലാളിത്തമായി മാറിക്കഴിഞ്ഞുവെന്ന് വസ്തുസ്ഥിതിവിവരക്കണക്കുകളുടെ സഹായത്തോടെ ലെനിൻ സ്ഥാപിച്ചു.

കൂടാതെ, കുത്തക മുതലാളിത്തത്തെ ആസ്പദമാക്കി ആഗോള മുതലാളിത്തം ഒരു സംഘടിതശക്തിയായി വളർന്നുവന്ന സാഹചര്യത്തിൽ സംഘടിത മുതലാളിത്തത്തിനെതിരെ സംഘടിത തൊഴിലാളിവർഗം ഉയർന്നുവരുമെന്നും ആഗോള മുതലാളിത്തം ആഗോള സോഷ്യലിസത്തിന്റെ ഉയർച്ചയ്ക്ക് വഴിവെക്കുമെന്നും ലെനിൻ ചൂണ്ടിക്കാണിച്ചു. അങ്ങനെ മുതലാളിത്ത കുത്തകകളെ ആസ്പദമാക്കിയ പുതിയ കാലഘട്ടം സോഷ്യലിസ്റ്റ് യുഗത്തിന്റെ മുന്നോടിയായിരിക്കുമെന്ന് അദ്ദേഹം അഭിപ്രായപ്പെട്ടു.

എന്നാൽ, മുതലാളിത്ത കുത്തകകളെ ആസ്പദമാക്കി രൂപംകൊണ്ട കുത്തകമുതലാളിത്തം, അല്ലെങ്കിൽ സാമ്രാജ്യാധിപത്യം, സോഷ്യലിസമായി മാറുകയെന്ന പ്രക്രിയ ഒട്ടും ലളിതമല്ല, അതിൽത്തന്നെ വിരുദ്ധശക്തികൾ തമ്മിലുള്ള സംഘട്ടനം അനിവാര്യമായിരിക്കുന്നു എന്ന് ലെനിൻ ചൂണ്ടിക്കാണിച്ചു.

കുത്തകകളെ ആസ്പദമാക്കിയ ആഗോള മുതലാളിത്തത്തിൽ തന്നെ കുത്തകകൾ തമ്മിലുള്ള വൈരുധ്യവും സംഘട്ടനവും അന്തർലീനമായി കിടക്കുന്നുണ്ട്. ഭൂഖണ്ഡമാകെ ഒരുപിടി കുത്തകമുതലാളിമാരുടെ നേതൃത്വത്തിലും ഭരണത്തിലുമിരിക്കുന്ന രാജ്യങ്ങളുടെ കൈപ്പിടിയിൽ ഒതുങ്ങിക്കഴിഞ്ഞതിനാൽ അവരുടെ കോളനികൾ പിടിച്ചെടുക്കാൻ മറ്റുചില സാമ്രാജ്യ മേധാവിത്വ രാജ്യങ്ങൾ ശ്രമിക്കുന്നു. അവരും സ്വന്തം കോളനികൾ രക്ഷിച്ചെടുക്കാൻ എതിരാളികളും നടത്തുന്ന ശ്രമം അനിവാര്യമായി യുദ്ധത്തിലെത്തും.

ഇതാണ് 1914 ൽ തുടങ്ങിയ യുദ്ധത്തിന്റെ അടിസ്ഥാനം. ഇതിനെ നേരിടുന്ന കാര്യത്തിൽ ആഗോള തൊഴിലാളിവർഗ പ്രസ്ഥാനത്തിൽ വലതുകാരും ഇടതുകാരും തമ്മിൽ രാഷ്ട്രീയമായി ഏറ്റുമുട്ടാൻ ഇടയാക്കി.

ഭൂഖണ്ഡത്തിന്റെ ഭൂരിഭാഗവും ഒരുപിടി മാത്രം വരുന്ന സാമ്രാജ്യ

കോയ്മകളുടെ പിടിയിലമർന്ന് കിടക്കുകയായതിനാൽ, ഈ അധീന രാജ്യങ്ങളിലെ ജനകോടികൾ ഈ സാമ്രാജ്യകോയ്മകൾക്കെതിരെ പോരാടുന്നു, അവരും സാമ്രാജ്യകോയ്മകളുമായുള്ള ഏറ്റുമുട്ടലാണ് സമകാലീന രാഷ്ട്രീയത്തിൽ ലെനിൻ കണ്ട മറ്റൊരു വൈരുധ്യം. ഈ വൈരുധ്യത്തിന് ലോകവിപ്ലവ പ്രക്രിയയിലുള്ള പ്രധാന സ്ഥാനം ലെനിൻ മനസിലാക്കി. വികസിത മുതലാളിത്ത രാജ്യങ്ങളിലെ തൊഴിലാളിവർഗത്തിന്റെ ബന്ധുക്കളിൽ ഏറ്റവും അധികം വിശ്വസിക്കാവുന്ന സാമൂഹ്യശക്തി കോളനികളിലെ ജനകോടികളാണെന്ന് അദ്ദേഹം കണ്ടു. വികസിത മുതലാളിത്ത രാജ്യങ്ങളിലെ തൊഴിലാളിവർഗവും പിന്നണി രാജ്യങ്ങളിലെ ജനകോടികളും തമ്മിലുള്ള ഐക്യവും സാഹോദര്യവുമാണ് ആഗോള സോഷ്യലിസ്റ്റ് പ്രസ്ഥാനത്തിന്റെ മുഖ്യ ഉപാധിയെന്ന് അദ്ദേഹം കരുതി.

അങ്ങനെയാണ് മാർക്സും എംഗൽസും ഉയർത്തിയ “ലോകത്തെങ്ങുമുള്ള തൊഴിലാളികളെ ഒന്നിക്കുക” എന്ന കേന്ദ്ര മുദ്രാവാക്യത്തെ വികസിപ്പിച്ച് “ലോകത്തെങ്ങുമുള്ള തൊഴിലാളികളെ, മർദിത ജനവിഭാഗങ്ങളെ ഒന്നിക്കുക” എന്ന മുദ്രാവാക്യം ലെനിൻ രൂപപ്പെടുത്തിയത്.

വിവിധ മുതലാളിത്തകോയ്മകൾ തമ്മിലുള്ള അന്യോന്യ മത്സരവും അതിന്റെ ഫലമായി വെട്ടിപ്പിടുത്ത യുദ്ധങ്ങൾ പൊട്ടിപ്പുറപ്പെടുന്നതിന്റെ അനിവാര്യതയും വികസിത മുതലാളിത്ത രാജ്യങ്ങളിലെ തൊഴിലാളിവർഗത്തിന് മറ്റൊരു സഖ്യശക്തിയെക്കൂടി നേടിക്കൊടുത്തു. തൊഴിലാളിവർഗത്തിന്റെ പരിധിക്ക് വെളിയിൽ നിൽക്കുന്ന സമാധാനകാംക്ഷികളും യുദ്ധ വിരോധികളുമാണ് ഇവിടെ സൂചിപ്പിക്കുന്നത്.

1914–18 ൽ നടന്ന ലോകമഹായുദ്ധത്തിന്റെ കാലത്തുതന്നെ എല്ലാ രാജ്യങ്ങളിലും സമാധാനകാംക്ഷികളും യുദ്ധവിരോധികളും അതാത് രാജ്യത്തെ രാഷ്ട്രീയ വളർച്ചയിൽ ചെറുതെങ്കിലും പ്രധാനമായ പങ്കുവഹിച്ചു. ലെനിനും ബോൾഷെവിക്കുകാരും സജീവം പ്രവർത്തിക്കുന്ന റഷ്യയിലാകട്ടെ, കർഷക ജനസാമാന്യം പൊതുവിൽ ഈ നിലപാട് എടുത്തു. ആ ജനവിഭാഗത്തിൽനിന്ന് ഉയർന്നുവന്ന പടയാളികളും പട്ടാള ഉദ്യോഗസ്ഥന്മാർതന്നെയും യുദ്ധം അവസാനിച്ച് കാണാനാഗ്രഹിക്കുകയും അതിനുവേണ്ടി പ്രക്ഷോഭരംഗത്ത് ഇറങ്ങുകയും ചെയ്തു. ഇതാണ് റഷ്യയിലെ രണ്ട് (ഫെബ്രുവരി-നവംബർ മാസങ്ങളിലെ) വിജയകരമായ വിപ്ലവത്തിനടിസ്ഥാനം.

തൊഴിലാളിവർഗവും കർഷക ജനസാമാന്യവും മറ്റെല്ലാ യുദ്ധവിരോധികളും ഒരു വശത്ത്, സാറിസ്റ്റ് ഭരണവും വൻകിട ഭൂപ്രഭുക്കളും മുതലാളിമാരും ചേർന്ന കൂട്ടുകെട്ട് മറുവശത്ത് — ഈ നിലയ്ക്ക് രണ്ട് ചേരികൾ രൂപപ്പെട്ടതിനെത്തുടർന്നാണ് റഷ്യയിൽ ആദ്യം ബൂർഷ്വാ ജനാധിപത്യവിപ്ലവവും പിന്നീട് സോഷ്യലിസ്റ്റ് വിപ്ലവവും നടന്നത്.

എന്നുവെച്ചാൽ, 1917 –ൽ നടന്ന രണ്ട് റഷ്യൻ വിപ്ലവങ്ങൾക്കുമുമ്പ് ലോക മുതലാളിത്തത്തിനകത്ത് മൂന്ന് മുഖ്യ വൈരുധ്യങ്ങൾ പ്രകടമായി

രുന്നു: ഓരോ രാജ്യത്തും ബൂർഷ്വാസിയും തൊഴിലാളിവർഗവും തമ്മിൽ ഡസൻ കണക്കിന് അധീനരാജ്യങ്ങൾ കൈവശപ്പെടുത്തിയിട്ടുള്ള ഒരു പിടി മുതലാളിത്ത രാജ്യങ്ങൾ തമ്മിൽ തമ്മിൽ അവയുടെ ചവിട്ടടിയിൽ കിടക്കുന്ന അധീനരാജ്യങ്ങളിലെ ജനകോടികളും അധീനരാജ്യ ഭരണാധികാരികളും തമ്മിൽ — ഇവയാണ് ആഗോളമായി അന്നുണ്ടായിരുന്ന മൂന്ന് മുഖ്യ വൈരുധ്യങ്ങൾ.

ഇവയെ വ്യക്തവും സമഗ്രവുമായി പഠിക്കുകയാണ് ലെനിനിസത്തിന്റെ അർഥശാസ്ത്രം ചെയ്യുന്നത്. അത് വിശദീകരിക്കുന്ന ലെനിനിസ്റ്റ് കൃതിയാണ് *സാമ്രാജ്യാധിപത്യം മുതലാളിത്തത്തിന്റെ ഏറ്റവും ഉയർന്ന രൂപം.* അർഥശാസ്ത്രപരമായ ഈ വിശകലനത്തെ സഹായിക്കുന്ന ലെനിനിസ്റ്റ് താത്വിക കൃതിയാണ് *ദാർശനികക്കുറിപ്പുകൾ.*

ഈ രണ്ട് കൃതികളിലൂടെ മാർക്സിസത്തിന്റെ താത്വിക നിലപാട് ഉയർത്തിപ്പിടിച്ച ലെനിനെ പൂർണമായി മനസിലാക്കണമെങ്കിൽ അദ്ദേഹത്തിന്റെ പ്രായോഗിക പ്രവർത്തനവും സംഘടനാ പ്രവർത്തനവും സൂക്ഷ്മമായി പഠിക്കണം. ആഗോള മുതലാളിത്തത്തിൽ അന്തർലീനമായി കിടക്കുന്ന എല്ലാ വൈരുധ്യങ്ങളുടെയും മൂർച്ഛിച്ച രൂപമാണ് യുദ്ധമെങ്കിൽ, അതിനോടുള്ള സമീപനം രാഷ്ട്രീയ പ്രാധാന്യമുള്ള പ്രശ്നമാവുമല്ലോ. അങ്ങനെ ആഗോള തൊഴിലാളിവർഗ പ്രസ്ഥാനത്തിലെ വലതുപക്ഷ അവസരവാദികളും ഇടതുപക്ഷ വിപ്ലവകാരികളും തമ്മിലുള്ള ആശയസമരം മനുഷ്യചരിത്രത്തിന്റെ ഗതിവിഗതികളിൽ നിർണായകമായ പങ്കുവഹിക്കാൻ തുടങ്ങുന്നു. യുദ്ധത്തിൽ 'സ്വന്തം' രാജ്യത്തെ ബൂർഷ്വാ ഗവൺമെന്റിന് പിന്തുണ നൽകുന്ന നയസമീപനം അംഗീകരിക്കുന്ന വലതുപക്ഷ അവസരവാദികളെ നിർദയം തുറന്നുകാട്ടുകയും ഒറ്റപ്പെടുത്തുകയും ചെയ്താൽ മാത്രമേ തൊഴിലാളിവർഗത്തിനും അതിന്റെ ഇടതുപക്ഷ വിപ്ലവപ്രസ്ഥാനത്തിനും മുന്നേറാൻ കഴിയൂ.

അതുകൊണ്ടാണ് റഷ്യയിലും വെളിയിലുമുള്ള ഇടതുപക്ഷ വിപ്ലവകാരികളെ സംഘടിപ്പിച്ച് ശക്തമായ ഒരു രാഷ്ട്രീയപ്രസ്ഥാനം രൂപപ്പെടുത്തുന്നതിൽ ലെനിൻ സർവ ശ്രദ്ധയും കേന്ദ്രീകരിച്ചത്. തുറന്ന രീതിയിൽ വലതുപക്ഷ അവസരവാദത്തിന്റെ സമീപനം അംഗീകരിക്കുന്നവർക്ക് മാത്രമല്ല അവരോട് വിട്ടുവീഴ്ച ചെയ്യാൻ ഇടതുപക്ഷ വിപ്ലവകാരികളെ 'ഉപദേശി'ക്കുന്ന 'മധ്യമാർഗ'ക്കാർക്കെതിരെയും പോരാടാനുള്ള നേതൃത്വം ലെനിൻ നൽകി. അങ്ങനെ വലതുപക്ഷ അവസരവാദികൾക്കെന്നപോലെ 'മധ്യമാർഗ'ക്കാർക്കും സ്ഥാനമില്ലാതെ വിപ്ലവസ്വഭാവത്തോടുകൂടിയ ഒരു ആഗോള സംഘടന രൂപപ്പെടുത്താനുള്ള പരിശ്രമത്തിൽ ലെനിൻ ഏർപ്പെട്ടു.

ഇത് ലെനിനെയും സഹപ്രവർത്തകരെയും സംബന്ധിച്ചിടത്തോളം പ്രയാസകരമായ ജോലിയായിരുന്നു. 1914 ഡിസംബറിൽ ഒരു സഖാവിന് ലെനിൻ ഇങ്ങനെ എഴുതി:

ഒന്നിനുപുറകെ മറ്റൊന്നായി സമരം — ഇതാണ് എന്റെ വിധി. രാഷ്ട്രീയ വിവരക്കേടിനെതിരെ, സംസ്കാരശൂന്യതക്കെതിരെ, അവസരവാദത്തിനെതിരെ, അങ്ങനെ പോകുന്നു. 1893 മുതൽ തുടങ്ങിയതാണിത്. അതുകൊണ്ട് ഈ അവസരവാദികളോട് എനിക്കുള്ള വെറുപ്പും അന്നുമുതലേ തുടങ്ങിയിട്ടുണ്ട്. പക്ഷേ, അവസരവാദികളുമായി സമാധാനമുണ്ടാക്കി ഇന്നത്തെ സ്ഥിതിയിൽനിന്ന് രക്ഷപ്പെടാൻ ഞാൻ ആഗ്രഹിക്കുന്നില്ല.

ആശയതലത്തിൽ മാത്രമല്ല സംഘടനാതലത്തിലും അവസരവാദികളുമായി തെറ്റിപ്പിരിയുന്നതിന്റെ ആവശ്യം ലെനിൻ ഊന്നിപ്പറഞ്ഞു. യൂറോപ്പിൽ പൊതുവിലും തൊഴിലാളിവർഗ പ്രസ്ഥാനത്തിൽ വിശേഷിച്ചും "നമ്മുടെ പാർട്ടി നടത്തേണ്ട സമരം മുഴുവൻ അവസരവാദത്തിനെതിരെയായിരിക്കണം. എന്തുകൊണ്ടെന്നാൽ, തൊഴിലാളിവർഗത്തിനകത്തുള്ള ഒരു ആശയഗതി മാത്രമല്ല അവസരവാദം. തൊഴിലാളിവർഗത്തിനെതിരെ ബൂർഷ്വാസി സംഘടിതമായി ഉപയോഗിക്കുന്ന ആയുധമാണത്." അവസരവാദികളെയും അവരെ കൂടെ കൊണ്ടുനടക്കാൻ ആഗ്രഹിക്കുന്ന 'മധ്യമാർഗ'ക്കാരെയും പുറത്താക്കി തൊഴിലാളിവർഗ പ്രസ്ഥാനത്തെ തികച്ചും ശുദ്ധീകരിച്ചാൽ മാത്രമേ വിപ്ലവം പുരോഗമിക്കുകയുള്ളൂവെന്ന് ലെനിൻ ചൂണ്ടിക്കാണിച്ചു.

ഈ ലെനിനിസ്റ്റ് കാഴ്ചപ്പാടിനെ ഉദാഹരിക്കുന്ന ഒരു സിദ്ധാന്തമാണ് ന്യായവും അന്യായവുമായ രണ്ടുതരം യുദ്ധങ്ങളുണ്ടെന്ന ലെനിന്റെ കാഴ്ചപ്പാട്. മറ്റ് രാജ്യങ്ങളെ കീഴ്പ്പെടുത്തിവെക്കാനും സോഷ്യലിസ്റ്റ് ഭരണകൂടത്തെ തകർക്കാനും സോഷ്യലിസ്റ്റോ ജനാധിപത്യപരമോ ആയ ദേശീയ വിമോചനപ്രസ്ഥാനങ്ങളെ മർദിച്ചൊതുക്കാനും നടത്തുന്ന യുദ്ധങ്ങൾ അന്യായമാണ്. നേരെമറിച്ച്, വിദേശീയ ആക്രമണങ്ങളിൽനിന്ന് രക്ഷപ്പെടാനുള്ള ദേശീയ സമരങ്ങൾ, ഫ്യൂഡൽ-മുതലാളിത്ത അടിമത്തത്തിൽനിന്ന് വിമോചനം നേടാനോ സോഷ്യലിസ്റ്റ് ഭരണകൂടത്തെ രക്ഷിക്കാനോ നടത്തുന്ന യുദ്ധങ്ങൾ, ന്യായമാണ്. ആർ, എന്തിനുവേണ്ടി നടത്തുന്ന യുദ്ധത്തെയും ഒരുപോലെ എതിർക്കുകയെന്ന 'സമാധാനപ്രിയ'രുടെ നിലപാടല്ല ലെനിന്റേതെന്നർഥം.

അന്യായമായ യുദ്ധത്തെ ന്യായീകരിക്കാനുള്ള ശ്രമമാണ് തൊഴിലാളിവർഗ പ്രസ്ഥാനത്തിലെ വലതുപക്ഷക്കാരും 'മധ്യമാർഗ'ക്കാരും നടത്തിയിരുന്നതെന്ന് ലെനിൻ ചൂണ്ടിക്കാട്ടി. അതുകൊണ്ടാണ് അവർക്കെതിരായ സമരത്തിൽ ലെനിൻ സർവശ്രദ്ധയും കേന്ദ്രീകരിച്ചത്.

മാർക്സിസത്തെ വികസിപ്പിച്ചെടുത്ത് ലെനിനിസം രൂപപ്പെടുത്തുന്നതിൽ ലെനിൻ ആവിഷ്കരിച്ച മറ്റൊരു സിദ്ധാന്തത്തെക്കൂടി ഇവിടെ പരാമർശിക്കാതിരിക്കാൻ വയ്യ. ആഗോളമായി പ്രധാനപ്പെട്ട മുതലാളിത്ത രാജ്യങ്ങളിലെങ്കിലും — ഒരേസമയത്ത് സോഷ്യലിസ്റ്റ് വിപ്ലവം നടക്കുകയെന്ന കാഴ്ചപ്പാടാണ് മാർക്സിനും എംഗൽസിനും ഉണ്ടായിരുന്നത്.

അതുതന്നെ മുതലാളിത്തത്തിന്റെ വളർച്ച പൂർണരൂപത്തിൽ എത്തുമ്പോഴാണ് സോഷ്യലിസ്റ്റ് വിപ്ലവത്തിനുള്ള സാഹചര്യം വളർന്നുവരികയെന്ന് അവർ അഭിപ്രായപ്പെട്ടിരുന്നു. അതിന്റെ അടിസ്ഥാനത്തിൽ റഷ്യയിൽ വിപ്ലവം സംഘടിപ്പിക്കുന്നതിനെ വലതുപക്ഷ അവസരവാദികൾ എതിർക്കുകയും ചെയ്തിരുന്നു.

ഇതിനെ ഖണ്ഡിച്ചുകൊണ്ട് ലെനിൻ ചൂണ്ടിക്കാണിച്ചു:

> വിവിധ രാജ്യങ്ങൾ തമ്മിൽ അസമമായ വളർച്ചയെന്നത് മുതലാളിത്തത്തിന്റെ അനിഷേധ്യ നിയമങ്ങളിൽ ഒന്നാണ്. അതുകൊണ്ട് ഏതാനും രാജ്യങ്ങളിലോ ഒരൊറ്റ രാജ്യത്ത് മാത്രമായോ സോഷ്യലിസ്റ്റ് വിപ്ലവം നടക്കാനുള്ള സാധ്യതയുണ്ട്.

എന്നാൽ, വിപ്ലവത്തിന് ചില അനുപേക്ഷണീയമായ ഉപാധികളുണ്ടെന്ന് ലെനിൻ വ്യക്തമാക്കി. ഭരണവർഗങ്ങൾക്ക് അവരുടെ ആധിപത്യം നിലനിർത്താൻ കഴിയാത്ത ഒരു പരിതഃസ്ഥിതി വളർന്നുവന്നിരിക്കണം; ജനകോടികളാകട്ടെ, പഴയ സാമൂഹ്യ-രാഷ്ട്രീയ സംവിധാനത്തിൻ കീഴിൽ ജീവിക്കാൻ തയാറില്ലാത്ത ഒരു സ്ഥിതി വരണം; ഇതിന്റെ ഫലമായി ജനങ്ങളുടെ സംഘടിത പ്രക്ഷോഭങ്ങളും സമരങ്ങളും ഉച്ചകോടിയിലെത്തണം. അങ്ങനെ വസ്തുനിഷ്ഠ സാഹചര്യങ്ങളാലും ഭരണവർഗങ്ങളുടെ പ്രവർത്തനങ്ങളാൽത്തന്നെയും ജനകോടികളാകെ വിപ്ലവസമരത്തിന്റെ രംഗത്ത് വരണം. തലപ്പത്തിരിക്കുന്ന ഒരുപിടി നേതാക്കളുടെ ഇച്ഛാശക്തി നിമിത്തമല്ല, ജനങ്ങളുടെ വിപ്ലവസമര സന്നദ്ധതയുടെ ഫലമായാണ് വിപ്ലവപരിതഃസ്ഥിതി ഉയർന്നുവരുന്നതെന്നർഥം.

ഈ പരിതഃസ്ഥിതി ഉയർന്നുവന്നാൽപ്പോലും അത് ഉപയോഗിച്ച് അധികാരം പിടിച്ചെടുത്ത് പുതിയ സമൂഹം കെട്ടിപ്പടുക്കാൻ ഇച്ഛാശക്തിയോടെ പ്രവർത്തിക്കുന്ന ഒരു സംഘടിതശക്തി ജനങ്ങളുടെ ഇടയിൽ നിന്ന് രൂപംകൊള്ളുകകൂടി ചെയ്താലേ വിപ്ലവം നടക്കുകയുള്ളൂവെന്നും ലെനിൻ ചൂണ്ടിക്കാണിച്ചു.

22

മൂന്നാം ഇന്റർനാഷണലിലേക്ക്

രണ്ടാം ഇന്റർനാഷണലിലെ വലതുവിഭാഗക്കാരും കൗത്സ്കി, പ്ലഹാനോവ് തൊട്ടുള്ള 'മധ്യമാർഗ'ക്കാരും തമ്മിൽ വ്യത്യാസമുണ്ടെന്ന സത്യം ലെനിൻ നല്ലതുപോലെ മനസിലാക്കിയിരുന്നു. ആദ്യത്തെ കൂട്ടരുടെ സമീപനം നഗ്നമായ അവസരവാദമായിരുന്നു. രണ്ടാമത്തവരാകട്ടെ ഇടതുവിഭാഗക്കാർ വലതുപക്ഷമായി ഒത്തുതീർപ്പുണ്ടാക്കണമെന്ന ആവശ്യമാണ് ഉന്നയിച്ചത്. ഈ വ്യത്യാസം മനസിലാക്കിക്കൊണ്ട് 'മധ്യമാർഗ'ക്കാരിൽനിന്നുകൂടി വളരെപ്പേരെ വിപ്ലവത്തിന്റെ മാർഗത്തിലേക്ക് കൊണ്ടുവരാൻ പരമാവധി ശ്രമിക്കുകയെന്ന തന്ത്രം ലെനിൻ ആവിഷ്കരിച്ചു.

അതേ അവസരത്തിൽ, 'മധ്യമാർഗ'ത്തിൽനിന്നുള്ള ആപത്തിനെക്കുറിച്ച് ലെനിൻ തികച്ചും ബോധവാനായിരുന്നു. കൗത്സ്കിയുടെ നിലപാടിനെ ലെനിൻ ഇങ്ങനെയാണ് നിർവചിച്ചത്:

> അതൊരു യാദൃച്ഛിക പ്രതിഭാസമല്ല. രണ്ടാം ഇന്റർനാഷണലിൽ നിലനിൽക്കുന്ന വൈരുധ്യങ്ങളുടെ സന്തതിയാണത്. മാർക്സിസത്തോട് വാക്കിൽക്കൂറ്, പ്രായോഗികതലത്തിൽ മാർക്സിസത്തെ അവസരവാദത്തിനു കീഴ്പ്പെടുത്തൽ -- ഇതാണ് കൗത്സ്കിസം.

തൊഴിലാളിവർഗത്തിന്റെ മുമ്പിൽ കൗത്സ്കിയും കൂട്ടാളികളും പ്രത്യക്ഷപ്പെട്ടത് മാർക്സിസ്റ്റുകാരെന്ന വേഷത്തിലാണ്. 'സ്വന്തം' രാജ്യത്തെ ബൂർഷ്വാസിക്ക് തൊഴിലാളിവർഗത്തെ കീഴ്പ്പെടുത്തുകയെന്ന നയസമീപനം പൊതിഞ്ഞുവെക്കാൻ മാർക്സിസ്റ്റ് പദപ്രയോഗം അവർ ധാരാളം നടത്തിയിരുന്നു. ഈ യാഥാർഥ്യം തുറന്നുകാണിച്ച് തൊഴിലാളി

വർഗ വിപ്ലവകാരികളുടെ ഇടയിൽ കൗത്സ്കി പ്രഭൃതികളെ ഒറ്റപ്പെടുത്തുകയും അവസരവാദികൾക്കെതിരായ സമരം ശക്തിപ്പെടുത്തുകയുമെന്ന കാഴ്ചപ്പാടോടെയാണ് ലെനിനും കൂട്ടാളികളും തങ്ങളുടെ പ്രവർത്തനം സംഘടിപ്പിച്ചത്.

ഇതിന് എല്ലാ രാജ്യത്തുമുള്ള സോഷ്യൽ ഡെമോക്രാറ്റിക് പാർട്ടികളിലെ ഇടതുപക്ഷക്കാരെ ഒറ്റക്കെട്ടായി അണിനിരത്തുന്നത് ആവശ്യമായിരുന്നു. അതുകൊണ്ട് എല്ലാ രാജ്യത്തെയും പാർട്ടികൾക്കകത്തുള്ള ഇടതുപക്ഷക്കാരുമായി ലെനിൻ കത്തിടപാടുകൾ നടത്തി. അവർ അംഗീകരിക്കുന്ന നിലപാടിലടങ്ങിയ പിശകുകൾ സാഹോദര്യപൂർവം ചൂണ്ടിക്കാണിച്ചുകൊണ്ടുള്ളതായിരുന്നു ഈ കത്തിടപാടുകൾ. ഇതിന് സഹായകമാകത്തക്കവിധത്തിൽ ബോൾഷെവിക് പാർട്ടിയുടെ യുദ്ധവിരുദ്ധ വിജ്ഞാപനത്തിന്റെ ഒരു സംക്ഷിപ്തരൂപം വിവിധ രാജ്യങ്ങളിലെ ഇടതുപക്ഷ പ്രവർത്തകർക്ക് ബോൾഷെവിക്കുകാർ അയച്ചുകൊടുത്തു.

ഇതിനെത്തുടർന്ന് ആദ്യം ഇറ്റലിയിലെയും സ്വിറ്റ്സർലന്റിലെയും സോഷ്യലിസ്റ്റുകാരുടെ ഒരു സമ്മേളനം ചേർന്നു. ബൾഗേറിയ, നോർവെ, സ്വീഡൻ മുതലായ രാജ്യങ്ങളിലെ ഇടതുപക്ഷക്കാരുമായും ലെനിൻ ക്രമമായി കത്തിടപാടുകൾ നടത്തി. ഇതിന്റെ തുടർച്ചയെന്ന നിലയ്ക്ക് ബ്രിട്ടൻ, ഫ്രാൻസ്, ബൽജിയം, റഷ്യ എന്നീ രാജ്യങ്ങളിലെ സോഷ്യലിസ്റ്റുകാരുടെ ഒരു സമ്മേളനം ലണ്ടനിൽ ചേർന്നു. അവിടെ അംഗീകരിക്കപ്പെട്ട പ്രമേയത്തിൽ ബൽജിയത്തിലും ഫ്രാൻസിലുമുള്ള ഗവൺമെന്റുകളിൽനിന്ന് സോഷ്യലിസ്റ്റുകാർ രാജിവെക്കണമെന്നാവശ്യപ്പെട്ടു. ജർമൻ ചേരിക്കെതിരെ പോരാടുന്ന രാജ്യങ്ങളിലെ സോഷ്യലിസ്റ്റുകാർ താന്താങ്ങളുടെ ഗവൺമെന്റിന് യുദ്ധനടത്തിപ്പിനാവശ്യമായ പണം കൊടുക്കരുതെന്ന് നിർദേശിച്ചു. റഷ്യയിലെ സാറിസ്റ്റ് സ്വേച്ഛാധിപത്യഭരണത്തിന് നൽകുന്ന പിന്തുണ പിൻവലിക്കണമെന്നും നിർദേശിച്ചു.

അതുപോലെ സ്വിറ്റ്സർലന്റിലെ ബേൺ നഗരത്തിൽ സാർവദേശീയ മഹിളാസമ്മേളനവും സാർവദേശീയ യുവജനസമ്മേളനവും സംഘടിപ്പിക്കപ്പെട്ടു. ആ രണ്ട് സമ്മേളനങ്ങളിലും യാതൊരു പ്രമേയവും അംഗീകരിച്ചില്ലെങ്കിലും ബോൾഷെവിക്കുകാർ അംഗീകരിക്കുന്ന നയസമീപനം മഹിളമാരുടെയും യുവജനങ്ങളുടെയും ഇടയിൽ എത്തിക്കാൻ ആ സമ്മേളനങ്ങൾ ഉപകരിച്ചു. ഈ സമ്മേളനങ്ങളിലെ ചർച്ചകൾ, അവയിൽ ഇടപെട്ടുകൊണ്ട് ലെനിൻ ചെയ്ത പ്രസംഗങ്ങൾ എന്നിവ വലതുപക്ഷ അവസരവാദത്തിനെതിരായ അഭിപ്രായരൂപീകരണത്തിൽ പ്രധാന പങ്കു വഹിച്ചു.

ഈ സമ്മേളനങ്ങളിലെല്ലാം കൗത്സ്കി പ്രഭൃതികളുടെയും ലെനിനിസ്റ്റുകാരുടെയും നിലപാടുകൾ തമ്മിൽ ഏറ്റുമുട്ടി. ലോകമഹായുദ്ധത്തിൽ ചെന്നവസാനിച്ച സംഭവവികാസങ്ങൾ മാർക്സിന്റെ *മൂലധന*ത്തിലെ പല നിഗമനങ്ങളെയും കാലഹരണപ്പെടുത്തിയെന്ന് കൗത്സ്കി പ്രഭൃതികൾ ശക്തിയായി അഭിപ്രായപ്പെട്ടു. ഇതിനെതിരെ വിപ്ലവമാർക്

സിസത്തിന്റെ നിലപാട് എടുത്ത് പോരാടുന്നത് അത്യാവശ്യമാണെന്ന് ലെനിനും സഖാക്കളും കരുതി. ലെനിൻ ചൂണ്ടിക്കാണിച്ചു:

> മാർക്സിസ്റ്റ് താത്വിക നിലപാടിനെ അംഗഭംഗപ്പെടുത്തിക്കൊണ്ട് നീങ്ങുന്ന പ്ലഹാനോവിനും കൗത്സ്കിക്കും അവരുടെ കൂട്ടുകാർക്കുമെതിരെ ഉറച്ചുനിന്ന് പോരാടി മാർക്സിസ്റ്റ് സിദ്ധാന്തത്തെ വളർത്തിയെടുക്കാൻ നോക്കാത്ത ഒരാൾക്കും വിപ്ലവകാരിയായ ഒരു സോഷ്യൽ ഡെമോക്രാറ്റാവാൻ കഴിയുകയില്ല.

ഈ പ്രവർത്തനത്തിന്റെ പരിണാമമെന്ന നിലയ്ക്ക് സ്വിറ്റ്സർലന്റിലെ ഡിമ്മർവാൾഡ്, കീൻന്താൾ എന്ന രണ്ട് ഗ്രാമങ്ങളിൽവെച്ച് ഓരോ സമ്മേളനം നടന്നു. ‘മധ്യമാർഗ’ക്കാർ കൂടി സജീവം പങ്കെടുത്തിരുന്ന ഈ രണ്ട് സമ്മേളനങ്ങളിലും ലെനിന്റെ നേതൃത്വത്തിലുള്ള, വിപ്ലവകാരികളായ സോഷ്യൽ ഡെമോക്രാറ്റുകാർ കാര്യമായ സ്വാധീനം ചെലുത്തി. ‘മധ്യമാർഗ’ക്കാരുടെ സാന്നിധ്യം നിമിത്തം വലതുപക്ഷ അവസരവാദത്തിന്റെ അംശങ്ങൾ ധാരാളമുണ്ടായിരുന്നെങ്കിലും ഇടതുപക്ഷ നിലപാട് പൊതുവിൽ അംഗീകരിക്കുന്ന പ്രമേയങ്ങളാണ് ഈ രണ്ട് സമ്മേളനങ്ങളിലും അംഗീകരിക്കപ്പെട്ടത്. ഡിമ്മർവാൾഡ് സമ്മേളനം അംഗീകരിച്ച പ്രമേയത്തിൽ ഇങ്ങനെ പറഞ്ഞു:

> ലോകചരിത്രത്തിലിതുവരെ ഉണ്ടായിട്ടില്ലാത്ത ഒരു സന്ദർഭമാണ് ഇപ്പോൾ വന്നിട്ടുള്ളത്. നമ്മുടെയെല്ലാം പ്രവർത്തനത്തിനടിസ്ഥാനമായിരിക്കേണ്ട ഒരു കടമ ഇപ്പോൾ ഉയർന്നുവന്നിരിക്കുന്നു. ഇത് നിറവേറ്റുന്നതിൽ ചെയ്യേണ്ടിവരുന്ന ഒരു ത്യാഗവും അധികമല്ല. താങ്ങേണ്ടിവരുന്ന ഒരു ഭാരവും താങ്ങാനാവാത്തതല്ല. രാജ്യങ്ങൾ തമ്മിൽ സമാധാനം എന്ന നമ്മുടെ ലക്ഷ്യം നേടുന്നതിന് അതെല്ലാം ആവശ്യമാണ്.

പ്രമേയത്തിന്റെ അവസാനം വരുന്ന ആഹ്വാനം ഇങ്ങനെയാണ്:

> പണിയെടുത്ത് ജീവിക്കുന്ന സ്ത്രീ പുരുഷന്മാരെ! അച്ഛനമ്മമാരെ! വിധവകളെ! അനാഥരെ! യുദ്ധത്തിൽ മുറിവേറ്റവരെ! യുദ്ധത്തിന്റെ കെടുതികൾ അനുഭവിച്ച് വിവിധ രാജ്യങ്ങളിൽ ജീവിക്കുന്ന നിങ്ങളോടെല്ലാം ഞങ്ങൾ അഭ്യർഥിക്കുന്നു: എല്ലാ രാജ്യങ്ങളിലുമുള്ള തൊഴിലാളികളെ ഒന്നിക്കുക!

ഈ പ്രമേയത്തിൽ ‘മധ്യമാർഗ’ക്കാരുടെ സമീപനത്തിലെ പല അവശിഷ്ടങ്ങളും ഉണ്ടായിരുന്നു. അവയോട് തികച്ചും വിമർശനപരമായ ഒരു സമീപനമാണ് ലെനിന് ഉണ്ടായിരുന്നത്. എങ്കിലും പ്രമേയത്തിന്റെ കീഴെ ലെനിനും സഖാക്കളും ഒപ്പുവെച്ചു. സ്വന്തം നയസമീപനത്തിൽ ഉറച്ചുനിൽക്കാനും അത് പ്രചരിപ്പിക്കാനുമുള്ള സ്വാതന്ത്ര്യം പരമാവധി നില

നിർത്തിക്കൊണ്ട് മുഖ്യ എതിരാളിയെ നേരിടുന്നതിന് കഴിയുന്നത്ര വ്യാപകമായ ഐക്യമുണ്ടാക്കുകയെന്ന കാഴ്ചപ്പാടാണ് ലെനിനിസ്റ്റുകാരെ ഈ നിലപാട് എടുക്കാൻ പ്രേരിപ്പിച്ചത്. ലെനിൻ എഴുതി:

> നമ്മുടെ അഭിപ്രായസ്വാതന്ത്ര്യം നിലനിർത്തിക്കൊണ്ടും പൊതുവിൽ അംഗീകരിക്കപ്പെട്ട സമീപനത്തിലെ ദൗർബല്യങ്ങളെ വിമർശിക്കാനുള്ള അവകാശം ഉപയോഗപ്പെടുത്തിക്കൊണ്ടും ജർമനി, ഫ്രാൻസ്, സ്വീഡൻ, നോർവെ, സ്വിറ്റ്സർലന്റ് മുതലായ രാജ്യങ്ങളിലെ സോഷ്യൽ ഡെമോക്രാറ്റുകാരുടെ ഇടയിലുള്ള ന്യൂനപക്ഷക്കാരുമായി ഒത്തുചേരാൻ കൂട്ടാക്കാതിരിക്കുന്നത് തികച്ചും വിഭാഗീയതയായിരിക്കും. യുദ്ധജ്വരം ഇളക്കിവിടുന്നവർക്ക് എതിരെ ഉയർന്നുവരുന്ന പ്രസ്ഥാനത്തിന് വേണ്ടത്ര വേഗതയില്ല, അത് ഒരടി മാത്രമേ മുന്നോട്ടു പോകുന്നുള്ളൂ എന്ന കാരണത്താൽ ആ പ്രസ്ഥാനത്തോട് ഒത്തുപോകാതിരിക്കുന്നത് തികച്ചും തെറ്റായ ഒരു സമരതന്ത്രമായിരിക്കും.

ഡിമ്മർവാൾഡ് സമ്മേളനം പുറപ്പെടുവിച്ച ആഹ്വാനം യുദ്ധവിരോധ പ്രസ്ഥാനത്തിന്റെ ആദ്യപടി മാത്രമായാണ് ലെനിൻ കണക്കാക്കിയതെന്നർഥം.

അതേ അവസരത്തിൽ, വിവിധ രാജ്യങ്ങളിലെ ഇടതുപക്ഷക്കാർ അംഗീകരിക്കുന്ന സമീപനത്തിലടങ്ങിയ ദൗർബല്യങ്ങൾ ചൂണ്ടിക്കാണിക്കാതിരിക്കുന്നത് തെറ്റായിരിക്കുമെന്ന് ലെനിൻ ഉറച്ച് വിശ്വസിച്ചു. അങ്ങനെ അവസരവാദികളുടെ വലതുപക്ഷക്കാർക്കെതിരെ 'മധ്യമാർഗ'ക്കാരുമായി സഹകരിക്കുകയും പക്ഷേ 'മധ്യമാർഗ'ക്കാരുടെ സമീപനത്തിലെ ദൗർബല്യങ്ങൾ ചൂണ്ടിക്കാണിക്കുകയും ചെയ്യുകയെന്ന തന്ത്രം ഇക്കാലത്ത് ലെനിൻ ആവിഷ്കരിച്ചു. ഇത് പിന്നീട് ലോക വിപ്ലവപ്രസ്ഥാനത്തിൽ 'ഐക്യവും സമരവു'മെന്ന തന്ത്രമായി പ്രസിദ്ധിനേടി.

ഇങ്ങനെ വലതുപക്ഷ അവസരവാദക്കാർക്കെതിരെ ഇടതുപക്ഷക്കാരെ സംഘടിപ്പിക്കുന്ന ജോലിയിൽ മുമ്പുതന്നെ ലെനിൻ ആവിഷ്കരിച്ചിരുന്ന ദേശീയ പ്രസ്ഥാനത്തോടുള്ള സമീപനം വീണ്ടും പ്രസക്തമായി തീർന്നു. 1916 ജനുവരിയിലും ഫെബ്രുവരിയിലുമായി ഈ പ്രശ്നം സംബന്ധിച്ച് തന്റെ നിലപാട് ആവർത്തിച്ച് വ്യക്തമാക്കുന്ന ഒട്ടേറെ ലേഖനങ്ങൾ അദ്ദേഹം എഴുതി. അടിച്ചമർത്തപ്പെടുന്ന ദേശീയ ജനവിഭാഗങ്ങൾക്ക് വിട്ടുപോകലടക്കമുള്ള സ്വയം നിർണയാവകാശം അനുവദിക്കാൻ ഇടതുപക്ഷ സോഷ്യൽ ഡെമോക്രാറ്റുകാർ തയാറാവണമെന്ന് ലെനിൻ നിർബന്ധിച്ചു. ഇതിനെ ചോദ്യം ചെയ്തുകൊണ്ട് ചില ഇടതുപക്ഷക്കാരിൽനിന്നുതന്നെ ഉയർന്നുവന്ന വാദങ്ങളെ ലെനിൻ രൂക്ഷമായി എതിർത്തു.

റോസാ ലുക്സംബർഗ് എന്ന പോളിഷ്-ജർമൻകാരി മറ്റുചില ഇടതുപക്ഷ സഖാക്കളുമായി ഒത്തുചേർന്നു. കുത്തക മുതലാളിത്തത്തിന്റെ

തായ പുതിയ കാലഘട്ടത്തിൽ സ്വയം നിർണയാവകാശത്തിന് പ്രസക്തി യില്ലെന്ന് വാദിച്ചു. അതിന് മറുപടി പറയവെ കുത്തകമുതലാളിത്തത്തി ന്റെതായ പുത്തൻ കാലഘട്ടത്തിൽ മൂന്നുതരം രാജ്യങ്ങളുണ്ടെന്നും അവ യിലോരോന്നിനെയും സംബന്ധിച്ച് സ്വയം നിർണയാവകാശം ഓരോ തരത്തിൽ പ്രസക്തമാണെന്നും ലെനിൻ ചൂണ്ടിക്കാണിച്ചു.

പടിഞ്ഞാറൻ യൂറോപ്പിലും അമേരിക്കയിലുമുള്ള വികസിത മുത ലാളിത്ത രാജ്യങ്ങളാണ് ആദ്യത്തേത്. അവ ഓരോന്നും മറ്റ് രാജ്യങ്ങ ളെയും ജനവിഭാഗങ്ങളെയും അടക്കിഭരിക്കുന്ന 'വൻകോയ്മ'കളാണ്. ഈ രാജ്യങ്ങളിലുള്ള തൊഴിലാളിവർഗ പ്രസ്ഥാനം ആ രാജ്യങ്ങളുടെ കീഴിലുള്ള കോളനികളെയും അതാത് രാജ്യത്തുതന്നെയുള്ള മർദിത ജനവിഭാഗങ്ങളെയും സ്വതന്ത്രരാക്കുന്നതിനുവേണ്ടി പോരാടണം. അതിന് ഈ കോളനികൾക്കും ജനവിഭാഗങ്ങൾക്കും സ്വയം നിർണയാവ കാശം കിട്ടാൻവേണ്ടി തൊഴിലാളിവർഗം പോരാടണം. ആ രാജ്യത്തെ ഭരണവർഗങ്ങളുടെ മേധാവിത്വ പ്രവണതയെ എതിർക്കണം.

രണ്ടാം വിഭാഗത്തിൽപ്പെട്ട രാജ്യങ്ങൾ പ്രധാനമായി കിഴക്കൻ യൂറോ പ്പിലാണ്; ആസ്ത്രിയ, ബാൾക്കൻ രാജ്യങ്ങൾ, റഷ്യ മുതലായവ. അവിട ങ്ങളിലെല്ലാം ഇരുപതാം നൂറ്റാണ്ടിൽ സംഘടിതമായ ദേശീയ പ്രസ്ഥാന ങ്ങൾ ഉയർന്നുവന്നിട്ടുണ്ട്, ദേശീയ സമരങ്ങൾ ഇരമ്പിക്കയറാൻ തുടങ്ങി യിട്ടുണ്ട്. ഈ രാജ്യങ്ങളിലെല്ലാം തൊഴിലാളിവർഗത്തിന്, അതിന്റെ കടമ പൂർത്തീകരിക്കണമെങ്കിൽ സ്വന്തം വർഗസമരത്തെ മർദിത ജനവിഭാഗ ങ്ങളുടെ വിമോചന പ്രസ്ഥാനവുമായി യോജിപ്പിക്കുകയും അതിൽ ലയി പ്പിക്കുകയും ചെയ്യണം. അങ്ങനെ മാത്രമേ ഈ രാജ്യങ്ങളിലെ ഭൂപ്രഭു ക്കൾക്കും ബൂർഷ്വാസിക്കുമെതിരായി ശക്തമായ വിപ്ലവപ്രസ്ഥാനം വളർ ത്തിയെടുക്കാൻ കഴിയൂ.

മൂന്നാം വിഭാഗത്തിൽപ്പെട്ട രാജ്യങ്ങളാണ് ചൈനയെയും പേർഷ്യ യെയും തുർക്കിയെയുംപോലുള്ള അർധ കൊളോണിയൽ രാജ്യങ്ങൾ. കൂടാതെ, ഇന്ത്യയടക്കം മനുഷ്യസമൂഹത്തിന്റെ പകുതിയിലേറെ അധി വസിക്കുന്ന കൊളോണിയൽ രാജ്യങ്ങളുമുണ്ട്. ഈ രാജ്യങ്ങളിലെല്ലാം വ്യാപകവും അതിശക്തവുമായ ദേശീയ വിമോചനപ്രസ്ഥാനങ്ങൾ ഉയർ ന്നുവന്നിരിക്കുന്നു. ഈ കോളനികൾക്കും അർധ കോളനികൾക്കും അടി യന്തരമായി പൂർണസ്വാതന്ത്ര്യം കിട്ടുന്നതിനുവേണ്ടിയുള്ള സമരത്തിന് മാർക്സിസ്റ്റ് പാർട്ടികളും ഗ്രൂപ്പുകളും പൂർണ പിന്തുണ നൽകണം. ഈ രാജ്യങ്ങളെ അമർത്തിവെക്കുന്ന സാമ്രാജ്യകോയ്മകളിൽനിന്ന് അതാ തിടത്തെ ജനകോടികൾക്ക് ദേശീയ വിമോചനം സാധിക്കുന്നതിനാവശ്യ മായ നീക്കത്തിൽ തൊഴിലാളിവർഗ വിപ്ലവകാരികൾ ഏർപ്പെടണം.

ഈ തരംതിരിവിൽനിന്ന് ഒരു കാര്യം വ്യക്തമാവും: അവിഭക്ത ഇന്ത്യൻ പാർട്ടി ഒരു കാലത്ത് വിശ്വസിച്ചിരുന്നതുപോലെയും മാർക്സിസ്റ്റ് ലെനിനിസ്റ്റുകാരെന്ന് സ്വയം അവകാശപ്പെടുന്ന ചില ഗ്രൂപ്പുകൾ ഇന്നും കരുതുന്നതുപോലെയും ആഗോളമായി നടപ്പിലാക്കേണ്ട ഒരു ലെനിനിസ്റ്റ്

സിദ്ധാന്തമല്ല വിട്ടുപോകൽ അടക്കമുള്ള സ്വയംനിർണയാവകാശം. ഇന്ത്യയടക്കമുള്ള കോളനികളെയും അർധകോളനികളെയും സംബന്ധിച്ചിടത്തോളം, മേധാവിത്വം വഹിക്കുന്ന സാമ്രാജ്യകോയ്മയിൽനിന്ന് മോചനം നേടലാണ് ദേശീയ പ്രശ്നത്തിന്റെ കാതലായ ഭാഗം. ഈ രാജ്യങ്ങളിൽ അധിവസിക്കുന്നവരും വിവിധ ദേശീയ ജനവിഭാഗങ്ങളിൽപ്പെട്ടവരുമായ ജനകോടികളെ സാമ്രാജ്യാധിപത്യത്തിന്റെ നുകത്തിൽനിന്ന് മോചനം നേടുന്നതിനുവേണ്ടി യോജിച്ചണിനിരത്തുകയാണ് മാർക്സിസ്റ്റ്- ലെനിനിസ്റ്റുകാരുടെ സമരതന്ത്രം.

രാഷ്ട്രീയതലത്തിൽ ദേശീയവിമോചനം നേടി സ്വതന്ത്രരാജ്യങ്ങളായിത്തീർന്നതിൽ പിന്നീടാവട്ടെ, സ്വാതന്ത്ര്യസമരകാലത്ത് വളർന്നുവന്ന സാമ്രാജ്യവിരുദ്ധ ഐക്യത്തെ ഉറപ്പിക്കുകയും വളർത്തുകയുമാണ് മാർക്സിസ്റ്റുകാരുടെ കടമ. അതുകൊണ്ടാണ് സി പി ഐ (എം) അതിന്റെ പരിപാടിയിൽ ദേശീയ ജനവിഭാഗങ്ങൾക്ക് വ്യാപകമായ പ്രാദേശിക സ്വയംഭരണാവകാശത്തോടുകൂടിയ ഫെഡറേഷൻ എന്ന മുദ്രാവാക്യം 1972 ൽ അംഗീകരിച്ച പാർട്ടിപരിപാടിയിൽ ഉൾക്കൊള്ളിച്ചത്.

ഈ ലെനിനിസ്റ്റ് കാഴ്ചപ്പാടിനെതിരെ സാമ്രാജ്യാധിപത്യത്തിന്റെ നിലപാടിന് പൂർണപിന്തുണ നൽകുന്ന സമീപനമാണ് ആഗോള സോഷ്യലിസ്റ്റ് പ്രസ്ഥാനത്തിലെ അവസരവാദികളും അവരുമായി ഐക്യമുണ്ടാക്കാൻ ബന്ധപ്പെടുന്ന 'മധ്യവർഗ'ക്കാരും അംഗീകരിച്ചത്. അതുകൊണ്ട് മറ്റ് ആശയപ്രശ്നങ്ങളിലും രാഷ്ട്രീയപ്രശ്നങ്ങളിലുമെന്നപോലെ ദേശീയ പ്രശ്നത്തിലും ഇടതുപക്ഷ സോഷ്യൽ ഡെമോക്രാറ്റുകാർ തങ്ങളുടെ നിലപാടിൽ ഉറച്ചുനിന്നുകൊണ്ടുതന്നെ അവസരവാദത്തിനും 'മധ്യമാർഗ'ത്തിനുമെതിരെ പോരാടണം. തകർന്നുപോയ രണ്ടാം ഇന്റർനാഷണലിനുപകരം വിട്ടുവീഴ്ചയില്ലാതെ അവസരവാദത്തോട് പോരാടുന്ന പുതിയ മൂന്നാം ഇന്റർനാഷണൽ രൂപപ്പെടുത്തണം. അതിനുള്ള തയാറെടുപ്പാണ് ഡിമ്മർവാൾഡ് സമ്മേളനങ്ങളിൽ ലെനിൻ നടത്തിയത്.

23

അധികാരശക്തി രണ്ട് തട്ടുകളിൽ

ആയിരത്തിതൊള്ളായിരത്തി പതിനേഴ് ജനുവരി 22 ന് സ്വിറ്റ്സർലന്റിലെ സോഷ്യൽ ഡെമോക്രാറ്റിക് പാർട്ടിയുടെ ആഭിമുഖ്യത്തിൽ നടന്ന ഒരു യോഗത്തിൽ ലെനിൻ ഇങ്ങനെ പ്രസ്താവിച്ചു:

"പുറമേക്ക് കാണുന്ന യൂറോപ്പിന്റെ ശാന്തതകണ്ട് നാം തെറ്റിദ്ധരിക്കരുത്. യൂറോപ്പിന്റെ വയറ്റിൽ വിപ്ലവം ഗർഭരൂപം കൊണ്ടിരിക്കയാണ്."

അതുകഴിഞ്ഞ് ഏതാനും ആഴ്ചകൾക്കകത്ത് റഷ്യയിലെ സാറിസ്റ്റ് സ്വേച്ഛാധിപത്യം തകർന്നുവീണു. അതിനുവേണ്ടി നടന്ന വിപ്ലവത്തിൽ തൊഴിലാളിവർഗമാണ് മുൻനിന്നത്. ആ വർഗത്തിന് നേതൃത്വം നൽകിയതാവട്ടെ, ലെനിന്റെ ബോൾഷെവിക് പാർട്ടിയായിരുന്നുതാനും.

സ്വിറ്റ്സർലന്റിൽ താമസിക്കുകയായിരുന്ന ലെനിന് വിപ്ലവത്തിൽ നേരിട്ട് പങ്കെടുക്കാൻ കഴിഞ്ഞില്ല. പക്ഷേ, വിപ്ലവത്തിന്റെ വാർത്ത കേട്ട ഉടനെതന്നെ തുടർന്നുള്ള സംഭവവികാസങ്ങളിൽനിന്ന് ഒഴിഞ്ഞുനിൽക്കാതെ അതിൽ സജീവം പങ്കെടുക്കാനുള്ള വ്യഗ്രത ലെനിനിൽ ഉയർന്നുവന്നു.

എന്നാൽ, സ്വിറ്റ്സർലന്റിൽനിന്ന് റഷ്യയിലേക്ക് പോകണമെങ്കിൽ ജർമനിയിൽക്കൂടി വേണം; അത് സംബന്ധിച്ച് ഒരു ധാരണ ജർമൻ ഗവൺമെന്റുമായി ഉണ്ടാക്കണം. റഷ്യൻ ഗവൺമെന്റിന്റെ നിയന്ത്രണത്തിലിരിക്കുന്ന കുറെ ജർമൻ തടവുകാരെ മോചിപ്പിച്ച് അത്രതന്നെ റഷ്യൻ വിപ്ലവകാരികളെ ജർമനി വഴി റഷ്യയിലെത്തിക്കാൻ നോക്കുകയെന്ന നിർദേശം ഉന്നയിക്കപ്പെട്ടു. അതിനെതിരെ റഷ്യയിലെ ബൂർഷ്വാ പാർട്ടികൾ മാത്രമല്ല മെൻഷെവിക്കുകാരും സോഷ്യൽ വിപ്ലവകാരികളുംകൂടി ആക്ഷേപം ഉന്നയിച്ചു.

'ശത്രുരാജ്യ' ഗവൺമെന്റിന്റെ സഹായ സഹകരണങ്ങളോടെ റഷ്യ

യിലേക്ക് മടങ്ങിവരികയോ? ഈ ചോദ്യത്തിലെ ആരോപണം ലെനിൻ നിഷേധിച്ചു. 'സ്വന്തം' രാജ്യമായ റഷ്യയേക്കാൾ ഒരുതരത്തിലും മോശപ്പെട്ട രാജ്യമല്ല ജർമനിയെന്ന് അദ്ദേഹം അഭിപ്രായപ്പെട്ടു. പക്ഷേ, ഈ നടപടി അംഗീകരിക്കുന്നതിനുമുമ്പ് മിക്ക യൂറോപ്യൻ രാജ്യങ്ങളിലുമുള്ള ഇടതുപക്ഷ സോഷ്യൽ ഡെമോക്രാറ്റുകാരുടെ അംഗീകാരം രേഖാമൂലം ബോൾഷെവിക്കുകാർ സമ്പാദിച്ചു. അങ്ങനെയാണ് സ്വിറ്റ്സർലന്റിൽനിന്ന് ജർമനിവഴി ലെനിനും സഖാക്കളും റഷ്യയിലെത്തിയത്.

ലെനിൻ തിരിച്ചെത്തിയ വാർത്ത റഷ്യൻ തൊഴിലാളിവർഗത്തെ പുളകംകൊള്ളിച്ചു. അദ്ദേഹവും സഖാക്കളും എന്ത് പറയുന്നു, എന്ത് ചെയ്യുന്നു എന്ന് അവർ സാകൂതം നോക്കുകയായിരുന്നു. വിജയപൂർവം നടന്ന വിപ്ലവത്തെ ഇനി എങ്ങോട്ട് നയിക്കുമെന്ന ചോദ്യമാണ് ലെനിനെയും സഖാക്കളെയുമെന്നപോലെ റഷ്യൻ തൊഴിലാളിവർഗത്തെയാകെ നേരിട്ടത്.

ഇതിനുള്ള മറുപടി *പ്രാവ്ദ*യിലെഴുതിയ ലേഖനങ്ങളിലൂടെ ലെനിൻ വ്യക്തമാക്കി. അവയിലടങ്ങിയ ആശയം സംക്ഷിപ്തരൂപത്തിൽ ഉൾക്കൊള്ളുന്നതും 'ഏപ്രിൽ തീസിസ്' എന്ന പേരിൽ പിന്നീട് പ്രസിദ്ധമായതുമായ ഒരു രേഖയിൽ ലെനിൻ വിശദീകരിച്ചു.

ഫെബ്രുവരിയിലും മാർച്ചിലുമായി നടന്ന റഷ്യൻ വിപ്ലവം അവസാന വിശകലനത്തിൽ ഒരു ബൂർഷ്വാ വിപ്ലവമാണെന്ന് ലെനിൻ ചൂണ്ടിക്കാണിച്ചു. സാറിസ്റ്റ് സ്വേച്ഛാധിപത്യം തകർന്നുവീഴുമെന്നത് നേരാണ്. പക്ഷേ, അതിന്റെ കൈവശമുണ്ടായിരുന്ന അധികാരശക്തി പകർന്നുവീണിട്ടുള്ളത് തൊഴിലാളികളുടെയും കൃഷിക്കാരുടെയും കൈയിലേക്കല്ല, ബൂർഷ്വാസിയുടെ കൈയിലേക്കാണ്. ആ വർഗത്തിന്റെ നേതൃത്വത്തിലുള്ള താൽക്കാലിക ഗവൺമെന്റ് റഷ്യയെ സാമ്രാജ്യയുദ്ധത്തിൽനിന്ന് വിടർത്തുകയില്ല; ഫ്രാൻസിലെയും ബ്രിട്ടനിലെയും കുത്തകമുതലാളിമാരുടെ താൽപ്പര്യം സംരക്ഷിക്കുന്നതിനുവേണ്ടി റഷ്യൻജനത ആളും അർഥവും ത്യാഗം ചെയ്യണമെന്ന് പുതിയ ഭരണവർഗമായിത്തീർന്ന റഷ്യൻ ബൂർഷ്വാസിക്ക് നിർബന്ധമാണ്. ബൂർഷ്വാസിയുടെ ഈ നയം തന്നെയാണ് മെൻഷെവിക്കുകാരും സോഷ്യലിസ്റ്റ് വിപ്ലവകാരികളും തുടർന്നുപോരുന്നത്.

കൂടാതെ, റഷ്യൻ ജനതയുടെ ജീവൽ പ്രശ്നമായ കാർഷിക ജീവിതത്തിൽ യാതൊരു മാറ്റവും മെൻഷെവിക്കുകാരുടെയും സോഷ്യലിസ്റ്റ് വിപ്ലവകാരികളുടെയും രാഷ്ട്രീയ നേതൃത്വത്തിലുള്ള താൽക്കാലിക ബൂർഷ്വാ ഗവൺമെന്റ് വരുത്തുകയില്ല. വൻകിട ഭൂഉടമകളുടെ കൈയിൽ കട്ടപിടിച്ച് കിടക്കുന്ന ഭൂമിയും മറ്റ് സ്വത്തുക്കളും യാതൊരു കേടും കൂടാതെ തുടരുന്ന നയസമീപനമാണ് പുതിയ ബൂർഷ്വാ ഗവൺമെന്റ് എടുക്കുക.

യുദ്ധക്കെടുതികളിൽനിന്ന് റഷ്യൻ ജനതയ്ക്ക് മോചനം കിട്ടാനെന്നപോലെ റഷ്യയിലെ കർഷക ജനസാമാന്യത്തിന് ഭൂപ്രഭുവർഗത്തിൽനിന്ന്

മോചനം കിട്ടാനും താൽക്കാലിക ഗവൺമെന്റിനെ സ്ഥാനഭ്രഷ്ടമാക്കി തൊഴിലാളിവർഗ നേതൃത്വത്തിൽ, തൊഴിലാളി കർഷക സമര സഖ്യത്തെ ആസ്പദമാക്കിയ വിപ്ലവ ഭരണസംവിധാനം രൂപപ്പെടുത്തണമെന്നർഥം.

ഇതൊരു വെറും സുന്ദരസ്വപ്നമൊന്നുമല്ല. വിപ്ലവത്തിനുശേഷമുള്ള രാഷ്ട്രീയ യാഥാർഥ്യമാണ്, എന്ന് ലെനിൻ ചൂണ്ടിക്കാണിച്ചു. എന്തുകൊണ്ടെന്നാൽ, സാറിസ്റ്റ് ഭരണാധികാരികൾ സ്ഥാനഭ്രഷ്ടരാവുക മാത്രമല്ല ചെയ്തിട്ടുള്ളത്. വിപ്ലവ പ്രക്രിയയുടെ ഭാഗമായിത്തന്നെ തൊഴിലാളികളുടെയും കർഷകജനസാമാന്യത്തിന്റെയും പടയാളികളുടെയും അധികാര കേന്ദ്രങ്ങളെന്ന നിലയ്ക്ക് സോവിയറ്റുകൾ ഉയർന്നുവന്നിട്ടുമുണ്ട്. ഫാക്ടറികൾ, കൃഷിയിടങ്ങൾ, ആപ്പീസുകളും വിദ്യാലയങ്ങളും, പട്ടാള യൂണിറ്റുകൾ എന്നിവിടങ്ങളിലെല്ലാം അതാതിന് നേതൃത്വം കൊടുക്കുന്ന സോവിയറ്റുകൾ നിലവിൽവന്നിട്ടുണ്ട്. അവയ്ക്ക് അഖില റഷ്യൻ അടിസ്ഥാനത്തിലും പ്രാദേശിക തലത്തിലും എക്സിക്യൂട്ടീവ് കമ്മിറ്റികളുണ്ട്. ഔപചാരികമായി അധികാരശക്തി കയ്യാളുന്ന താൽക്കാലിക ഗവൺമെന്റിന് സമാന്തരമായി, സോവിയറ്റുകളുടെ അഖില റഷ്യൻ എക്സിക്യൂട്ടീവ് കമ്മിറ്റിയുണ്ട്.

ഈ രണ്ട് സമാന്തര ശക്തികേന്ദ്രങ്ങളിൽ ഒന്ന് (താൽക്കാലിക ഗവൺമെന്റ്) ബൂർഷ്വാസിയുടെ നിയന്ത്രണത്തിലാണെങ്കിൽ, മറ്റേത് (സോവിയറ്റുകളുടെ അഖില റഷ്യൻ എക്സിക്യൂട്ടീവ് കമ്മിറ്റി) തൊഴിലാളി - കർഷകാദി ബഹുജനങ്ങളുടെ നിയന്ത്രണത്തിലാണ്. ഈ സ്ഥിതിവിശേഷത്തെയാണ് ലെനിൻ 'ദ്വന്ദ്വമാന അധികാരശക്തി' എന്നു വിളിച്ചത്.

യുദ്ധനയം, കാർഷികനയം മുതലായ കാര്യങ്ങളിൽ ബൂർഷ്വാസിയുടെ സമീപനമാണ് മെൻഷെവിക്കുകാരുടെയും സോഷ്യലിസ്റ്റ് വിപ്ലവകാരികളുടെയും നേതൃത്വത്തിലുള്ള ഗവൺമെന്റ് തുടരുന്നതെന്നതിനാൽ ബോൾഷെവിക്കുകാർക്കും മറ്റ് വിപ്ലവകാരികൾക്കും അതിനെതിരെ പോരാടാതിരിക്കാൻ വയ്യ? അതിനെ അധികാരഭ്രഷ്ടമാക്കി റഷ്യൻ ജനതയ്ക്ക് ഭൂപ്രഭുമേധാവിത്വത്തിൽനിന്നും യുദ്ധ പങ്കാളിത്തത്തിൽനിന്നും മോചനം നേടണമെങ്കിൽ മെൻഷെവിക്കുകാരും സോഷ്യലിസ്റ്റ് വിപ്ലവകാരികളും നയിക്കുന്ന ഈ ഗവൺമെന്റിനെ താഴത്തിറക്കി തൊഴിലാളിവർഗത്തിന്റെ വിപ്ലവഗവൺമെന്റിനെ സ്ഥാനത്തെത്തിക്കണം.

പക്ഷേ, ഇതേ ഗവൺമെന്റ് തൊഴിലാളി-കർഷകാദി ജനലക്ഷങ്ങളുടെ വിപ്ലവ സംഘടനയുടെ (സോവിയറ്റുകളുടെ) പിന്തുണയോടെയാണ് പ്രവർത്തിക്കുന്നതെന്നതിനാൽ അതിനെ ഉടൻ താഴത്തിറക്കി തൊഴിലാളിവർഗത്തിന്റെ വിപ്ലവഭരണകൂടം സ്ഥാപിക്കാൻ ശ്രമിക്കുന്നത് ബുദ്ധിശൂന്യമായിരിക്കും. ആശയപ്രചാരണത്തിന്റെയും രാഷ്ട്രീയ പ്രവർത്തനത്തിന്റെയും സഹായത്തോടെ ബഹുഭൂരിപക്ഷം സോവിയറ്റുകളെ മെൻഷെവിക്കുകാരുടെയും സോഷ്യലിസ്റ്റ് വിപ്ലവക്കാരുടെയും സ്വാധീനത്തിൽ

നിന്ന് മോചിപ്പിക്കാൻ നോക്കണമെന്ന് ലെനിൻ നിർദേശിച്ചു. നിരന്തരവും ക്ഷമാപൂർവവുമായ ഈ പ്രവർത്തനത്തിലൂടെ ജനങ്ങളിൽ ഭൂരിപക്ഷത്തെയും അതുവഴി സോവിയറ്റുകളെയും സ്വാധീനിക്കാൻ നോക്കുകയെന്ന തന്ത്രം ലെനിൻ ആവിഷ്കരിച്ചു.

ഈ തന്ത്രം പ്രയോഗത്തിൽ വരുത്തുന്നതിൽ ബോൾഷെവിക് പാർട്ടിക്ക് അകത്തുനിന്നുതന്നെ തടസങ്ങളുണ്ടായി. പാർട്ടിയുടെ മുഖപത്രമായ *പ്രാവ്ദ* ഈ നയസമീപനമനുസരിച്ചല്ല പ്രവർത്തിച്ചത്. ലെനിന്റെ ലേഖനങ്ങളിൽ പലതിലുമുള്ള പ്രധാന ഭാഗങ്ങൾ വെട്ടിക്കളഞ്ഞിട്ടാണ് *പ്രാവ്ദ* പ്രസിദ്ധീകരിച്ചത്. പത്രാധിപ സമിതിയിൽ പ്രമുഖ സ്ഥാനം വഹിച്ചിരുന്ന കമനേവ് ലെനിന്റെ നയസമീപനത്തെ പരസ്യമായിത്തന്നെ എതിർത്തുകൊണ്ട് ലേഖനങ്ങളെഴുതി. തുടക്കത്തിൽ സ്റ്റാലിനും ലെനിന്റെ സമീപനത്തിൽനിന്ന് വ്യത്യസ്തമായാണ് നിലയുറപ്പിച്ചിരുന്നതെങ്കിലും, പിന്നീട് അദ്ദേഹം അത് തിരുത്തി.

*പ്രാവ്ദ*യുടെ പത്രാധിപ സമിതിയിലെന്നപോലെ പാർട്ടി സംഘടനയുടെ വിവിധ തലങ്ങളിൽ ലെനിന്റെ സമീപനത്തോട് വിയോജിപ്പുള്ള പലരും ഉണ്ടായിരുന്നു. പക്ഷേ, തുടർച്ചയായ പ്രവർത്തനത്തിന്റെ ഫലമായി അവസാനം പാർട്ടിയാകെ ഇത് അംഗീകരിച്ചു. ബോൾഷെവിക്കുകാരുടെ അഖിലറഷ്യൻ സമ്മേളനം ഏപ്രിൽ 24 ന് ചേർന്ന് ലെനിന്റെ 'ഏപ്രിൽ തീസിസിന്' അംഗീകാരം നൽകി. 'അധികാരശക്തി മുഴുവൻ സോവിയറ്റുകൾക്ക്' എന്ന കേന്ദ്ര മുദ്രാവാക്യം അംഗീകരിക്കപ്പെട്ട റഷ്യ സാമ്രാജ്യ യുദ്ധത്തിൽനിന്ന് പിൻവാങ്ങണമെന്നും, റഷ്യൻ ജനത യഥാർഥ സ്വാതന്ത്ര്യം നേടണമെന്നും, അവർക്ക് ഭക്ഷണവും ഭൂമിയും കിട്ടണമെന്നും അതിനെല്ലാമുള്ള ഒരേയൊരു മാർഗം അധികാരശക്തി മുഴുവൻ സോവിയറ്റുകളുടെ കൈയിലേക്ക് ആക്കുകയാണെന്നും സമ്മേളനം തീരുമാനിച്ചു.

ഇതോടെ ബോൾഷെവിക് പാർട്ടിക്കകത്തെ തർക്കം തീർന്നു. പാർട്ടി ഒറ്റക്കെട്ടായി ലെനിന്റെ നേതൃത്വത്തിൽ അണിനിരന്നു. പക്ഷേ, പാർട്ടിയും സോവിയറ്റുകളുടെ അഖില റഷ്യൻ എക്സിക്യൂട്ടീവിൽ ഭൂരിപക്ഷമുള്ള വലതുപക്ഷ അവസരവാദികളും പാർട്ടിയുടെ ഈ നയസമീപനത്തെ രൂക്ഷമായി എതിർത്തു. പ്ലഹാനോവിനെപ്പോലെ തൊഴിലാളിവർഗ പ്രസ്ഥാനത്തിനകത്ത് പ്രശസ്തിയുള്ള നേതാക്കൾതന്നെ ബോൾഷെവിക് വിരുദ്ധ പ്രചാരണത്തിൽ മുൻനിന്നു. അവരെ ആശയപരമായും രാഷ്ട്രീയമായും ഒറ്റപ്പെടുത്താൻ കഴിഞ്ഞാലല്ലാതെ ബോൾഷെവിക്കുകാർക്ക് മുന്നോട്ട് പോവാൻ കഴിയുകയില്ലെന്ന സ്ഥിതി ഉളവായി. ബോൾഷെവിക്കുകാരുടെ ആശയപ്രചാരണവും രാഷ്ട്രീയ പ്രവർത്തനവും സ്വതന്ത്രമായിത്തന്നെ നടത്തേണ്ടിവന്നു.

ഈ പ്രവർത്തനത്തിന് അത്ഭുതാവഹമായ വിജയമുളവായി. 1917 ലെ മെയ്ദിന പ്രകടനങ്ങൾ എല്ലാ പ്രതീക്ഷകളെയും കവച്ചുവെച്ച് വിജയകരമായി മുന്നേറി. ഇതിനെ നേരിടുന്നതിന് മെൻഷെവിക്കുകാരും

സോഷ്യലിസ്റ്റ് വിപ്ലവകാരികളും അവരുടെ സ്വന്തമായ മഹായോഗങ്ങളും പ്രകടനങ്ങളും നടത്തി. ഇരുഭാഗത്തും നടന്ന ഈ ശക്തി പ്രകടനങ്ങളുടെ പരിണാമമെന്ന നിലയ്ക്ക് ജൂൺ 18 ന് — അന്നാണ് യുദ്ധരംഗത്ത് പുതിയ ഒരാക്രമണത്തിന് താൽക്കാലിക ഗവൺമെന്റ് പദ്ധതി ഇട്ടിരുന്നത് — 5 ലക്ഷത്തിലേറെ തൊഴിലാളികളും പടയാളികളും പെത്രോഗ്രാദിൽ പ്രകടനങ്ങൾ നടത്തി.

ഈ സംഭവത്തെക്കുറിച്ച് ലെനിൻ ഇങ്ങനെ എഴുതി:

> ബോൾഷെവിക്കുകാർ ഗൂഢാലോചനകളിൽ ഏർപ്പെടുകയാണെന്ന ആരോപണം ഏതാനും മണിക്കൂറുകൾകൊണ്ട് തകർന്നു തരിപ്പണമായി പോയി. റഷ്യയിലെ അധ്വാനിക്കുന്ന ബഹുജനങ്ങളുടെ മുന്നണിവിഭാഗമായി തലസ്ഥാനത്തെ വ്യവസായ തൊഴിലാളി വർഗവും പടയാളികളിൽ ബഹുഭൂരിപക്ഷവും തങ്ങളുടെ പാർട്ടി ഉന്നയിക്കുന്ന നിർദേശങ്ങൾക്ക് പിന്തുണ നൽകുന്നുവെന്ന് വ്യക്തമായി.

ഇതിനെയും ഇതുപോലുള്ള മറ്റ് ബഹുജന പ്രകടനങ്ങളെയും 'ശത്രുരാജ്യങ്ങളുടെ ചാരപ്പണി'യായി ചിത്രീകരിക്കാൻ ബൂർഷ്വാസിയുടെയും മെൻഷെവിക്കുകാരുടെയും സോഷ്യലിസ്റ്റ് വിപ്ലവകാരികളുടെയും പത്രങ്ങൾ കിണഞ്ഞ് ശ്രമിച്ചു. ബോൾഷെവിക്കുകാർക്ക് പൊതുവിലും ലെനിന് വിശേഷിച്ചും എതിരെയുള്ള രാഷ്ട്രീയാക്രമണങ്ങൾക്ക് പുറമെ ശാരീരികാക്രമണങ്ങൾക്കും ബോൾഷെവിക് പാർട്ടിയുടെ വിരോധികൾ പദ്ധതികളാവിഷ്കരിച്ചു. 'ദ്വന്ദ്വമാനമായ അധികാരശക്തി' ബൂർഷ്വാസിയുടെ മാത്രമായ അധികാരശക്തിക്ക് വഴിമാറിക്കൊടുക്കാൻ തുടങ്ങി. പാർട്ടിയുടെയും പ്രസ്ഥാനത്തിന്റെയും രക്ഷയ്ക്കുവേണ്ടി ലെനിൻ ഒളിവിൽ പോകുന്നത് ആവശ്യമായിവന്നു. ഒളിവിലിരുന്നുകൊണ്ട് നിയമവിധേയവും നിയമവിരുദ്ധവുമായ പ്രവർത്തനങ്ങൾക്ക് നേതൃത്വം നൽകാൻ ലെനിന് സൗകര്യം നൽകുന്ന സംവിധാനം ഏർപ്പെടുത്തേണ്ടിവന്നു. ഫെബ്രുവരി-മാർച്ച് മാസങ്ങളിലേതിൽനിന്ന് തികച്ചും വ്യത്യസ്തമായ ഒരു പരിതഃസ്ഥിതി റഷ്യയിൽ ഉളവായി.

ഈ കാലത്തെ ലെനിന്റെ ജീവിതം, പ്രവർത്തനരീതി മുതലായവ വ്യക്തമാക്കുന്ന നിരവധി പ്രദർശന വസ്തുക്കൾ ഇന്ന് സൂക്ഷിച്ചുവെച്ചിട്ടുണ്ട്.

അധികം കഴിയുന്നതിനുമുമ്പ് പൊട്ടിപ്പുറപ്പെടാൻ ഇരിക്കുന്ന നവംബർ വിപ്ലവത്തിന്റെ മുന്നൊരുക്കങ്ങൾക്കുവേണ്ടിയാണ് ഈ സംവിധാനങ്ങളെല്ലാം ഉണ്ടാക്കിയത്.

ഫെബ്രുവരി-മാർച്ച് മാസങ്ങളിൽ സാറിസ്റ്റ് ഭരണം തകരുകയും മെൻഷെവിക്കുകാർ, സോഷ്യലിസ്റ്റ് വിപ്ലവകാരികൾ എന്നിവരുടെ രാഷ്ട്രീയ നേതൃത്വത്തിൽ സോവിയറ്റുകളുടെ അഖിലറഷ്യൻ എക്സിക്യൂ

ട്ടീവ് രൂപംകൊള്ളുകയും ചെയ്തപ്പോൾ ആ സംഭവവികാസങ്ങൾ റഷ്യയെ എങ്ങോട്ടാണ് കൊണ്ടുപോകുന്നതെന്ന കാര്യത്തിൽ വ്യക്തമായ ധാരണ ഉണ്ടായിരുന്നത് ലെനിന് മാത്രമായിരുന്നു. മെൻഷെവിക്കുകാരും സോഷ്യലിസ്റ്റ് വിപ്ലവകാരികളും നയിക്കുന്ന താൽക്കാലിക ഗവൺമെന്റിന്റെ കീഴിൽ മുതലാളിത്തം വളരുകയും തൊഴിലാളിവർഗം സംഘടിക്കുകയും ചെയ്യുക, അതുകഴിഞ്ഞ്, ഏതാനും പതിറ്റാണ്ടുകൾക്കു ശേഷം തൊഴിലാളിവർഗം ഭരണശക്തിയായി മാറുക — ഈ കാഴ്ചപ്പാടാണ് ബൂർഷ്വാ പാർട്ടികൾക്കും തൊഴിലാളിവർഗ പ്രസ്ഥാനത്തിലെ അവസരവാദികൾക്കും ഉണ്ടായിരുന്നത്. അതിന്റെ സ്വാധീനം ബോൾഷെവിക് പാർട്ടിക്കകത്തുപോലും പ്രകടമായിവന്നു. ഈ പ്രവണതയ്ക്ക് എതിരെ ഉറച്ചുനിന്ന് പോരാടി ഫെബ്രുവരി–മാർച്ച് മാസങ്ങളിൽ നടന്ന ബൂർഷ്വാ വർഗ വിപ്ലവത്തെത്തന്നെ അതിവേഗം തൊഴിലാളിവർഗ വിപ്ലവമാക്കി തീർക്കുന്നതിനുള്ള ക്ഷമാപൂർവമായ പ്രവർത്തനം നടത്താനുള്ള കാഴ്ചപ്പാട് ലെനിന് മാത്രമാണുണ്ടായിരുന്നത്.

24

തൊഴിലാളിവർഗ സർവാധിപത്യം തത്വത്തിലും പ്രയോഗത്തിലും

ആയിരത്തിതൊള്ളായിരത്തി പതിനേഴ് ജൂലായിൽ അരങ്ങേറിയ മർദന ഭരണകാലംതൊട്ട് നവംബർ വിപ്ലവം നടക്കുന്നതുവരെ ലെനിൻ പാർട്ടിക്ക് നേതൃത്വം നൽകിയിരുന്നത് ഒളിവിലിരുന്നുകൊണ്ടായിരുന്നു. ഫെബ്രുവരി–മാർച്ചിൽ നടന്ന വിപ്ലവത്തെത്തുടർന്ന് അനിവാര്യമായി നടക്കുമെന്ന് ലെനിൻ മനസിലാക്കിയ സോഷ്യലിസ്റ്റ് വിപ്ലവത്തിനുവേണ്ട തയാറെടുപ്പ് താത്വികമായും പ്രായോഗികതലത്തിലും നടത്തുകയായിരുന്നു ഈ കാലത്ത് ലെനിൻ.

ഇതിനിടയ്ക്ക് ലോക വിപ്ലവപ്രസ്ഥാനത്തിന് ലെനിൻ നൽകിയ അമൂല്യമായ താത്വികസംഭാവനയാണ് *വിപ്ലവവും ഭരണകൂടവും* എന്ന കൃതി. മാർക്സും എംഗൽസും ആവിഷ്കരിച്ചിരുന്ന വിപ്ലവസിദ്ധാന്തത്തെ കൗത്സ്കി പ്രഭൃതികളുടെ ദുർവ്യാഖ്യാനങ്ങളിൽനിന്ന് രക്ഷിക്കുകയായിരുന്നു ഈ കൃതിയുടെ ലക്ഷ്യം. ബോൾഷെവിക് പാർട്ടിയെ സോഷ്യലിസ്റ്റ് വിപ്ലവത്തിന് തയാറാക്കാൻ ഉദ്ദേശിച്ച് രചിച്ച ആ ഗ്രന്ഥം ലോക വിപ്ലവപ്രസ്ഥാനത്തിനാകെ വമ്പിച്ച ഒരു നേട്ടമായിത്തീർന്നു.

ഭരണകൂടത്തിന്റെ സത്ത് എന്തെന്ന ചോദ്യത്തിന് മാർക്സും എംഗൽസും നൽകിയ മറുപടി "ഭരണവർഗം ഭരണീയർക്കെതിരെ നടത്തുന്ന ബലപ്രയോഗം" എന്നായിരുന്നു. ഭരണവർഗമോ ഭരണീയരോ ഇല്ലാതെ സമത്വവും സാഹോദര്യവും പുലർത്തിയിരുന്ന അതിപ്രാചീന ചരിത്രയുഗത്തിൽ ഭരണകൂടം ഉണ്ടായിരുന്നില്ല. സമൂഹം ഭരണകർത്താക്കളും ഭരണീയരുമെന്ന് രണ്ടായി തിരിഞ്ഞപ്പോൾ രൂപംകൊണ്ട ഭരണകൂടം ഭരണവർഗങ്ങളുടെ സ്വഭാവമാറ്റത്തിനനുസരിച്ച് മാറിക്കൊണ്ടിരുന്നിട്ടുണ്ട്.

പ്രാചീന കമ്യൂണിസം തകർന്ന് അടിമവ്യവസ്ഥ നിലവിൽവന്ന

പ്പോൾ അടിമകൾക്കെതിരെ ബലപ്രയോഗം നടത്താൻ ഉടമകൾ ഉപയോഗിക്കുന്ന ഉപകരണമായി ഭരണകൂടം നിലവിൽവന്നു. അടിമവ്യവസ്ഥ തകർന്ന് ഫ്യൂഡലിസം നിലവിൽ വന്നപ്പോൾ ഫ്യൂഡൽ വർഗങ്ങൾ അടിയാളർക്കെതിരെ നടത്തുന്ന ബലപ്രയോഗമായി ഭരണകൂടം മാറി. ഫ്യൂഡൽ സമൂഹം തകർന്ന് മുതലാളിത്ത സമൂഹം ഉയർന്നുവന്നപ്പോൾ ബൂർഷ്വാ ഭരണകൂടം നിലവിൽവന്നു.

ഈ ഓരോ ഘട്ടത്തിലും ഭരണകൂടം അധികമധികം മുമ്പത്തെക്കാൾ ശക്തിപ്പെട്ടു. അങ്ങനെ ചരിത്രത്തിൽ ഏറ്റവുമധികം ശക്തമായ ഭരണകൂടം മുതലാളിത്ത യുഗത്തിൽ ഉയർന്നുവന്നു.

എന്നാൽ, ഇതേവരെ നിലനിന്നിരുന്ന എല്ലാ വർഗസമൂഹങ്ങളിൽനിന്നും വ്യത്യസ്തമായി, ഭരണകർത്താക്കളും ഭരണീയരുമായി ജനങ്ങൾ തിരിഞ്ഞുനിൽക്കുന്ന സ്ഥിതി അവസാനിക്കാനുള്ള സാഹചര്യം മുതലാളിത്ത യുഗത്തിൽ വളർന്നുവരികയാണ്. മുതലാളിത്തത്തിന്റെ കൂടപ്പിറപ്പായ തൊഴിലാളിവർഗം ഭരണവർഗമായി മാറുമ്പോൾ അതിപ്രാചീന കാലത്തെന്നപോലെ വീണ്ടും വർഗസമൂഹമില്ലാത്ത — സമത്വവും സ്വാതന്ത്ര്യവും സാഹോദര്യവും നിലനിൽക്കുന്ന — ഒരു പുതിയ സമൂഹം രൂപപ്പെടുത്താനുള്ള സാഹചര്യം വളർന്നുവരും. അപ്പോൾ ഭരണകൂടത്തിന്റെ ആവശ്യമേ ഇല്ലെന്ന് വരും; ഭരണകൂടം 'കൊഴിഞ്ഞുപോകും.'

പക്ഷേ, തൊഴിലാളിവർഗം ഭരണവർഗമായി മാറിയ ഉടനെ ഈ സ്ഥിതി വരികയില്ല. എന്തുകൊണ്ടെന്നാൽ, മുതലാളിത്തത്തിന്റെ അവശിഷ്ടങ്ങൾ അപ്പോഴും തുടർന്നുകൊണ്ടിരിക്കും. അത് മുഴുവൻ തുടച്ചുനീക്കാൻ സാമാന്യം ദീർഘമായ ഒരു കാലഘട്ടം വേണ്ടിവരും.

ഈ അന്തരാള കാലഘട്ടത്തിൽ തൊഴിലാളിവർഗം ഭരണവർഗമായി മാറും; മുൻ ചൂഷകവർഗങ്ങളുടെ അവശിഷ്ടങ്ങൾ ഭരണീയരുമാകും. അന്ന് ഭരണകൂടമുണ്ട്. പക്ഷേ, മുതലാളിത്തത്തിന്റെയും അതിന് മുമ്പത്തെ വർഗസമൂഹങ്ങളുടെയും കീഴിൽ ന്യൂനപക്ഷംവരുന്ന ചൂഷകവർഗം ഭൂരിപക്ഷം വരുന്ന ചൂഷിതരുടെമേൽ ബലപ്രയോഗം നടത്തുകയായിരുന്നു. തൊഴിലാളിവർഗ നേതൃത്വത്തിലുള്ള സോഷ്യലിസ്റ്റ് വിപ്ലവത്തിലാകട്ടെ, അധ്വാനിക്കുന്ന ബഹുജനങ്ങൾ (ഭൂരിപക്ഷം) ഒരു ചെറുന്യൂനപക്ഷം മാത്രം വരുന്ന മുൻ ചൂഷകവർഗങ്ങൾക്കെതിരായാണ് ബലം പ്രയോഗിക്കുക. ഇതിനെയാണ് മാർക്സും എംഗൽസും തൊഴിലാളിവർഗ സർവാധിപത്യം എന്നു വിളിച്ചത്.

മുൻ ചൂഷകവർഗങ്ങൾക്കെതിരെ തൊഴിലാളിവർഗം നടത്തുന്ന സർവാധിപത്യം നിലനിർത്തുന്ന ഈ കാലഘട്ടത്തിൽ സമൂഹം സാമ്പത്തികമായും സാംസ്കാരികമായും വളരെയേറെ പുരോഗമിക്കും. മനുഷ്യാധ്വാനത്തിന്റെ ഉൽപ്പാദനശക്തി ആധുനിക ശാസ്ത്രത്തിന്റെയും സാങ്കേതികവിദ്യയുടെയും ഫലമായി അഭൂതപൂർവമായി വളരും. ഭക്ഷണം, വസ്ത്രം, പാർപ്പിടസൗകര്യം, വിദ്യാഭ്യാസം, വൈദ്യസഹായാദി സേവനത്തുറകൾ എന്നിവയെല്ലാം അധ്വാനിക്കുന്ന ബഹുജന

ങ്ങൾക്ക് യഥേഷ്ടം കിട്ടാറാകത്തക്ക സ്ഥിതിയിലേക്ക് സമൂഹം നീങ്ങും. അതിനുവേണ്ടി കരുക്കൾ ഒരുക്കുകയാണ് അന്തരാളഘട്ടത്തിൽ നില നിൽക്കുന്ന തൊഴിലാളിവർഗ സർവാധിപത്യത്തിന്റെ കടമ.

അതായത്, ഈ സർവാധിപത്യത്തിന് മർദനസ്വഭാവം മാത്രമല്ല ഉള്ളത്. ന്യൂനപക്ഷം വരുന്ന മുൻ ചൂഷകവർഗ വിഭാഗങ്ങൾക്കെതിരെ മർദനായുധങ്ങൾ പ്രയോഗിക്കുന്ന ഈ അന്തരാളഘട്ടത്തിലെ സർവാധി പത്യം തന്നെ ക്രിയാത്മകമായ സംഘടനാ ജോലികളിലൂടെ സമൂഹ ത്തിന്റെ ഉൽപ്പാദനകഴിവ് വർധിപ്പിക്കും. ആ പ്രക്രിയ പൂർത്തിയാകു മ്പോഴേ 'ഭരണകൂടം കൊഴിഞ്ഞുപോവുക'യുള്ളൂ.

ഈ വിലയിരുത്തലിൽനിന്നാണ് മുതലാളിത്തത്തിൽനിന്ന് കമ്യൂണി സത്തിലേക്കുള്ള പരിവർത്തനത്തിന്റെ രണ്ട് ഘട്ടങ്ങൾ സംബന്ധിച്ച സിദ്ധാന്തം മാർക്സും എംഗൽസും ആവിഷ്കരിച്ചതും ലെനിൻ പുഷ്ടി പ്പെടുത്തിയതും.

തൊഴിലാളിവർഗ സർവാധിപത്യം നിലനിൽക്കുന്ന ഒന്നാം ഘട്ട ത്തിൽ മുതലാളിത്തത്തിന്റെ അവശിഷ്ടങ്ങൾ ധാരാളമുണ്ട്. മനുഷ്യനും മനുഷ്യനും തമ്മിൽ, തൊഴിലാളിയും തൊഴിലാളിയും തമ്മിൽ, തൊഴി ലാളികളും മറ്റ് ജനവിഭാഗങ്ങളും തമ്മിൽ, ഓരോ വർഗത്തിലും ജന വിഭാഗത്തിലുംപെട്ട വിവിധ വ്യക്തികൾ തമ്മിൽ തമ്മിൽ അന്തരവും അസമത്വങ്ങളുമുണ്ട്. ഈ ഘട്ടത്തിൽ സമൂഹത്തിന്റെ ഉൽപ്പാദനഫലം സമമായി പങ്കുവെക്കാൻ കഴിയുകയില്ല. ഓരോ വ്യക്തിയും താൻ ചെയ്യുന്ന ജോലിക്കൊത്ത പ്രതിഫലം പറ്റുകയെന്ന ഏർപ്പാടാണ് ഈ ഘട്ടത്തിൽ നിലവിലുള്ളത്. "ഓരോ ആളും കഴിവിനൊത്ത് ജോലി ചെയ്യുക, ചെയ്യുന്ന ജോലിക്കൊത്ത് പ്രതിഫലം പറ്റുക" - ഇതാണ് ഈ ഘട്ടത്തിൽ പ്രാബല്യത്തിലിരിക്കുന്ന നിയമം.

ക്രമേണ സമൂഹത്തിന്റെ ഉൽപ്പാദനക്കഴിവ് വർധിക്കുകയും ഉൽപ്പന്നങ്ങളുടെ ലഭ്യത കൂടുകയും ചെയ്യുമ്പോൾ സമൂഹത്തിലെ ഓരോ വ്യക്തിക്കും ഇഷ്ടമുള്ളത്ര ഭക്ഷണം കഴിക്കാനും വസ്ത്രം ധരിക്കാനും പാർപ്പിടസൗകര്യമുണ്ടാക്കാനും മറ്റും കഴിയുന്നു. സമ്പദ്‌വിതരണത്തിന്റെ കാര്യത്തിൽ മുൻ ഘട്ടത്തിലുണ്ടായിരുന്ന അസമത്വം അവസാനിപ്പിക്കാ മെന്ന് വരുന്നു. അങ്ങനെ "ഓരോരുത്തരും കഴിവിനൊത്ത് ജോലി ചെയ്യു ക, ആവശ്യമുള്ളത്ര ഉപഭോഗ സാമഗ്രികൾ ഓരോരുത്തർക്കും ലഭിക്കു ക" എന്ന പുതിയ വിതരണരീതി നിലവിൽ വരുന്നു. ഇതിനെയാണ് കമ്യൂണിസത്തിന്റെ രണ്ടാം ഘട്ടമെന്ന് വിളിക്കുന്നത്.

ഇതോടെയാണ് 'ഭരണകൂടം കൊഴിഞ്ഞുപോകു'ന്ന സ്ഥിതിവരു ന്നത്. അതിപ്രാചീന കാലത്തെപ്പോലെ മനുഷ്യർ തമ്മിൽ പൂർണമായ സമത്വം, പക്ഷേ അന്നത്തേതിൽനിന്ന് വ്യത്യസ്തമായി, സുഭിക്ഷമായ ജനജീവിതം — ഈ സ്ഥിതി നിലവിൽവരും.

കമ്യൂണിസ്റ്റ് മാനിഫെസ്റ്റോ തൊട്ടുള്ള എല്ലാ കൃതികളിലും മാർക്സും എംഗൽസും വിശദീകരിച്ച ഈ കാഴ്ചപ്പാട് കൂടുതൽ വിശദ

മായി വിവരിക്കുന്നത് ബൂർഷ്വാ രാഷ്ട്രീയക്കാരുടെയും അവസരവാദികളുടെയും ദുർവ്യാഖ്യാനങ്ങളുടെ പശ്ചാത്തലത്തിൽ അത്യാവശ്യമായിരുന്നു. അതിന്റെ അടിസ്ഥാനത്തിൽ മാത്രമേ റഷ്യൻ തൊഴിലാളിവർഗത്തെ ബൂർഷ്വാ ജനാധിപത്യവിപ്ലവത്തിൽനിന്ന് തൊഴിലാളിവർഗവിപ്ലവത്തിലേക്ക് നയിക്കാൻ കഴിയൂ.

ഈ പ്രക്രിയയിൽ തൊഴിലാളിവർഗ പാർട്ടിയുടെ നേതൃത്വപരമായ പങ്കും ലെനിൻ ഊന്നിപ്പറഞ്ഞു. മെൻഷെവിക്കുകാർ, സോഷ്യലിസ്റ്റ് വിപ്ലവകാരികൾ മുതലായ പെറ്റിബൂർഷ്വാ സോഷ്യലിസ്റ്റുകാരെയും ബൂർഷ്വാ രാഷ്ട്രീയപാർട്ടികളെയും ജനങ്ങളിൽനിന്ന് ഒറ്റപ്പെടുത്തി. തൊഴിലാളിവർഗത്തിന്റെ നേതൃത്വത്തിൽ കർഷക ജനസാമാന്യമടക്കം അധ്വാനിക്കുന്ന ബഹുജനങ്ങളെയാകെ അണിനിരത്തുന്നതിൽ ബോൾഷെവിക് പാർട്ടി വിജയിച്ചാൽ മാത്രമേ സോഷ്യലിസ്റ്റ് വിപ്ലവം വിജയിക്കുകയുള്ളൂ. തൊഴിലാളിവർഗ സർവാധിപത്യമെന്ന അന്തരാളഘട്ടത്തിലൂടെ മാത്രമേ കമ്യൂണിസത്തിലേക്ക് ഉയരാൻ കഴിയുകയുള്ളൂ എന്ന വസ്തുതയാണ് ലെനിൻ ബോൾഷെവിക് സഖാക്കളെയും റഷ്യൻ ജനതയെയും പഠിപ്പിക്കാൻ ശ്രമിച്ചത്.

*ഭരണകൂടവും വിപ്ലവവു*മെന്ന കൃതിയെപ്പോലെതന്നെ പ്രാധാന്യമുള്ള മറ്റുചില കൃതികളും ഇതേ കാലത്ത് ലെനിൻ രചിക്കുകയുണ്ടായി. മെൻഷെവിക്കുകാരുടെയും സോഷ്യലിസ്റ്റ് വിപ്ലവകാരികളുടെയും നേതൃത്വത്തിലുള്ള താൽക്കാലിക ഗവൺമെന്റിന്റെ സാമ്പത്തിക നയങ്ങളും യുദ്ധനയവും മൂലം രാജ്യത്തിന്റെ സാമ്പത്തികവും സാമൂഹ്യവും രാഷ്ട്രീയവുമായ വ്യവസ്ഥയാകെ തകരുകയായിരുന്നു. ആ തകർച്ചയിൽനിന്ന് രാജ്യത്തെ രക്ഷിക്കാനെന്നപേരിൽ ബൂർഷ്വാ പാർട്ടികളും അവയുടെ കാലടികൾ പിന്തുടരുന്ന അവസരവാദ രാഷ്ട്രീയക്കാരും എടുക്കുന്ന നടപടികളെല്ലാം പ്രതിസന്ധി മൂർഛിപ്പിക്കുകയേ ചെയ്യുന്നുള്ളൂ.

ഇതിന് പരിഹാരം കാണണമെങ്കിൽ മുതലാളിത്ത സർവാധിപത്യത്തിലേക്ക് നീങ്ങുന്ന പൊതു നയസമീപനം അംഗീകരിക്കണം. മെൻഷെവിക്കുകാരുടെയും സോഷ്യലിസ്റ്റ് വിപ്ലവകാരികളുടെയും നേതൃത്വത്തിലുള്ള താൽക്കാലിക ഗവൺമെന്റിന്റേതിന് ബദലായ ഒട്ടേറെ നയങ്ങളും നടപടികളും ലെനിൻ നിർദേശിച്ചു.

അവ നിർദേശിക്കുക മാത്രമല്ല നടപ്പിൽ വരുത്താനുള്ള കഴിവ് ബോൾഷെവിക് പാർട്ടിക്ക് ഉണ്ടെന്ന് സ്ഥാപിക്കുകകൂടി ലെനിൻ ചെയ്തു. അങ്ങനെ "ബോൾഷെവിക്കുകാർക്ക് വാചകമടിക്കാനല്ലാതെ ക്രിയാത്മകമായി എന്തെങ്കിലും ചെയ്യാൻ കഴിയുകയില്ല" എന്ന ആരോപണത്തിന് തക്ക മറുപടി ലെനിനും അദ്ദേഹത്തിന്റെ പാർട്ടിയും നൽകി.

ഇതിനിടയ്ക്ക് ബോൾഷെവിക്കുകാർക്കെതിരെ അണിനിരത്തുന്ന രാഷ്ട്രീയശക്തികൾക്കിടയിലും വിടവുകൾ വരാൻ തുടങ്ങിയിരുന്നു. മെൻഷെവിക്കുകാരുടെയും സോഷ്യലിസ്റ്റ് വിപ്ലവകാരികളുടെയും നേതൃത്വത്തിലുള്ള താൽക്കാലിക ഗവൺമെന്റിനെതിരെ ആ ഗവൺമെന്റിൽ

തന്നെ പടനായകനായ ജനറൽ കോർണിലോവ് കലാപക്കൊടി ഉയർത്തി. ശത്രുക്കളുടെ ഇടയിലുള്ള ഏത് ചെറിയ വിടവും സ്വന്തം വർഗതാൽപ്പര്യത്തിനുവേണ്ടി സമർഥമായി ഉപയോഗിക്കുകയെന്ന കാഴ്ചപ്പാടനുസരിച്ച് കോർണിലോവിന്റെ കലാപത്തിനെതിരെ താൽക്കാലിക ഗവൺമെന്റിന്റെ പിൻഗാമികളായിട്ടുപോലും ധാരണയുണ്ടാക്കാൻ ബോൾഷെവിക് പാർട്ടി സ്വതന്ത്രമായി ജനലക്ഷങ്ങളെ സംഘടിപ്പിച്ചു.

അതിന്റെകൂടി ഫലമായി കോർണിലോവ് കലാപം അടിച്ചമർത്തപ്പെട്ടപ്പോൾ താൽക്കാലിക ഗവൺമെന്റിന്റെ സ്വഭാവത്തിൽ മാറ്റംവരുത്താൻ സഹായിക്കുംവിധത്തിൽ മെൻഷെവിക്കുകാരും സോഷ്യലിസ്റ്റ് വിപ്ലവകാരികളുമായി സഹകരിക്കാമെന്ന വാഗ്ദാനം ബോൾഷെവിക് പാർട്ടി നൽകി. കോർണിലോവിന്റെ കലാപത്തിന് അനുകൂലമായി നിന്നിരുന്ന ബൂർഷ്വാ രാഷ്ട്രീയ പാർട്ടികളെ ഒഴിച്ചുനിർത്തിക്കൊണ്ട് മെൻഷെവിക്കുകാരും സോഷ്യലിസ്റ്റ് വിപ്ലവകാരികളും മാത്രമുള്ള ഗവൺമെന്റ് രൂപീകരിക്കുകയാണെങ്കിൽ അതിൽ സ്വയം പങ്കുകൊള്ളാതെ വെളിയിൽ നിന്ന് പിന്തുണ നൽകാമെന്ന നിർദേശം ബോൾഷെവിക് പാർട്ടി വെച്ചു. ഈ നിർദേശം തള്ളിക്കളഞ്ഞു. ബൂർഷ്വാ രാഷ്ട്രീയക്കാരുമായുള്ള കൂട്ടുകെട്ട് മെൻഷെവിക്കുകാരും സോഷ്യലിസ്റ്റ് വിപ്ലവകാരികളും തുടർന്നപ്പോൾ അവർക്കെതിരെ പ്രചാരണവും പ്രക്ഷോഭവും ബോൾഷെവിക് പാർട്ടി കേന്ദ്രീകരിച്ചു.

ഇതിന്റെ പരിണതഫലമെന്ന നിലയ്ക്കാണ് മെൻഷെവിക്കുകാരുടെയും സോഷ്യലിസ്റ്റ് വിപ്ലവകാരികളുടെയും നേതൃത്വത്തിലുള്ള താൽക്കാലിക ഗവൺമെന്റിനെതിരെ സായുധ കലാപം സംഘടിപ്പിക്കാനുള്ള ആഹ്വാനം ലെനിൻ നൽകിയത്.

ഇതിന് സഹായകരമായ മാറ്റം സോവിയറ്റുകളുടെ സ്വഭാവത്തിൽ തന്നെ വരാൻ തുടങ്ങിയിരുന്നു. രാജ്യത്തെ പ്രധാന (തലസ്ഥാന) നഗരികളായിരുന്ന സെന്റ് പീറ്റേഴ്സ്ബർഗിലെയും മോസ്കൊവിലെയും സോവിയറ്റുകൾ അവസരവാദികളുടെ നിയന്ത്രണത്തിൽനിന്ന് വിട്ട് ബോൾഷെവിക്കുകാരുടെ നേതൃത്വത്തിലായി. ഇതേ മാറ്റം മറ്റ് പലയിടത്തുമുള്ള സോവിയറ്റുകളിൽ വന്നു. ബോൾഷെവിക്കുകാരുടെ എതിർപ്പ് വകവെക്കാതെ താൽക്കാലിക ഗവൺമെന്റ് സംഘടിപ്പിച്ച സൈനിക നടപടികൾ ദയനീയമായി പരാജയപ്പെട്ടതോടെ പടയാളികളുടെയിടയിലും ബോൾഷെവിക്കുകാർക്ക് അനുകൂലമായ മാറ്റംവരാൻ തുടങ്ങി. കർഷക ജനസാമാന്യമാകട്ടെ, ഭൂമിക്കും സമാധാനത്തിനുംവേണ്ടി ബോൾഷെവിക് നേതൃത്വത്തിൽ ഉയർന്നുവരാൻ തുടങ്ങിയ പ്രസ്ഥാനത്തിൽ ആവേശപൂർവം പങ്കുകൊണ്ട് തുടങ്ങി. അങ്ങനെ തൊഴിലാളികൾ, കൃഷിക്കാർ, പടയാളികൾ എന്നീ മൂന്ന് വിഭാഗങ്ങളിലും ജനസാമാന്യത്തിലാകെയും ബോൾഷെവിക്കുകാരുടെ പിന്നിൽ അണിനിരക്കാനുള്ള നീക്കം ശക്തിപ്പെട്ടു.

ഫെബ്രുവരി-മാർച്ച് വിപ്ലവം നടന്ന ഉടനെയാണല്ലോ അതിനെ

സോഷ്യലിസ്റ്റ് വിപ്ലവമാക്കി മാറ്റാനുള്ള കാഴ്ചപ്പാട് ലെനിൻ ആവിഷ്കരിച്ചത്. പക്ഷേ, അന്ന് താൽക്കാലിക ഗവൺമെന്റിലെന്നപോലെ സോവിയറ്റുകളിലും ഭൂരിപക്ഷവും മെൻഷെവിക്കുകാരുടെയും സോഷ്യലിസ്റ്റ് വിപ്ലവകാരികളുടെയും നേതൃത്വത്തിലായിരുന്നു. അതുകൊണ്ട് താൽക്കാലിക ഗവൺമെന്റിനെതിരായ സായുധകലാപമെന്ന മാർഗത്തിന് ജന പിന്തുണ ഉണ്ടാവുകയില്ല. എന്നാൽ, കോർണിലോവ് കലാപത്തിന്റെ മുമ്പും പിമ്പും നടന്ന സംഭവവികാസങ്ങൾ സ്ഥിതിഗതികളിൽ ഒരു മാറ്റം വരുത്തി. അധികമധികം ജനങ്ങൾ ബോൾഷെവിക്കുകാരുടെ നേതൃത്വത്തിലേക്ക് വരികയായിരുന്നു; താൽക്കാലിക ഗവൺമെന്റിന്റെ കീഴിൽ സാമ്പത്തികവും സാമൂഹ്യവുമായ സ്ഥിതിഗതികളാകെ പ്രതിസന്ധിയിൽ നിന്ന് പ്രതിസന്ധിയിലേക്ക് നീങ്ങുകയായിരുന്നു; എല്ലാറ്റിനും മീതെ, യുദ്ധ നടത്തിപ്പ് സംബന്ധിച്ച് താൽക്കാലിക ഗവൺമെന്റ് എടുത്ത നടപടികളെല്ലാം ജനങ്ങളിൽ അസ്വസ്ഥതയും അസംതൃപ്തിയും വർധിപ്പിച്ചിരുന്നു. രാജ്യം നേരിടുന്ന പ്രതിസന്ധിക്ക് പരിഹാരമുണ്ടാവണമെങ്കിൽ താൽക്കാലിക ഗവൺമെന്റിനെയും അതിന്റെ പിന്നിൽ അണിനിരന്നിട്ടുള്ള അവസരവാദികളെയും അധികാരഭ്രഷ്ടരാക്കണം.

ഇതോടെ ആയുധമേന്തിയ അധികാരക്കയ്യേറ്റം അടിയന്തരകടമയായിത്തീർന്നു. അത് സംഘടിപ്പിക്കണമെന്ന നിർദേശം സെൻട്രൽ കമ്മിറ്റിക്ക് ലെനിൻ നൽകി. അത് പരിഗണിക്കുകയായിരുന്ന കമ്മിറ്റി യോഗത്തിൽ ലെനിന്റെ നിർദേശത്തോട് ശക്തമായ എതിർപ്പ് പ്രകടിപ്പിക്കുന്ന പല അംഗങ്ങളുമുണ്ടായിരുന്നു. പക്ഷേ, അവസാനം കമ്മിറ്റി ആ നിർദേശം അംഗീകരിച്ചു. ഈ ഘട്ടത്തിൽ സെൻട്രൽ കമ്മിറ്റി തീരുമാനം ധിക്കരിക്കുന്ന നിലപാട് കമനേവ്, സിനോവീ എന്നീ രണ്ട് കമ്മിറ്റി അംഗങ്ങൾ എടുത്തു. അവരെ ജനസമക്ഷം തുറന്നു കാണിച്ചുകൊണ്ടും സായുധമായ അധികാര കയ്യേറ്റം വിജയപ്രദമായി മുന്നോട്ടുകൊണ്ടുപോയുമുള്ള നേതൃത്വമാണ് ലെനിനും ലെനിനിസ്റ്റുകാരും നൽകിയത്.

ഇതാണ് 'ഒക്ടോബർ വിപ്ലവ'മെന്ന് വിളിക്കപ്പെടുന്ന നവംബർ 7 ന്റെ വിപ്ലവത്തിന്റെ അടിസ്ഥാനം. അത് സംഘടിപ്പിച്ചത് തൊഴിലാളി വർഗത്തിന്റെ മുന്നണിവിഭാഗമാണെങ്കിലും, കർഷക ജനസാമാന്യത്തിന്റെയും സമാധാനകാംക്ഷികളായ ബഹുജനങ്ങളുടെയും പിന്തുണ അതിനുണ്ടായിരുന്നു. ആ അർഥത്തിൽ അതൊരു ബഹുജനവിപ്ലവം തന്നെയായിരുന്നു.

ഇതിന്റെ ഒന്നാംതരം തെളിവാണ് വിപ്ലവം വിജയിച്ച് മണിക്കൂറുകൾക്കകത്തുതന്നെ വിപ്ലവ ഗവൺമെന്റിന്റെ തലവൻ എന്ന നിലയ്ക്ക് ലെനിൻ ഒപ്പിട്ട് ഇറക്കിയ രണ്ട് ഉത്തരവുകൾ. അവയിൽ ഒന്നായ ഭൂമിയെ സംബന്ധിച്ച ഉത്തരവ് ഫ്യൂഡൽ ഉടമകളുടെ കൈയിലുള്ള സ്വത്തുക്കൾ സമൂഹത്തിന്റെ പൊതുസ്വത്താക്കി മാറ്റി; ഇങ്ങനെ പൊതുസ്വത്തായി മാറിയ ഭൂമി കൃഷിചെയ്യുന്നതിനുവേണ്ടി ഗ്രാമീണ ദരിദ്രരെ ഏൽപ്പിച്ചു. സാർ ചക്രവർത്തിയുടെ ഭരണം മാത്രമല്ല അതിന് അടിത്തറയായി നിന്നി

രുന്ന ഫ്യൂഡൽ പ്രഭുത്വംകൂടി തകർക്കപ്പെട്ടുവെന്നർഥം.

ലെനിൻ ഒപ്പിട്ട് ഇറക്കിയ മറ്റേ ഉത്തരവ് സമാധാനത്തെ സംബന്ധിച്ചുള്ളതാണ്. താൽക്കാലിക ഗവൺമെന്റ് ചെയ്യാൻ കൂട്ടാക്കാതിരുന്ന ജോലി പുതിയ വിപ്ലവ ഗവൺമെന്റ് നിറവേറ്റി; റഷ്യ യുദ്ധചേരിയിൽ നിന്ന് പിന്മാറി. കൂടാതെ, വിവിധ രാജ്യങ്ങൾ തമ്മിൽ സമാധാനം നില നിർത്താനാവശ്യമായ നടപടികളെടുത്തു. ഒരു രാജ്യവും മറ്റൊരു രാജ്യത്തെ കീഴടക്കാത്ത നിലയ്ക്കും യുദ്ധത്തെത്തുടർന്ന് നഷ്ടപരിഹാരം നൽകാതെയുമുള്ള സമാധാനം സ്ഥാപിക്കുന്നതിനുവേണ്ടി എല്ലാ രാജ്യങ്ങളും ഗവൺമെന്റുകളും അന്യോന്യം സംഭാഷണമാരംഭിക്കണമെന്ന് അവരോടെല്ലാം ലെനിന്റെ നേതൃത്വത്തിലുള്ള വിപ്ലവ ഗവൺമെന്റ് അഭ്യർഥിച്ചു.

ഈ രണ്ട് ഉത്തരവുകളുടെ അടിസ്ഥാനത്തിൽ കർഷക ജനസാമാന്യത്തിന്റെയും ബഹുജനങ്ങളുടെയും ആകെയും പിന്തുണ നേടിയ ഒരു വിപ്ലവപാർട്ടിയാണ് ആയുധം ഉപയോഗിച്ചാണെങ്കിലും അധികാരമേറ്റെടുത്തതെന്നതിനാൽ അതിന് ബഹുജനങ്ങളുടെ പൊതുപിന്തുണ ഉണ്ടായിരുന്നു. ആ അർഥത്തിൽ അതൊരു ഭൂരിപക്ഷ ഗവൺമെന്റ് തന്നെയായിരുന്നു. അതുകൊണ്ടാണ് അതിനെ ആക്രമിച്ച് കീഴടക്കാൻ, റഷ്യയിലെ പിന്തിരിപ്പൻ വർഗങ്ങളുടെ സഹായത്തോടെ, സാമ്രാജ്യകോയ്മകൾ ശ്രമിച്ചപ്പോൾ അതിനെ അമ്പേ പരാജയപ്പെടുത്താൻ ലെനിനും ബോൾഷെവിക് പാർട്ടിക്കും കഴിഞ്ഞത്.

25

'യുദ്ധകാല കമ്യൂണിസ'വും 'പുതിയ സാമ്പത്തിക'നയവും

ഒക്ടോബർ വിപ്ലവം വിജയകരമായതിനെത്തുടർന്ന് ആറ് വർഷവും രണ്ടു മാസവുമേ ലെനിൻ ജീവിച്ചിരുന്നുള്ളൂ. അതിൽത്തന്നെ അവസാനത്തെ ഒരു വർഷം അദ്ദേഹത്തിന് അനാരോഗ്യം നിമിത്തം പാർട്ടിയുടെയും ഗവൺമെന്റിന്റെയും സജീവ നേതൃത്വത്തിൽനിന്ന് മിക്കവാറും ഒഴിഞ്ഞു നിൽക്കേണ്ടിവന്നു. അങ്ങനെ സോവിയറ്റ് ഭരണകൂടം വളർത്തിയെടുക്കുകയും സോഷ്യലിസ്റ്റ് സമൂഹനിർമാണം തുടങ്ങുകയും ചെയ്യുന്നതിൽ വളരെ ചെറിയ ഒരു പങ്ക് മാത്രമേ അദ്ദേഹത്തിന് വഹിക്കാൻ കഴിഞ്ഞുള്ളൂ.

പക്ഷേ, ഈ ആറ് വർഷവും രണ്ട് മാസവും സോവിയറ്റ് റഷ്യയെ സംബന്ധിച്ച് മാത്രമല്ല ആഗോള തൊഴിലാളിവർഗത്തെ സംബന്ധിച്ചും നിർണായക പ്രാധാന്യമുള്ള കാലഘട്ടമാണ്. സോവിയറ്റ് ഭരണകൂടത്തെ ശക്തിപ്പെടുത്തുക, ആഭ്യന്തരവും വൈദേശികവുമായ എതിർശക്തികളുടെ ആക്രമണങ്ങളെ പരാജയപ്പെടുത്തുക, ഫ്യൂഡൽവർഗ മേധാവിത്വത്തിൽനിന്ന് മോചനം നേടിയ കർഷക ജനസാമാന്യത്തെയും മുതലാളിത്ത നുകം വലിച്ചെറിയുന്ന തൊഴിലാളിവർഗത്തെയും സംഘടിപ്പിച്ച് പുതിയ സമത്വസുന്ദരമായ ഒരു സമൂഹം കെട്ടിപ്പടുത്ത് തുടങ്ങുക — ഇതെല്ലാം സംബന്ധിച്ച നൂറുനൂറ് പ്രായോഗിക പ്രശ്നങ്ങൾക്ക് പരിഹാരം കാണുന്നതിൽ അദ്ദേഹം സർവശ്രദ്ധയും ചെലുത്തി.

ഈ പ്രയോഗിക പ്രവർത്തനത്തിന്റെ അനുഭവത്തിന് താത്വികമായ അർഥവും പ്രാധാന്യവും വിശദീകരിച്ചുകൊണ്ട് മാർക്സ് എംഗൽസ് സിദ്ധാന്തത്തെ പുഷ്ടിപ്പെടുത്തുന്ന ലേഖനങ്ങൾ, പ്രബന്ധങ്ങൾ, റിപ്പോർട്ടുകൾ മുതലായവയടങ്ങുന്ന ഒരു വലിയ സൈദ്ധാന്തിക വിജ്ഞാന ഭണ്ഡാരം ഈ ചുരുങ്ങിയ കാലംകൊണ്ട് അദ്ദേഹം സൃഷ്ടിച്ചിരുന്നു.

വിജയകരമായ വിപ്ലവത്തെത്തുടർന്ന് ലെനിൻ ജീവിച്ചിരുന്ന ആറ് വർഷക്കാലത്തെ മിക്കവാറും തുല്യദൈർഘ്യമുള്ള രണ്ട് പകുതികളാക്കി തിരിക്കാം. അതിൽ ആദ്യത്തേതിൽ അധികാരഭ്രഷ്ടരായ റഷ്യൻ ചൂഷിത വർഗങ്ങളും അവരുടെ വൈദേശിക യജമാനന്മാരായ സാമ്രാജ്യകോയ്മ കളും ചേർന്ന് ഇളംപ്രായത്തിലുള്ള സോവിയറ്റ് നാടിനെ ചോരയിൽ മുക്കിക്കൊല്ലാൻ ഒരു സംഘടിത ശ്രമം നടത്തി. അധികാരഭ്രഷ്ടനായ പ്രധാനമന്ത്രി കെരൻസ്കിയുടെ നേതൃത്വത്തിൽ, ഉയർന്ന പട്ടാള ഉദ്യോ ഗസ്ഥന്മാരുടെയും സിവിലിയൻ ഉദ്യോഗസ്ഥന്മാരുടെയും സഹകരണ ത്തോടെ തുടങ്ങിയ ആദ്യത്തെ കലാപം തൊട്ട് നിരവധി മാസങ്ങളോളം നീണ്ടുനിന്ന ആഭ്യന്തരയുദ്ധംവരെ അധികാരഭ്രഷ്ടരായ ബൂർഷ്വാ ഫ്യൂഡൽ പ്രമാണിമാരുടെ ചെറുത്തുനിൽപ്പ് നടന്നു.

അതേയവസരത്തിൽ, യൂറോപ്പിലും വെളിയിലുമുള്ള വികസിത മുത ലാളിത്തകോയ്മകൾ അവരുടെ പട്ടാളശക്തി സോവിയറ്റ് റഷ്യക്കെതിരെ തിരിച്ചുവിട്ടു.

രാജ്യത്തിനകത്തുനിന്നും വെളിയിൽനിന്നും വന്ന ഈ സംഘടിത മായ ആക്രമണത്തെ തിരിച്ചോടിക്കാതെ സോവിയറ്റ് റഷ്യക്ക് നിൽക്കാൻ കഴിയുകയില്ലെന്ന് വന്നു.

ഇതിനെ നേരിടാൻ സോവിയറ്റ് ഗവൺമെന്റിന്റെയും കമ്യൂണിസ്റ്റ് പാർട്ടിയുടെയും കൈയിൽ ഒരൊറ്റ ആയുധമേ ഉണ്ടായിരുന്നുള്ളൂ — തൊഴിലാളിവർഗത്തിന്റെയും മറ്റധ്വാനിക്കുന്ന ബഹുജനങ്ങളുടെയും ദൃഢനിശ്ചയവും അതിനെ ആസ്പദമാക്കിയുണ്ടാക്കുന്ന സംഘടനയും. ഇതുപയോഗിച്ച് ആഭ്യന്തരവും വൈദേശികവുമായ എല്ലാ എതിർശക്തി കളുടെയും ആക്രമണങ്ങളെ എതിർത്തുതോൽപ്പിക്കാൻ കഴിയുമെന്ന പൂർണവിശ്വാസം ലെനിനും സഖാക്കൾക്കുമുണ്ടായിരുന്നു.

പക്ഷേ, അതിന് അതിന്റേതായ സംഘടനയും ജനകോടികളുടെ ഇച്ഛാശക്തിയും സ്വരൂപിച്ചെടുക്കണം. അതിനുവേണ്ടി ലെനിൻ ഉയർ ത്തിയ മുദ്രാവാക്യമാണ് “എല്ലാം യുദ്ധമുന്നണിയിലേക്ക്, എല്ലാം യുദ്ധ ത്തിൽ ജയിക്കുന്നതിൽ” എന്നത്. ഗവൺമെന്റിനും പാർട്ടിക്കും സംഭരി ക്കാൻകഴിയുന്ന സകലതും ആഭ്യന്തരവും വൈദേശികവുമായ ആക്രമ ണകാരികളെ ചെറുത്തുതോൽപ്പിക്കുന്നതിന് ഉപയോഗിക്കേണ്ടിയിരുന്നു. ഇതിൽ ജയിച്ചില്ലെങ്കിൽ വിപ്ലവം പരാജയപ്പെടും, പ്രതിവിപ്ലവം വിജയ കരമാവും, അധികാരഭ്രഷ്ടരായ ബൂർഷ്വാ ഫ്യൂഡൽ പ്രമാണിമാർ തിരി ച്ചുവരും.

ഈ സാഹചര്യത്തിൽ രൂപപ്പെട്ട രാഷ്ട്രീയനയത്തിന്റെ പേരാണ് ‘യുദ്ധകാല കമ്യൂണിസം.’ യുദ്ധത്തിലേർപ്പെടുന്ന ബൂർഷ്വാ രാജ്യങ്ങൾ രാജ്യത്തുള്ള എല്ലാ ശക്തികളെയും — ധനശക്തിയെന്നപോലെ ജന ശക്തിയെയും യുദ്ധാവശ്യത്തിന് ഉപയോഗിക്കാറുണ്ടല്ലൊ. അവരത് ചെയ്യുന്നത് ബൂർഷ്വാ സാമൂഹ്യവ്യവസ്ഥ നിലനിർത്തുന്നതിനാണ്, നില നിർത്തിക്കൊണ്ടാണ്, ന്യൂനപക്ഷംവരുന്ന പ്രമാണിമാർക്ക് കൊള്ളലാഭം

കൊയ്തെടുക്കാനും ബഹുഭൂരിപക്ഷം ജനങ്ങളുടെമേൽ താങ്ങാൻ വയ്യാത്ത ഭാരം വച്ചുകെട്ടിക്കൊണ്ടുമാണ് അവർ യുദ്ധശ്രമം സംഘടിപ്പിക്കുന്നത്.

സോവിയറ്റ് റഷ്യക്കാവട്ടെ, യുദ്ധത്തിന്റെ ഭാരം ന്യൂനപക്ഷംവരുന്ന പ്രമാണിവർഗത്തിന്റെ തലയിലിട്ടുകൊണ്ടും ബഹുഭൂരിപക്ഷം ജനങ്ങളുടെമേലുള്ള ഭാരം കഴിയുന്നത്ര കുറച്ചുകൊണ്ടും രാജ്യത്തിന്റെ ജനശക്തിയും ധനശക്തിയും മുഴുവൻ യുദ്ധത്തിനുവേണ്ടി ഉപയോഗിക്കുകയാണ് വേണ്ടത്. യുദ്ധത്തിൽ ജനങ്ങൾ പരാജയമടഞ്ഞാൽ അധികാരഭ്രഷ്ടരായ ബൂർഷ്വാ–ഫ്യൂഡൽ പ്രഭുക്കൾ തിരിച്ചുവരുമെന്നും വിപ്ലവത്തിൽനിന്ന് ജനങ്ങൾക്കുണ്ടായ നേട്ടങ്ങളെല്ലാം നഷ്ടപ്പെടുമെന്നുമുള്ള ബോധം സൃഷ്ടിച്ച് രാജ്യരക്ഷയ്ക്കുവേണ്ടി ത്യാഗം സഹിക്കാൻ അവരെ പ്രേരിപ്പിക്കുകയാണ് ലെനിന്റെ നേതൃത്വത്തിൽ ഗവൺമെന്റും പാർട്ടിയും ചെയ്തത്.

ഇതൊരു താൽക്കാലിക നടപടിയാണെന്ന് ലെനിനും സഖാക്കൾക്കും ബോധ്യമുണ്ടായിരുന്നു. യുദ്ധപരിതഃസ്ഥിതി മാറിക്കിട്ടിയാൽ — വൈദേശികവും നാടനുമായ എതിർശക്തികൾ പരാജയപ്പെട്ടാൽ — യുദ്ധകാലത്തുണ്ടായിരുന്ന കർക്കശ നിയന്ത്രണങ്ങളിലധികവും എടുത്തുകളഞ്ഞ് കൂടുതൽ സ്വതന്ത്രവും ജനാധിപത്യപരവുമായ സ്ഥിതി കൈവരുമെന്ന് അവർ ജനങ്ങൾക്കുറപ്പ് നൽകി. വൈദേശികശത്രു സംഘടിപ്പിച്ച ഇടങ്കോലിടൽയുദ്ധവും നാടൻശത്രുക്കൾ സംഘടിപ്പിച്ച ആഭ്യന്തരയുദ്ധവും അവസാനിച്ചതോടെ 'യുദ്ധകാല കമ്യൂണിസ'ത്തിന്റെ അന്ത്യം കുറിച്ചു. സാമ്പത്തികവും രാഷ്ട്രീയവുമായ മേഖലകളിൽ കുറെക്കൂടി അയവ് കാണിക്കുന്നതും 'പുതിയ സാമ്പത്തികനയം' എന്ന് വിളിക്കപ്പെടുന്നതുമായ ഒരു പുതിയ സംവിധാനം നിലവിൽ വന്നു. ആദ്യഘട്ടത്തിലെ കർക്കശമായ നിയന്ത്രണങ്ങളും പിന്നത്തെ ഘട്ടത്തിലെ അയവേറിയ നയസമീപനവും രണ്ടും സംഘടിപ്പിച്ചത് ലെനിന്റെ നേതൃത്വത്തിലായിരുന്നു.

ഈ രണ്ട് ഘട്ടങ്ങളും തമ്മിലുള്ള പ്രധാന വ്യത്യാസം പ്രകടമായത് കൃഷിക്കാരോടുള്ള സോവിയറ്റ് ഗവൺമെന്റിന്റെ നയസമീപനത്തിന്റെ കാര്യത്തിലാണ്. 'യുദ്ധകാല കമ്യൂണിസ'ത്തിന്റെ കാലത്ത് കൃഷിക്കാരുൽപ്പാദിപ്പിക്കുന്ന ഉൽപ്പന്നങ്ങളിൽ അവരുടെ ചെലവിന് അത്യാവശ്യം വേണ്ടതൊഴിച്ച് ബാക്കി മുഴുവൻ ഉൽപ്പന്നങ്ങളായി സർക്കാരിന് കൊടുക്കണമായിരുന്നു. 'പുതിയ സാമ്പത്തികനയ'ത്തിൻ കീഴിലാകട്ടെ, ഉൽപ്പന്നങ്ങളിൽ നിശ്ചിതമായ ഒരു പങ്ക് നികുതിയായി സർക്കാരിന് കൊടുത്താൽ മതി, കഴിച്ച് മിച്ചംവരുന്നത് മുഴുവൻ കമ്പോളത്തിൽ വിൽക്കാൻ കൃഷിക്കാർക്ക് സ്വാതന്ത്ര്യമുണ്ടായിരുന്നു.

ഇതിന്റെ ഫലമായി കൃഷിക്കാരിലൊരു വിഭാഗം സമ്പന്നരായി വളരുമെന്നും അത് മുതലാളിത്തത്തിന്റെ വളർച്ചയ്ക്ക് വഴിവെക്കുമെന്നും ലെനിനും സഖാക്കൾക്കും അറിയാമായിരുന്നു.

എന്നാൽ, ഇതിനൊരു മറുവശമുണ്ട്; കാർഷിക രംഗത്തെ ഉൽപ്പാദനം വർധിക്കും; ഭക്ഷ്യധാന്യങ്ങളുടെ ലഭ്യതയും കൂടും. പോരെങ്കിൽ, മിച്ചംവരുന്ന ഉൽപ്പന്നം കമ്പോളത്തിൽ വിൽക്കാനുള്ള കൃഷിക്കാരുടെ ആവശ്യത്തിന് തടസം നിൽക്കുകയാണെങ്കിൽ തൊഴിലാളിവർഗത്തിന്റെ ഭരണകൂടവും കൃഷിക്കാരും തമ്മിലുള്ള രാഷ്ട്രീയ സഖ്യം തകരും. ഇതിന്റെ സൂചനകൾ കിട്ടാൻ തുടങ്ങിയതിനെത്തുടർന്നാണ് 'പുതിയ സാമ്പത്തികനയം' ആവിഷ്കരിക്കാൻ ലെനിൻ തീരുമാനിച്ചത്.

വൈദേശിക സാമ്രാജ്യശക്തികളുടെ സഹായത്തോടെ കാർഷിക വിപ്ലവത്തിന്റെ ഫലം കവർന്നെടുക്കുകയും ഫ്യൂഡൽ പ്രഭുക്കളെ തിരിച്ച് കൊണ്ടുവരാൻ ശ്രമിക്കുകയും ചെയ്യുന്ന ശത്രുവിനെ യുദ്ധത്തിൽ അമ്പേ പരാജയപ്പെടുത്തുന്നതിന് താൽക്കാലികമായി കമ്പോളത്തിൽ വിൽക്കാനുള്ള സ്വാതന്ത്ര്യം ഉപേക്ഷിക്കാൻ കൃഷിക്കാർ തയാറായിരുന്നു. അങ്ങനെയാണ് 'യുദ്ധകാല കമ്യൂണിസ'ത്തിന് അവർ പിന്തുണ നൽകിയത്. എന്നാൽ, വൈദേശികവും നാടനുമായ ശത്രുശക്തികൾ പരാജയപ്പെട്ടുകഴിഞ്ഞതിൽ പിന്നീടും 'യുദ്ധകാല കമ്യൂണിസ'ത്തിന്റെ ഭാരം താങ്ങേണ്ടിവരുന്നതിൽ അവർ അസ്വസ്ഥരും അസംതൃപ്തരുമായിരുന്നു. ഈ യാഥാർഥ്യം മനസിലാക്കിയാണ് യുദ്ധകാല പരിതഃസ്ഥിതി മാറിക്കിട്ടിയപ്പോൾ കൃഷിക്കാരുടെ ഇടയിലുള്ള മിച്ചോൽപ്പന്നത്തിന്റെ കാര്യത്തിൽ അയവ് വരുത്താൻ ലെനിനും സഖാക്കളും തീരുമാനിച്ചത്.

കാർഷികരംഗത്ത് മാത്രമല്ല മറ്റ് രംഗങ്ങളിലും യുദ്ധകാലത്തുണ്ടായിരുന്ന കർക്കശ നിയന്ത്രണങ്ങൾ എടുത്തുകളഞ്ഞ് സ്വതന്ത്ര വ്യാപാരത്തിന്റേതായ അന്തരീക്ഷം പരിമിതമായ തോതിൽ സൃഷ്ടിക്കപ്പെട്ടു. തൊഴിലാളിവർഗ ഭരണകൂടത്തിന്റെ നേതൃത്വത്തിലാണെങ്കിലും, സർവതും ദേശസാൽക്കരിക്കുകയെന്ന നയസമീപനം ഇല്ലായിരുന്നു. പരിമിതമായ തോതിൽ മുതലാളിത്തം വളരുന്നതിനുവേണ്ട സാഹചര്യം സൃഷ്ടിച്ചു. കാർഷികരംഗത്തെന്നപോലെ വ്യാവസായികമായും ഉൽപ്പാദനം വർധിപ്പിക്കാൻവേണ്ട നടപടികളാണ് എടുത്തത്.

എന്നാൽ, ദേശവൽക്കരിക്കപ്പെട്ട വ്യവസായങ്ങളെല്ലാം പൊതു ഉടമയിൽത്തന്നെ നടക്കുകയും അടിസ്ഥാനം വ്യവസായ മേഖലയിലാകെ തൊഴിലാളിവർഗ നിയന്ത്രണമുണ്ടാക്കുകയും ചെയ്യുന്ന ഈ സംവിധാനം നിലവിൽ വന്നു. ദീർഘകാലം നീണ്ടുനിൽക്കുന്നതും വിവിധ അന്തരാള ഘട്ടങ്ങളിലൂടെ കടന്നുപോകുന്നതുമായ ഒരു പ്രക്രിയയാണ് സോഷ്യലിസ്റ്റ് സമൂഹ നിർമാണമെന്നും എല്ലാം ഒറ്റയടിക്ക് സാധിക്കുകയില്ലെന്നുമുള്ള ബോധ്യം ലെനിനും സഹപ്രവർത്തകർക്കുമുണ്ടായിരുന്നുവെന്നർഥം.

'യുദ്ധകാല കമ്യൂണിസ'ത്തെ അപേക്ഷിച്ച് ഇത് തീർച്ചയായും ഒരു പിൻവാങ്ങലായിരുന്നു. ആ സത്യം ലെനിൻ തുറന്നു പറയുകയും ചെയ്തു. പക്ഷേ, താൽക്കാലികമായ ആ പിൻവാങ്ങലില്ലാതെ യുദ്ധകാലത്ത് വന്ന നാശനഷ്ടങ്ങൾ ഇല്ലാതാക്കി ആസൂത്രിതവും സംഘടി

തവുമായ സോഷ്യലിസ്റ്റ് നിർമാണത്തിന് അടിത്തറ ഇടാൻ കഴിയുകയില്ല. എന്തുകൊണ്ടെന്നാൽ, വിപ്ലവം നടന്ന റഷ്യ ഒരു പിന്നണി രാജ്യമാണ്. അതിന്റെ പിന്നണിനിലയവസാനിപ്പിച്ച് സോഷ്യലിസത്തിലേക്ക് മുന്നേറണമെങ്കിൽ താൽക്കാലികമായ പല പിൻവാങ്ങലുകളും നടത്തേണ്ടിവരും.

എങ്കിലും, ഭരണകൂടം തൊഴിലാളിവർഗത്തിന്റേതായിത്തീർന്നു കഴിഞ്ഞിരിക്കുകയാണ്. പടിപടിയായി മുമ്പോട്ടു പോകാൻ കഴിയും. അങ്ങനെ 'പുതിയ സാമ്പത്തികനയ'ത്തിന്റെ റഷ്യ സോഷ്യലിസത്തിന്റെ റഷ്യയായി മാറും. ആ മാറ്റം തുടങ്ങിവെക്കാൻപോലും ലെനിൻ ജീവിച്ചില്ല; 'പുതിയ സാമ്പത്തികനയം' പ്രയോഗത്തിൽ വരാൻ തുടങ്ങി അധികം കഴിയുന്നതിനുമുമ്പ് അദ്ദേഹം അന്തരിച്ചു. അദ്ദേഹം സ്വപ്നംകണ്ട സോഷ്യലിസ്റ്റ് റഷ്യ അദ്ദേഹത്തിന്റെ പിൻഗാമികളുടെ കാലത്തേ യാഥാർഥ്യമായുള്ളൂ.

26

കമ്യൂണിസ്റ്റ് ഇന്റർനാഷണൽ

ആയിരത്തിതൊള്ളായിരത്തി പതിനേഴിലെ റഷ്യൻ വിപ്ലവത്തെത്തുടർന്ന് പല യൂറോപ്യൻ രാജ്യങ്ങളിലും ചെറുതും വലുതുമായ വിപ്ലവങ്ങൾ നടന്നു. കൂടാതെ റഷ്യൻ വിപ്ലവത്തിനെതിരെ സ്വന്തം പട്ടാളശക്തി അഴിച്ചുവിട്ടിരുന്ന മുതലാളിത്ത രാജ്യങ്ങളിലെ തൊഴിലാളിവർഗം ഈ നീക്കത്തിനെതിരെ ആഞ്ഞടിക്കാൻ തുടങ്ങി; പല രാജ്യങ്ങളിലുമുള്ള വിപ്ലവകാരികൾ റഷ്യൻ സഖാക്കളോടൊപ്പം വിപ്ലവത്തിന്റെ ശത്രുക്കൾക്കെതിരെ ആയുധമെടുത്ത് പോരാടുകതന്നെ ചെയ്തു.

ഇതിന്റെയെല്ലാം സമ്മർദംനിമിത്തം ചില മുതലാളിത്ത രാജ്യങ്ങളിലെ ഭരണകർത്താക്കൾക്ക് തങ്ങൾ റഷ്യയിലേക്കയച്ച പട്ടാള വിഭാഗങ്ങളെ പിൻവലിക്കേണ്ടിവരികപോലുമുണ്ടായി. അങ്ങനെ റഷ്യൻ വിപ്ലവത്തിന് സാർവദേശീയമായി ഉണ്ടാവാൻ പോകുന്ന സ്വാധീനശക്തിയെ സംബന്ധിച്ച ലെനിന്റെ ദീർഘദർശനം ഭാഗികമായി ഫലിച്ചു. നിരവധി രാജ്യങ്ങളിലെ വിപ്ലവകാരികൾ റഷ്യൻ വിപ്ലവത്തെ തങ്ങളുടെതായി കണക്കാക്കി അതിന്റെ രക്ഷക്കെത്തി.

ഈ സാഹചര്യത്തിലാണ് വിപ്ലവത്തിന് മുമ്പുതന്നെ ലെനിൻ ഉന്നയിച്ചിരുന്ന ഒരു പ്രധാന നിർദേശം അദ്ദേഹം പുനരുദ്ധരിച്ചത്. രണ്ടാം ഇന്റർനാഷണലിന്റെ തകർച്ചയെത്തുടർന്ന് അസംതൃപ്തരായിത്തീർന്നിരുന്ന ഇടതുപക്ഷ വിഭാഗങ്ങളെ ചേർത്ത് ഒരു പുതിയ മൂന്നാം ഇന്റർനാഷണൽ രൂപപ്പെടുത്തുകയെന്ന നിർദേശമാണിത് സൂചിപ്പിക്കുന്നത്. അത് നടപ്പിലാക്കുന്നതിനുവേണ്ട നടപടികൾ 1918 ൽ തന്നെ ലെനിൻ തുടങ്ങി. അതിന്റെ പരിണാമം എന്ന നിലയ്ക്ക് 1919 മാർച്ചിൽ 30 രാജ്യങ്ങളിൽനിന്ന് 52 പ്രതിനിധികൾ മോസ്കൊവിലേക്ക് വന്ന് ഒരു സമ്മേളനം നടത്തി.

തുടക്കത്തിൽ അതൊരു സാധാരണ സമ്മേളനം മാത്രമായിരുന്നു.

(അതിന്റെ ഉദ്ഘാടനം ലെനിനാണ് നടത്തിയത്.) എന്നാൽ, പ്രാഥമിക ചർച്ചകളെത്തുടർന്ന് 'മൂന്നാം ഇന്റർനാഷണൽ' എന്ന പുതിയ സംഘടനയ്ക്ക് രൂപംകൊടുക്കാൻ നിശ്ചയിച്ചപ്പോൾ ആ സമ്മേളനത്തെത്തന്നെ പുതിയ സംഘടനയുടെ ഒന്നാം കോൺഗ്രസാക്കി മാറ്റി.

അതിലെ പ്രധാന വിഷയം ബൂർഷ്വാ ജനാധിപത്യവും തൊഴിലാളിവർഗ സർവാധിപത്യവും തമ്മിലുള്ള വ്യത്യാസം സംബന്ധിച്ച് ലെനിൻ നൽകിയ റിപ്പോർട്ടാണ്. പുതിയ സംഘടനയുടെ അടിസ്ഥാനപ്രമാണം തൊഴിലാളിവർഗ സർവാധിപത്യം ആയിരിക്കണമെന്ന് ലെനിൻ നിർദേശിച്ചു. സംഘടനയിൽ അംഗത്വം നേടുന്ന ഓരോ രാജ്യത്തെയും പാർട്ടി സ്വന്തം രാജ്യത്ത് തൊഴിലാളിവർഗ സർവാധിപത്യം സ്ഥാപിക്കാനാവശ്യമായ മുന്നൊരുക്കങ്ങൾ നടത്തണമെന്ന് ലെനിൻ അഭിപ്രായപ്പെട്ടു.

രാജ്യം ഭരിക്കുന്നതിൽ ജനസാമാന്യത്തിനുള്ള സജീവ പങ്കാളിത്തം, ജനങ്ങളുടെമേൽ ആധിപത്യം നിലനിർത്തുന്ന ഉദ്യോഗസ്ഥമേധാവിത്വവും പഴയ സൈനികോദ്യോഗസ്ഥന്മാരുടെ ഏകാധിപത്യവും ഇല്ലാതാക്കൽ, ജനാധിപത്യപരമായ കേന്ദ്രീകരണം — ഇതെല്ലാമാണ് തൊഴിലാളിവർഗ സർവാധിപത്യത്തിന്റെ ജീവനെന്ന് ലെനിൻ ചൂണ്ടിക്കാണിച്ചു. സോവിയറ്റ് റഷ്യയിലെന്നപോലെ തൊഴിലാളിവർഗം ഭരണവർഗമായി മാറുന്ന ഓരോ രാജ്യത്തും ഈ അടിസ്ഥാനതത്വങ്ങൾ പ്രയോഗത്തിൽ വരുത്തേണ്ടതിന്റെ ആവശ്യം ലെനിൻ ഊന്നിപ്പറഞ്ഞു. ലെനിന്റെ ഈ നിർദേശങ്ങൾക്ക് ഇന്റർനാഷണലിന്റെ ഒന്നാം കോൺഗ്രസ് അംഗീകാരം നൽകി.

ഇങ്ങനെ മൂന്നാം ഇന്റർനാഷണലിന്റെ സംഘടനാപരമായ അടിത്തറ ഒന്നാം കോൺഗ്രസിൽത്തന്നെ ഇട്ടിരുന്നുവെങ്കിലും, ആശയ പ്രശ്നങ്ങളിൽ വിവിധ കമ്യൂണിസ്റ്റു പാർട്ടികൾ തമ്മിൽ അഭിപ്രായൈക്യം രൂപപ്പെട്ടുകഴിഞ്ഞിരുന്നില്ല.

വലതുപക്ഷ അവസരവാദത്തിന്റെ ശക്തമായ സ്വാധീനം ഇന്റർനാഷണലിന്റെ ഘടകകക്ഷികളിലെല്ലാം കാണാമായിരുന്നു. അതിനെതിരെ ഉറച്ചുനിന്ന് പോരാടുന്നത് ഇന്റർനാഷണൽ നേതൃത്വത്തിന്റെ ഒരു പ്രധാന കടമായിരുന്നു.

പക്ഷേ, അതോടൊപ്പം കമ്യൂണിസ്റ്റ് പ്രസ്ഥാനത്തെ ബാധിച്ച 'ബാലാരിഷ്ടത'യെന്ന് ലെനിൻ വിളിച്ച 'ഇടതുപക്ഷ' അവസരവാദവും വളർന്നുവരാൻ തുടങ്ങിയിരുന്നു. രണ്ടും പരസ്പരവിരുദ്ധമല്ല, പരസ്പര പൂരകമാണ്, എന്ന് ലെനിൻ ചൂണ്ടിക്കാണിച്ചു.

"തൊഴിലാളിവർഗത്തിനകത്ത് വ്യാപിക്കുന്ന വലതുപക്ഷ അവസരവാദം തൊഴിലാളിവർഗത്തിന്റെ സോഷ്യലിസമല്ല, ബൂർഷ്വാ സോഷ്യലിസമാണ്" എന്ന് ചൂണ്ടിക്കാണിച്ചതിനുശേഷം ഈ "ദുഷ്പ്രവണതക്കിരയാവുന്നവർ ബൂർഷ്വാ വ്യവസ്ഥയെ ബൂർഷ്വാസിയേക്കാൾ ന്യായീകരിക്കുന്നു" എന്ന് ലെനിൻ അഭിപ്രായപ്പെട്ടു.

അതുകൊണ്ട് വലതുപക്ഷ അവസരവാദത്തെ ഉന്മൂലനം ചെയ്യൽ

തൊഴിലാളിവർഗ വിപ്ലവകാരികളുടെ പ്രധാന കടമയാണ്. തൊഴിലാളി വർഗ സർവാധിപത്യമെന്ന സിദ്ധാന്തത്തിന് വാങ്മൂലം പിന്തുണ നൽകുകയും എന്നാൽ അതിനുവേണ്ടി പോരാടാതിരിക്കുകയും ചെയ്യുന്ന 'മധ്യമാർഗ'ക്കാരെയും ലെനിൻ തുറന്നുകാട്ടി.

അതേയവസരത്തിൽ, ബൂർഷ്വാസിക്കും അതിന്റെ പെട്ടിപ്പാട്ടുകാരായ വലതുപക്ഷ അവസരവാദികൾ, 'മധ്യമാർഗ'ക്കാർ എന്നിവർക്കുമെതിരായ സമരത്തിന്റെ ഹൃദയം കിടക്കുന്നത് തൊഴിലാളിവർഗത്തിന്റെ നേതൃത്വത്തിൽ ജനസാമാന്യത്തെ അണിനിരത്തുന്നതിലാണെന്നും അതിന് തടസം നിൽക്കുന്ന ഒരു പ്രവണതയാണ് 'ഇടതുപക്ഷ കമ്യൂണിസ'മെന്ന 'ബാലാരിഷ്ടത'യെന്നും ലെനിൻ അഭിപ്രായപ്പെട്ടു.

തങ്ങളുടെതായ ചുരുങ്ങിയ വൃത്തത്തിൽ പ്രവർത്തിക്കുന്ന ഒരു പാർട്ടിക്ക് വിപ്ലവം സംഘടിപ്പിക്കാൻ കഴിയുകയില്ല. ജനകോടികളുടെ അടുത്തേക്ക് നീങ്ങി അവരെ സംഘടിപ്പിക്കുന്നതിനുള്ള ഒരു അവസരവും പാഴാക്കാതെ, അവരുടെ ഇടയിലുള്ള സജീവ പ്രവർത്തനത്തിൽ ഊന്നി നിൽക്കുന്ന ഒരു ബഹുജനപ്രസ്ഥാനമായി കമ്യൂണിസ്റ്റുകാർ സ്വയം മാറണം.

ഈ സത്യം മനസിലാക്കാതെ കമ്യൂണിസ്റ്റുകാർ സങ്കുചിതമായ ഒരു ഗ്രൂപ്പായി ഒതുങ്ങിനിൽക്കുന്നതിനെതിരെയാണ് ലെനിൻ തന്റെ കൂർത്തുമൂർത്ത അസ്ത്രങ്ങൾ തൊടുത്തുവിട്ടത്. ലോകകമ്യൂണിസ്റ്റ് പ്രസ്ഥാനത്തിനാകെ അത്യന്തം പ്രയോജനകരമായ വിപ്ലവതന്ത്രവും അടവുകളും രൂപപ്പെടുത്തിക്കൊണ്ടുള്ള ഒരു ലഘുഗ്രന്ഥം *ഇടതുപക്ഷ കമ്യൂണിസം ഒരു ബാലാരിഷ്ടത* 1920 ഏപ്രിൽ-മെയ് മാസങ്ങളിലായി ലെനിൻ എഴുതി. അതിലെ മുഖ്യ ആശയങ്ങൾ താഴെ കൊടുക്കുംവിധം സംഗ്രഹിക്കാം.

ഒന്നാമത്, 'ഇടതുപക്ഷ' കമ്യൂണിസ്റ്റുകാർ അഭിപ്രായപ്പെടുന്നതുപോലെ എല്ലാ സാഹചര്യങ്ങളിലും ഒരുപോലെ ഒഴിവാക്കേണ്ട ഒന്നല്ല 'ഒത്തുതീർപ്പുകൾ.' ശക്തനായ ശത്രുവിനെ നേരിടുന്ന തൊഴിലാളിവർഗ പ്രസ്ഥാനത്തിന് വിപ്ലവമാർഗത്തിലൂടെയുള്ള അതിന്റെ പുരോഗതിക്കിടയ്ക്ക് പലപ്പോഴും താൽക്കാലികമായി 'ഒത്തുതീർപ്പുക'ളുണ്ടാക്കേണ്ടി വരും. എന്നാൽ ഒത്തുതീർപ്പ് രണ്ടുതരത്തിലുണ്ട്. ശക്തനായ ശത്രുവിനെ നേരിടുന്നതിന് താൽക്കാലികമായി സഹായകരമായ ഒത്തുതീർപ്പുകൾ. ശത്രുവിനെതിരായ സമരത്തിനിടയ്ക്ക് സ്വന്തം മൗലികതാൽപ്പര്യങ്ങൾ ബലികഴിച്ച് വർഗശത്രുവിനെ ഫലത്തിൽ സഹായിക്കുന്നത്. രണ്ടാമത്തെ തരത്തിലുള്ള ഒത്തുതീർപ്പുകൾ തികച്ചും വർജ്യമാണ്. എന്നാൽ ആദ്യത്തെ തരത്തിലുള്ളവയുണ്ടാക്കാതെ തൊഴിലാളിവർഗ വിപ്ലവപ്രസ്ഥാനത്തിന് മുന്നോട്ടുപോകാനാവുകയില്ല.

രണ്ടാമത്, തൊഴിലാളിവർഗ വിപ്ലവപ്രസ്ഥാനത്തിന്റെ അഭേദ്യഭാഗമായി പ്രവർത്തിക്കുന്ന ട്രേഡ് യൂണിയനുകളിൽ പലതും പിന്തിരിപ്പൻ നേതൃത്വത്തിലാണുള്ളത്. എന്നാൽ, അവയ്ക്ക് പിന്നിൽ തൊഴിലാളിവർഗ

ജനസാമാന്യമുണ്ട്. അത്തരം സംഘടനകളെ വർജിക്കുകയെന്ന നയം തൊഴിലാളിവർഗ വിപ്ലവകാരികൾ അംഗീകരിക്കുകയാണെങ്കിൽ തൊഴിലാളിവർഗ ജനസാമാന്യം പിന്തിരിപ്പൻ നേതൃത്വത്തിൽ ശാശ്വതമായി തുടരും.

നേരെമറിച്ച്, തൊഴിലാളിവർഗ വിപ്ലവകാരികൾ അത്തരം സംഘടനകളിൽ ചേർന്ന് പ്രവർത്തിക്കുകയും തൊഴിലാളിവർഗ ജനസാമാന്യത്തിനുമുമ്പിൽ പിന്തിരിപ്പൻ നേതൃത്വത്തിന്റെ നയസമീപനങ്ങളെ തുറന്നുകാട്ടുകയും ചെയ്താൽ തൊഴിലാളിവർഗ ജനസാമാന്യത്തെ പിന്തിരിപ്പൻ നേതൃത്വത്തിൽനിന്ന് മോചിപ്പിക്കാൻ കഴിയും. പിന്തിരിപ്പൻ നേതൃത്വത്തിലുള്ളവയടക്കം എല്ലാ ട്രേഡ് യൂണിയൻ സംഘടനകളിലും സജീവമായി പ്രവർത്തിച്ച് തൊഴിലാളിവർഗ ജനസാമാന്യത്തെ വിപ്ലവത്തിന്റെ പാതയിലേക്ക് കൊണ്ടുവരാൻ കമ്യൂണിസ്റ്റുകാർ യാതൊരു മടിയും കൂടാതെ ശ്രമിക്കണമെന്നർഥം.

മൂന്നാമത്, ബൂർഷ്വാ പാർലമെന്ററി സ്ഥാപനങ്ങളോടും അവയിലേക്കുള്ള തിരഞ്ഞെടുപ്പുകളോടും ഇതേ നയസമീപനം തൊഴിലാളിവർഗ വിപ്ലവകാരികൾ അംഗീകരിക്കണം. ഈ സ്ഥാപനങ്ങളെ ബൂർഷ്വാസി ഉപയോഗിക്കുന്നത് അധ്വാനിക്കുന്ന ബഹുജനങ്ങളെയാകെ വഞ്ചിക്കാനാണെന്നത് ശരിയാണ്. ആ നിലയ്ക്ക് ബൂർഷ്വാ പാർലമെന്ററി സ്ഥാപനങ്ങളുടെ വർഗപരമായ അടിസ്ഥാനം തുറന്നുകാണിക്കാൻ തൊഴിലാളിവർഗ വിപ്ലവകാരികൾക്ക് കടമയുണ്ട്. പക്ഷേ, ചൂഷക-ചൂഷിത വർഗങ്ങൾ തമ്മിലും ചൂഷകവർഗങ്ങളിലെ വിവിധ വിഭാഗങ്ങൾ തമ്മിലുമുള്ള വൈരുധ്യങ്ങളെല്ലാം മറനീക്കി പുറത്തുവരുന്ന രംഗമാണ് പാർലമെന്ററി സ്ഥാപനങ്ങളും അവയിലേക്കുള്ള തിരഞ്ഞെടുപ്പുകളും. ആ രംഗം ഭരണവർഗങ്ങൾക്കും അവരുടെ പെട്ടിപ്പാട്ടുകാർക്കും ഇഷ്ടംപോലെ വിഹരിക്കാൻ വിട്ടുകൊടുക്കുന്നത് തൊഴിലാളിവർഗ വിപ്ലവപ്രസ്ഥാനത്തെ സംബന്ധിച്ചിടത്തോളം ആത്മഹത്യാപരമായിരിക്കും. ബൂർഷ്വാ വ്യവസ്ഥയ്ക്കകത്ത് പ്രകടമാവുന്ന എല്ലാ ദുഷ്ടതകളെയും കൊള്ളരുതായ്മകളെയും തുറന്നുകാട്ടി തൊഴിലാളിവർഗ നേതൃത്വത്തിൽ ജനകോടികളെ അണിനിരത്തുന്ന ജോലിയിൽ ബൂർഷ്വാ പാർലമെന്ററി സ്ഥാപനങ്ങളിലുള്ള പ്രവർത്തനം സഹായിക്കും.

ഈ മൂന്നും ചേർന്ന ഒരു അടിസ്ഥാനതത്വത്തിന് ലെനിൻ രൂപം നൽകി. അധ്വാനിക്കുന്ന ജനവിഭാഗങ്ങൾ എവിടെയെല്ലാമുണ്ടോ, അവിടെയെല്ലാം തൊഴിലാളിവർഗ വിപ്ലവകാരികൾ നിലയുറപ്പിക്കണം. ചൂഷകവർഗ മേധാവിത്വം അവസാനിപ്പിച്ച്, ബൂർഷ്വാ ഭരണകൂടത്തെ തട്ടിത്തകർത്ത്, ചൂഷണരഹിതമായ ഒരു സമൂഹം കെട്ടിപ്പടുക്കുന്നതിനുവേണ്ട ആശയപ്രചാരണം, രാഷ്ട്രീയ പ്രക്ഷോഭം, സംഘടനാപരമായ പ്രവർത്തനം എന്നിവയ്ക്ക് കിട്ടുന്ന ഒരവസരവും തള്ളിക്കളയരുത്. അതെല്ലാം ഉപയോഗിച്ചുകൊണ്ട് നടത്തുന്ന പ്രായോഗിക പ്രവർത്തനങ്ങളിലൂടെയേ തൊഴിലാളിവർഗ നേതൃത്വത്തിൽ അധ്വാനിക്കുന്ന ബഹുജനങ്ങളെയാകെ

സംഘടിപ്പിച്ച് വിപ്ലവം സംഘടിപ്പിക്കാൻ തൊഴിലാളിവർഗത്തിന്റെ വിപ്ലവ നേതൃത്വത്തിന് കഴിയുകയുള്ളൂ.

ഈ ആശയങ്ങളും അവ ഉൾക്കൊള്ളുന്ന ലെനിന്റെ ലഘുഗ്രന്ഥവും വിവിധ രാജ്യങ്ങളിലുള്ള തൊഴിലാളിവർഗ വിപ്ലവകാരികളെ കമ്യൂണിസ്റ്റുകാരാക്കി മാറ്റുന്നതിൽ വളരെ പ്രധാനമായ പങ്ക് വഹിച്ചു. ബൂർഷ്വാ ഭരണകൂടത്തിനെതിരെ സായുധ കലാപം സംഘടിപ്പിച്ച് തൊഴിലാളിവർഗ സർവാധിപത്യം സ്ഥാപിക്കുകയെന്ന മൗലിക നിലപാടിൽ ഉറച്ചുനിന്നുകൊണ്ട് അത് പ്രാവർത്തികമാക്കാൻ പറ്റുന്ന വിപ്ലവതന്ത്രവും അടവുകളും രൂപപ്പെടുത്തുകയായിരുന്നു ലെനിൻ ഈ ഗ്രന്ഥത്തിൽ.

1920 ജൂലായിൽ മൂന്നാം (കമ്യൂണിസ്റ്റ്) ഇന്റർനാഷണലിന്റെ രണ്ടാം കോൺഗ്രസ് ചേർന്നു. അതിപ്രധാനമായ മൂന്ന് രേഖകൾ ആ കോൺഗ്രസ് അംഗീകരിച്ചു.

പുതിയ ഇന്റർനാഷണലിൽ അംഗത്വം നേടാനാഗ്രഹിക്കുന്ന ദേശീയ ഘടകകക്ഷികൾ പാലിക്കേണ്ട വ്യവസ്ഥകളാണ് ഒന്ന്. രണ്ടാം ഇന്റർനാഷണലിന്റെ നേതൃത്വം വിട്ട് മൂന്നാം ഇന്റർനാഷണലിലേക്ക് വരാൻ ആഗ്രഹിക്കുന്നവർ മുറുകെപ്പിടിക്കേണ്ട അടിസ്ഥാനതത്വങ്ങളാണ് ഈ രേഖയിൽ ഉണ്ടായിരുന്നത്. ഇന്റർനാഷണലിനെ യഥാർഥ കമ്യൂണിസ്റ്റ് ഇന്റർനാഷണലാക്കി മാറ്റാൻ അത് സഹായിച്ചു.

കാർഷികപ്രശ്നം സംബന്ധിച്ചതാണ് രണ്ടാം രേഖ. മാർക്സും എംഗൽസും ആവിഷ്കരിച്ചതും ലെനിൻ പുഷ്ടിപ്പെടുത്തിയതുമായ അടിസ്ഥാനതത്വങ്ങൾ, റഷ്യൻ വിപ്ലവത്തെത്തുടർന്നുള്ള ആഗോള സാഹചര്യത്തിൽ, എങ്ങനെ പ്രയോഗിക്കാമെന്നാണ് അതിൽ വിശദീകരിച്ചത്. ഇതിന്റെ അടിസ്ഥാനത്തിലാണ് ചൈന, വിയത്നാം, കൊറിയ, ക്യൂബ തുടങ്ങിയ സോഷ്യലിസ്റ്റ് രാജ്യങ്ങളിലും ഇന്ത്യ അടക്കമുള്ള മൂന്നാം ലോകരാജ്യങ്ങളിലും വിപ്ലകരമായ കർഷക പ്രസ്ഥാനങ്ങൾ ഉയർന്നുവന്നത്.

ഇതിനാകട്ടെ, ദേശീയ പ്രശ്നത്തെ ആസ്പദമാക്കി രണ്ടാം കോൺഗ്രസ് അംഗീകരിച്ച മൂന്നാം രേഖ സഹായിക്കുകയും ചെയ്തു. ഈ രണ്ട് രേഖകളും ചേർന്ന് മനുഷ്യസമൂഹത്തിൽ ബഹുഭൂരിപക്ഷം അധിവസിക്കുന്ന പൗരസ്ത്യരാജ്യങ്ങളിൽ തൊഴിലാളിവർഗ വിപ്ലവപ്രസ്ഥാനം വളർന്നുവരാൻ സഹായിച്ചു.

അങ്ങനെ 'ലോകത്തെങ്ങുമുള്ള തൊഴിലാളികളെ യോജിക്കുക' എന്ന മാർക്സ് എംഗൽസ് ആഹ്വാനത്തെ വിപുലപ്പെടുത്തി "ലോകത്തെങ്ങുമുള്ള തൊഴിലാളികളെ, മർദിത ജനവിഭാഗങ്ങളെ ഒന്നിക്കുക" എന്ന ലെനിനിസ്റ്റാഹ്വാനം പ്രാവർത്തികമാക്കാൻ ഇടയാക്കി. പാശ്ചാത്യ പൗരസ്ത്യ വ്യത്യാസമില്ലാതെ, എല്ലാ രാജ്യങ്ങളിലുമുള്ള തൊഴിലാളിവർഗ വിപ്ലവകാരികളുടെ ആഗോള സംഘടനയായി മൂന്നാംഇന്റർനാഷണൽ വളർന്നുവെന്നർഥം.

ഇതവസാനിപ്പിക്കുന്നതിനുമുമ്പ് ദേശീയപ്രശ്നം സംബന്ധിച്ച ചർച്ച

യിൽ പൊന്തിവന്ന ഒരു വിവാദം പരാമർശിക്കാതിരിക്കാൻ വയ്യ. തൊഴിലാളിവർഗ സർവാധിപത്യവും അതിന്റെ സോവിയറ്റ് രൂപവും ആഗോള പ്രാധാന്യമുള്ളതാണെന്ന പൊതുനിലപാടിന് ഇന്ത്യയും ചൈനയും തൊട്ടുള്ള രാജ്യങ്ങളിലും സോവിയറ്റ് മാതൃക അതേപടി ആവർത്തിക്കണമെന്ന ഒരു വ്യാഖ്യാനം പൗരസ്ത്യദേശങ്ങളിൽനിന്ന് വന്ന പ്രതിനിധികളിൽ ചിലർ നൽകി; അതിനുവേണ്ടി അവർ വാദിച്ചു. അതിലടങ്ങിയ പിശക് ലെനിൻ ചൂണ്ടിക്കാണിച്ചു. സോവിയറ്റ് റഷ്യയിൽനിന്നും പാശ്ചാത്യമുതലാളിത്ത രാജ്യങ്ങളിൽനിന്നും വ്യത്യസ്തമായി, മുതലാളിത്ത പൂർവ സാമൂഹ്യവ്യവസ്ഥയുടെ അവശിഷ്ടങ്ങൾ ധാരാളമുള്ള രാജ്യങ്ങളാണ് ഇവ. അതുകൊണ്ട് ഈ രാജ്യങ്ങളിലെ ബൂർഷ്വാസിക്ക് ദേശീയ വിമോചനപ്രസ്ഥാനത്തിൽ നിർണായകമായ പങ്കുണ്ട് എന്ന് ലെനിൻ ചൂണ്ടിക്കാണിച്ചു.

ഈ രാജ്യങ്ങളിലെ യുവ വിപ്ലവകാരികൾ തൊഴിലാളിവർഗത്തിന്റെ വിപ്ലവപാർട്ടി സംഘടിപ്പിക്കുകയും വിപ്ലവപ്രക്രിയയിൽ നിർണായകമായ പങ്കുവഹിക്കുന്ന കർഷക ജനസാമാന്യത്തിൽ ഊന്നിനിൽക്കുകയും ചെയ്യുമ്പോൾത്തന്നെ, വിദേശീയ മേധാവിത്വത്തിനെതിരായ സമരത്തിൽ ബൂർഷ്വാസിയുമായി സഹകരിക്കുകകൂടി വേണമെന്ന് ലെനിൻ നിർദേശിച്ചു.

അക്കാര്യത്തിൽ ഇന്ത്യൻ കമ്യൂണിസ്റ്റ് പ്രതിനിധി ആയിരുന്ന എം എൻ റോയിയും ലെനിനും തമ്മിൽ ഏറ്റുമുട്ടി. അവസാനം ചില ഭേദഗതികളോടെയാണെങ്കിലും ലെനിന്റെ നിലപാട് കോൺഗ്രസ് അംഗീകരിച്ചു. ഈ അടിസ്ഥാനത്തിലാണ് ഇന്ത്യയിൽ കമ്യൂണിസ്റ്റുപാർട്ടി രൂപം കൊണ്ടതും 72 വർഷക്കാലം അത് പ്രവർത്തിച്ചതും.

27

ഒസ്യത്ത്

ലെനിന്റെ അവസാനനാളുകൾ അങ്ങേയറ്റം വേദനാജനകമായിരുന്നു. അദ്ദേഹത്തിനെതിരെ നടന്ന ഒരു വെടിവെപ്പിനെത്തുടർന്ന് ആരോഗ്യസ്ഥിതി ക്രമേണ വഷളാവാൻ തുടങ്ങി. ഗവൺമെന്റിനും പാർട്ടിക്കും പ്രായോഗികനേതൃത്വം നൽകുകയെന്ന ജോലിയിൽനിന്ന് പലപ്പോഴായി അദ്ദേഹത്തിന് വിട്ട് നിൽക്കേണ്ടിവന്നു. അന്ത്യനാളുകളാണിതെന്ന് മനസിലാക്കിക്കൊണ്ടാണ് അദ്ദേഹം കഴിഞ്ഞുപോന്നത്.

പക്ഷേ, സോവിയറ്റ് റഷ്യയിലെ സോഷ്യലിസ്റ്റ് സമൂഹനിർമാണം, ആഗോള തൊഴിലാളിവർഗ പ്രസ്ഥാനത്തിന്റെ മുമ്പിലുള്ള പ്രധാന പ്രശ്നങ്ങൾ എന്നിവയിൽനിന്ന് അദ്ദേഹത്തിന്റെ മനസിന് തികച്ചും ഒഴിഞ്ഞു നിൽക്കാനായില്ല. അത്യന്തം സങ്കീർണമായ സ്ഥിതിഗതികളിലൂടെയാണ് സോവിയറ്റ് റഷ്യയും ആഗോള കമ്യൂണിസ്റ്റ് പ്രസ്ഥാനവും പോയിക്കൊണ്ടിരുന്നത്. ഈ സ്ഥിതിഗതികളിൽ ഉളവാകുന്ന പ്രശ്നങ്ങളെക്കുറിച്ച് തന്റെ മനസിൽ വരുന്ന ആശയങ്ങൾ രേഖപ്പെടുത്തിവെക്കാതിരിക്കാൻ അദ്ദേഹത്തിന് കഴിഞ്ഞില്ല. അതിനുവേണ്ടി ഒട്ടേറെ ലേഖനങ്ങൾ, കുറിപ്പുകൾ, കത്തുകൾ എന്നിവ സ്വയം എഴുതുകയോ സെക്രട്ടറിക്ക് പറഞ്ഞുകൊടുത്ത് എഴുതിക്കുകയോ അദ്ദേഹം ചെയ്തു. അവയുടെ നിഷ്കൃഷ്ട പഠനം ലെനിനിസത്തിന്റെ വിദ്യാർഥികൾക്ക് ഒഴിച്ചുകൂടാനാവാത്തതാണ്.

വൈദേശികവും നാടനുമായ സൈനികാക്രമണങ്ങളെ എതിർത്ത് പരാജയപ്പെടുത്തി സോവിയറ്റ് റഷ്യ താൽക്കാലികമായി രക്ഷപ്പെട്ട ഒരു കാലമായിരുന്നു അത്. ഇളംപ്രായത്തിലുള്ള സോവിയറ്റ് റഷ്യയെ ബലം പ്രയോഗിച്ച് തകർക്കാൻ കഴിയാത്ത സ്ഥിതി ലോക മുതലാളിത്തത്തിനും

നാടൻ ചൂഷകവർഗങ്ങളുടെ അവശിഷ്ടങ്ങൾക്കും വന്നുകഴിഞ്ഞിരുന്നു. താരതമ്യേന ദീർഘമായ ഒരു കാലഘട്ടത്തിൽ മുതലാളിത്ത രാജ്യങ്ങളാൽ വളയപ്പെട്ട സോവിയറ്റ് റഷ്യക്ക് മറ്റ് രാജ്യങ്ങളുമായി സമാധാനപരമായ സഹവർത്തിത്വത്തിന്റെ ബന്ധം സ്ഥാപിച്ചേ കഴിയൂ.

പക്ഷേ, സ്വന്തം നാട്ടിൽ സോഷ്യലിസം കെട്ടിപ്പടുക്കുന്നതിന് സ്വന്തം വിഭവങ്ങളെ ബുദ്ധിപൂർവം ഉപയോഗപ്പെടുത്തി സ്വന്തം കാലിൽ നിൽക്കാൻ സോവിയറ്റ് റഷ്യ നിർബന്ധിക്കപ്പെട്ടിരുന്നു. ഇക്കാര്യത്തിൽ സോവിയറ്റ് റഷ്യ നേടുന്ന വിജയം മുതലാളിത്ത രാജ്യങ്ങളെയും സ്വാധീനിക്കാതിരിക്കില്ല. സാമൂഹ്യവും സാമ്പത്തികവും സാംസ്കാരികവുമായ രംഗങ്ങളിൽ സോവിയറ്റ് റഷ്യക്കുണ്ടാവുന്ന ക്രമാനുഗത പുരോഗതി ആഗോളമായ സോഷ്യലിസ്റ്റ് പരിവർത്തനങ്ങളെക്കൂടി സഹായിക്കുമെന്നർഥം.

ഈ കാഴ്ചപ്പാടോടെയാണ് യുദ്ധക്കെടുതികളിൽനിന്നും മറ്റ് ദുരിതങ്ങളിൽനിന്നും കരകയറിക്കഴിഞ്ഞ റഷ്യയെ പടിപടിയായി സോഷ്യലിസത്തിലേക്ക് മുന്നോട്ട് നയിക്കുകയെന്ന കടമയുടെ വിവിധ വശങ്ങൾ പരിശോധിച്ചുകൊണ്ടുള്ള ലേഖനങ്ങളും കത്തുകളും കുറിപ്പുകളും ലെനിൻ എഴുതിയത്.

ഇക്കൂട്ടത്തിൽ ലെനിനെ അലട്ടിയ ഒരു പ്രധാന പ്രശ്നമാണ് സോവിയറ്റ് കമ്യൂണിസ്റ്റ് പാർട്ടിയുടെ ആഭ്യന്തരമായ സ്ഥിതിഗതികൾ. ആഗോളമായും ആഭ്യന്തരമായും അങ്ങേയറ്റം കുഴഞ്ഞുമറിഞ്ഞ സ്ഥിതിഗതികളിൽനിന്ന് ഉയർന്നുവരുന്ന പ്രശ്നങ്ങൾക്ക് പരിഹാരം കാണണമെങ്കിൽ പാർട്ടിയുടെ ഐക്യം പരമാവധി കാത്തുസൂക്ഷിക്കണം. അതിനാകട്ടെ, പരസ്പര വിശ്വാസമുള്ള, ആത്മാർഥമായി അന്യോന്യം സഹകരിക്കുന്ന, ഒരു കേന്ദ്രനേതൃത്വം (സെൻട്രൽ കമ്മിറ്റി) പാർട്ടിക്കുണ്ടാവുകയും വേണം.

ഇവിടെ മൗലികമായ ഒരു ദൗർബല്യമുള്ളതായി ലെനിൻ കണ്ടു. അതുകൊണ്ട് സെൻട്രൽ കമ്മിറ്റിക്കകത്തുള്ള സ്ഥിതിഗതികളെ പരിശോധിച്ചുകൊണ്ടുള്ള ഒരു കത്ത് ലെനിൻ തയാറാക്കി. "അതീവ രഹസ്യം. ലെനിനോ അദ്ദേഹം മരിച്ചാൽ ക്രൂപ്സ്കായയോ മാത്രം പൊളിച്ച് നോക്കേണ്ടത്" എന്ന നിർദേശമെഴുതിയ ഒരു കവറിൽ ആ കത്ത് അടക്കം ചെയ്ത് സൂക്ഷിക്കാൻ സെക്രട്ടറിയെ ഏൽപ്പിച്ചു. ('അദ്ദേഹം മരിച്ചാൽ' എന്ന ഭാഗം കവറിന് പുറത്തെഴുതാൻ തനിക്ക് കഴിഞ്ഞില്ലെന്ന് പിന്നീട് സെക്രട്ടറി രേഖപ്പെടുത്തി.)

സോവിയറ്റ് റഷ്യയുടെയും കമ്യൂണിസ്റ്റ് പാർട്ടിയുടെയും ചരിത്രത്തിൽ മർമപ്രധാനമായ ഒരു രേഖയാണത്. അന്ന് സെൻട്രൽ കമ്മിറ്റിയിൽ അംഗങ്ങളായിരുന്ന ഓരോരുത്തരുടെയും ശക്തിദൗർബല്യങ്ങൾ

ഓരോന്നോരോന്നായി എടുത്തുപറയുന്നതിന്റെ കൂട്ടത്തിൽ സ്റ്റാലിനെക്കുറിച്ച് ലെനിൻ ഇങ്ങനെ എഴുതി:

> സെക്രട്ടറി ജനറലായി കഴിഞ്ഞ സ്റ്റാലിൻ നിസ്സീമമായ അധികാരങ്ങളാണ് തന്റെ കൈയിൽ കേന്ദ്രീകരിച്ചിട്ടുള്ളത്. ഈ അധികാരങ്ങൾ വേണ്ടത്ര അവധാനതയോടെ കൈകാര്യം ചെയ്യാൻ അദ്ദേഹത്തിന് എല്ലായ്പ്പോഴും കഴിവുണ്ടായിരിക്കുമെന്ന് ഉറപ്പ് പറയാൻ എനിക്ക് കഴിയുകയില്ല. പെരുമാറ്റത്തിൽ സ്റ്റാലിൻ വളരെ പരുക്കനാണ്. നമ്മുടെ ഇടയിലായിരിക്കുമ്പോൾ, കമ്യൂണിസ്റ്റുകാരായ നമ്മോട് ഇടപെടുമ്പോൾ, ഈ ദൂഷ്യം സഹിക്കാനാകുമെങ്കിലും ഒരു സെക്രട്ടറി ജനറലിന്റേതാകുമ്പോൾ അത് അസഹനീയമായിത്തീരുന്നു. സ്റ്റാലിനെ സെക്രട്ടറി ജനറൽ സ്ഥാനത്തുനിന്ന് മാറ്റാനുള്ള ഒരു മാർഗത്തെക്കുറിച്ച് സഖാക്കൾ ചിന്തിക്കണമെന്ന് ഞാൻ നിർദേശിക്കുന്നത് അതുകൊണ്ടാണ്. പകരം ആ സ്ഥാനത്തേക്ക് നിയമിക്കപ്പെടുന്ന ആൾക്ക് സ്റ്റാലിന്റെ കഴിവുകളെല്ലാം ഉണ്ടായിരിക്കണം. എന്നാൽ സ്റ്റാലിനെക്കാൾ സഹനശക്തിയും കൂറും വിനയവും വികാരസ്ഥൈര്യവും സഖാക്കളോട് കൂടുതൽ താൽപ്പര്യവുമുള്ള ഒരാളായിരിക്കുകയും വേണം.

ഇതിൽനിന്ന് ചില പ്രധാന നിഗമനങ്ങളിൽ നമുക്ക് ചെന്നെത്താൻ കഴിയും.

ഒന്നാമത്, പാർട്ടിയുടെ ഐക്യത്തിൽ മർമസ്ഥാനം വഹിക്കുന്നത് സെൻട്രൽ കമ്മിറ്റി മെമ്പർമാർ തമ്മിൽ അന്യോന്യ വിശ്വാസവും സഹകരണസന്നദ്ധതയും ഉണ്ടാവുകയാണ്. അന്യോന്യം യോജിച്ച് പ്രവർത്തിക്കാൻ കഴിയാത്ത സെൻട്രൽ കമ്മിറ്റിക്ക് പാർട്ടിയെ ആകെ യോജിപ്പിച്ചുകൊണ്ടുപോകാൻ കഴിയുകയില്ല; പാർട്ടിയെ ആകെ യോജിപ്പിച്ചുകൊണ്ടുപോകാതെ മുതലാളിത്ത രാജ്യങ്ങളാൽ വളയപ്പെട്ട സോവിയറ്റ് റഷ്യക്ക് സ്വന്തം രാജ്യത്ത് സോഷ്യലിസം കെട്ടിപ്പടുക്കുന്നത് സംബന്ധിച്ച സങ്കീർണ പ്രശ്നങ്ങൾ പരിഹരിക്കാൻ കഴിയുകയില്ല.

രണ്ടാമത്, സെൻട്രൽ കമ്മിറ്റിയെ യോജിപ്പിച്ചുകൊണ്ടുപോകുന്നതിൽ അതിന്റെ അമരക്കാരനെന്ന സ്ഥാനത്തിരിക്കുന്ന ആളുകളുടെ സ്വഭാവവിശേഷങ്ങൾക്ക് മർമപ്രധാനമായ പങ്കുണ്ട്. താത്വികപ്രശ്നങ്ങളിൽ ലവലേശം വിട്ടുവീഴ്ച കൂടാതെ ഉറച്ചുനിൽക്കുമ്പോൾത്തന്നെ പ്രായോഗിക കാര്യങ്ങളിൽ മറ്റ് സഖാക്കളുടെ അഭിപ്രായങ്ങൾ മാനിക്കാനും പരമാവധി വിട്ടുവീഴ്ച ചെയ്യാനും സെൻട്രൽ കമ്മിറ്റിയുടെ അമരത്തിരിക്കുന്ന സഖാവിന് ബാധ്യതയുണ്ട്.

മൂന്നാമത്, ഈ ഗുണവിശേഷങ്ങളില്ലാത്ത — അതിനെതിരായി

പ്രവർത്തിക്കുന്ന — ഒരു സഖാവാണ് സ്റ്റാലിൻ. പക്ഷേ, അദ്ദേഹത്തിന് മറ്റനവധി ഗുണങ്ങളുണ്ട്. അതുകൊണ്ടാണ് സ്റ്റാലിനിൽ പ്രകടമാവുന്ന ഗുണങ്ങളെല്ലാം ഉള്ളതും ദോഷമില്ലാത്തതുമായ ഒരാളെ അദ്ദേഹത്തിനുപകരം സെൻട്രൽ കമ്മിറ്റിയുടെ അമരക്കാരനായി നിശ്ചയിക്കണമെന്ന് ലെനിൻ അഭിപ്രായപ്പെട്ടത്.

നാലാമത്, ഇത്തരമൊരാളുടെ പേര് നിർദേശിക്കാൻ ലെനിന് കഴിഞ്ഞില്ല. എന്തുകൊണ്ടെന്നാൽ, മറ്റെല്ലാവർക്കും ഒന്നുകിൽ സ്റ്റാലിന്റെ വ്യക്തിത്വത്തിലുള്ള ഗുണവശങ്ങളില്ല; അല്ലെങ്കിൽ അദ്ദേഹത്തിന്റെ വ്യക്തിത്വത്തിലുള്ള ദോഷവശങ്ങൾ അവരിലും ഉണ്ടായിരുന്നു.

അതുകൊണ്ട് ലെനിൻ അന്തരിച്ചതിനുശേഷം ആ കുറിപ്പ് തുറന്ന് വായിച്ച പാർട്ടി നേതൃത്വം, സ്റ്റാലിൻ നടത്തിയ സ്വയം വിമർശനത്തിന്റെ അടിസ്ഥാനത്തിൽ, അദ്ദേഹത്തെ ജനറൽ സെക്രട്ടറി സ്ഥാനത്ത് തുടരാൻ അനുവദിച്ചു. അതുകഴിഞ്ഞ് ഒരു പതിറ്റാണ്ടോളം കാലം തന്റെ വ്യക്തിത്വത്തിലുള്ളതായി ലെനിൻ ചൂണ്ടിക്കാണിച്ച ദൗർബല്യങ്ങൾ ബോധപൂർവം ഒഴിവാക്കിക്കൊണ്ട് സ്റ്റാലിൻ പ്രവർത്തിക്കുകയും ചെയ്തു.

അങ്ങനെ സോവിയറ്റ് യൂണിയനിലെ സോഷ്യലിസ്റ്റ് സമൂഹനിർമാണത്തിന്റെ തുടക്കം കുറിക്കുന്ന ത്വരിതമായ വ്യവസായവൽക്കരണം, കൂട്ടുകൃഷിയിടങ്ങൾ സംഘടിപ്പിക്കൽ എന്ന ജോലി നിറവേറ്റുന്നതിൽ പാർട്ടിയെയും ജനങ്ങളെയും ഏകോപിപ്പിക്കാൻ സ്റ്റാലിന്റെ നേതൃത്വത്തിലുള്ള സെൻട്രൽ കമ്മിറ്റിക്ക് കഴിഞ്ഞു.

പക്ഷേ, ഇതിനിടയ്ക്ക് സ്റ്റാലിന്റെ വ്യക്തിത്വത്തിലെ ദോഷവശങ്ങളും പ്രകടമാവാൻ തുടങ്ങി. അവ പ്രകടമാവുന്ന ഓരോ സംഭവത്തിലും അത് തുറന്നുകാണിച്ച് അദ്ദേഹത്തെയും പാർട്ടിയെയാകെയും തിരുത്തിക്കുന്നതിന് തടസമാവുംവിധം 'സ്റ്റാലിന്റെ അപ്രമാദിത്വം' സംബന്ധിച്ച ഒരു സിദ്ധാന്തംതന്നെ പതുക്കെ പതുക്കെ രൂപപ്പെട്ടു. ഇതിന്റെ ദുരന്ത ഫലങ്ങൾ പുറത്തുവരാൻ സ്റ്റാലിൻ അന്തരിക്കേണ്ടിവന്നു.

അപ്പോഴാകട്ടെ, ക്രൂഷ്ചേവ് തൊട്ട് ഗോർബച്ചേവ് വരെയുള്ള സ്റ്റാലിന്റെ വിമർശകന്മാർ സ്റ്റാലിന്റെ നേതൃത്വത്തിൽ സോവിയറ്റ് യൂണിയനും ആഗോള തൊഴിലാളിവർഗ വിപ്ലവപ്രസ്ഥാനത്തിനും ഉണ്ടായ നേട്ടങ്ങൾ തള്ളിപ്പറഞ്ഞുകൊണ്ട് സോവിയറ്റ് യൂണിയനെയും, ആഗോള തൊഴിലാളിവർഗ പ്രസ്ഥാനത്തെയും പുറകോട്ട് നയിച്ചു. സ്റ്റാലിൻ ജീവിച്ചിരുന്ന കാലത്ത് നിലനിന്നിരുന്ന 'സ്റ്റാലിന്റെ അപ്രമാദിത്വം' എന്ന സിദ്ധാന്തവും അദ്ദേഹത്തിന്റെ പിൻഗാമികൾ നേട്ടങ്ങളെ തള്ളിപ്പറയുന്നതിൽ കാണിച്ച വ്യഗ്രതയും ചേർന്ന് സോവിയറ്റ് യൂണിയനിലെ സോഷ്യലിസ്റ്റ് സമൂഹനിർമാണത്തെയും ആഗോള തൊഴിലാളിവർഗ വിപ്ലവപ്രസ്ഥാനത്തെയും ഒരു പ്രതിസന്ധിയിലേക്ക് നയിച്ചു. ഇതിന്റെ സംഭാവ്യതയി

ലേക്ക് വിരൽചൂണ്ടി എന്നതിലാണ് 'ലെനിന്റെ ഒസ്യത്ത്' എന്നു വിളിക്കപ്പെടുന്ന രഹസ്യരേഖയുടെ പ്രാധാന്യം.

ഇവിടെ ഒരു കാര്യം വിശേഷിച്ച് എടുത്ത് പറയേണ്ടതുണ്ട്: ഈ കുറിപ്പിനെ നിയതമായ ഒരർഥത്തിൽ 'ലെനിന്റെ ഒസ്യത്ത്' എന്നു വിളിക്കാമെങ്കിലും അത് ഒസ്യത്തുകളിലൊന്ന് മാത്രമാണ്. താൻ ജീവിച്ച കാലത്ത് ലെനിൻ എഴുതിയ ഗ്രന്ഥങ്ങൾ, ലേഖനങ്ങൾ, കത്തുകൾ, കുറിപ്പുകൾ മുതലായവയും തന്റെ സജീവ നേതൃത്വത്തിൽ ഉയർന്നുവന്ന സോവിയറ്റ് യൂണിയൻ, കമ്യൂണിസ്റ്റ് ഇന്റർനാഷണൽ എന്നീ സംഘടനകളും ചേർന്നതാണ് ലെനിന്റെ യഥാർഥ ഒസ്യത്ത്.

മാർക്സിന്റെയും എംഗൽസിന്റെയും വിശ്വസ്താനുയായിയായി തുടങ്ങിയ ലെനിൻ നാല് പതിറ്റാണ്ടോളം കാലത്ത് മാർക്സ്-എംഗൽസ് സിദ്ധാന്തങ്ങളെ ലെനിനിസ്റ്റ് സിദ്ധാന്തമായി ഉയർത്തി. താത്വികവും പ്രായോഗികവുമായ ഈ രചനകളാകെയാണ് അദ്ദേഹത്തിന്റെ യഥാർഥ ഒസ്യത്ത്. യൂറോപ്പിലെ വ്യവസായ തൊഴിലാളിവർഗത്തെ സംഘടിപ്പിക്കുന്നതിന് തുടക്കംകുറിച്ച മാർക്സിന്റെയും എംഗൽസിന്റെയും ഒസ്യത്താണ് ലെനിന് കിട്ടിയതെങ്കിൽ അതിനെ ലോകത്തെങ്ങുമുള്ള അധ്വാനിക്കുന്ന ബഹുജനങ്ങളുടെയും സ്വാതന്ത്ര്യകാംക്ഷികളുടെയും സമാധാനവാദികളുടെയും മഹാപ്രസ്ഥാനമാക്കി ഉയർത്തി എന്നതാണ് ലെനിന്റെ ചരിത്രപ്രധാനമായ സംഭാവന.

ആഗോള തൊഴിലാളിവർഗ പ്രസ്ഥാനം, ലോകവ്യാപകമായ ദേശീയ വിമോചനപ്രസ്ഥാനം, ലോകസമാധാനത്തിനുവേണ്ടിയുള്ള മഹത്തായ സമരം; അതിന്റെ ഭാഗമായി രചിക്കപ്പെട്ട ഗ്രന്ഥങ്ങൾ, ലേഖനങ്ങൾ, കത്തുകൾ എന്നിവയാണ് ലെനിനിസ്റ്റ് സിദ്ധാന്തമായി ഉയർന്നത്.

ലെനിൻ അന്തരിച്ചിട്ട് 68 വർഷം തികഞ്ഞിരിക്കുന്നു. ഈ ദീർഘകാലത്തിനിടയ്ക്ക് മാർക്സിസം-ലെനിനിസം ലോകവ്യാപിയായി വളർന്നുവന്നു. അതിന്റെ നേതൃത്വത്തിൽ മുതലാളിത്തത്തിന്റെ കൂടപ്പിറപ്പുകളായ തൊഴിലില്ലായ്മയും വിലക്കയറ്റവും ഇല്ലാത്ത — വിദ്യാഭ്യാസ - വൈദ്യസഹായ - പാർപ്പിട സൗകര്യാദി സാമൂഹ്യസേവന സംവിധാനങ്ങൾ ജനങ്ങൾക്കാകെ കിട്ടുന്ന — ഒരു സാമൂഹ്യവ്യവസ്ഥ അതിന്റെ ജന്മനാടായ സോവിയറ്റ് യൂണിയനിൽ മുക്കാൽ നൂറ്റാണ്ടോളംകാലം നിലനിന്നു; കിഴക്കൻ യൂറോപ്പിലേക്കും ചൈനതൊട്ടുള്ള മറ്റ് നാല് രാജ്യങ്ങളിലേക്കും അത് വ്യാപിച്ചു. അതിൽനിന്ന് ആവേശം ഉൾക്കൊണ്ട ജനകോടികൾ വികസിത മുതലാളിത്ത രാജ്യങ്ങളിൽ സോഷ്യലിസത്തിനുവേണ്ടിയും അവികസിത രാജ്യങ്ങളിൽ സ്വാതന്ത്ര്യം, സ്വാതന്ത്ര്യാനന്തര വികസനം എന്നിവയ്ക്കുവേണ്ടിയും പോരാടുന്നു.

സമീപകാലത്ത് സോവിയറ്റ് യൂണിയനിലും കിഴക്കൻ യൂറോപ്പിലും

ഉണ്ടായ തിരിച്ചടികളെ അതിജീവിച്ചുകൊണ്ട് വികസിതവും അവികസിതവുമായ മുതലാളിത്ത രാജ്യങ്ങളിലെ ജനകോടികൾ താൽക്കാലികമായി ഏറ്റ തിരിച്ചടികളെ അതിജീവിച്ച് സോഷ്യലിസത്തിലേക്ക് മുന്നേറാൻ ശ്രമിക്കുന്നു. അവർക്ക് ആത്മവിശ്വാസവും പ്രത്യാശയും പകർന്നുകൊണ്ട് ചൈന, കൊറിയ, വിയത്നാം, ക്യൂബ എന്നീ സോഷ്യലിസ്റ്റ് രാജ്യങ്ങൾ സോഷ്യലിസത്തിന്റെ കൊടിക്കൂറ ഉയർത്തിപ്പിടിച്ചുകൊണ്ടുതന്നെ മുന്നോട്ടു പോകുന്നു.

വിവിധ വിഭാഗങ്ങളിൽപ്പെട്ട ഈ ലോകവിപ്ലവകാരികൾക്ക് ആശയും ആവേശവും നൽകുന്ന ഒരു ശക്തിയായി മാർക്സിസവും അതിനെ സമ്പുഷ്ടമാക്കിയ ലെനിനിസവും ഉയർന്നുനിൽക്കുന്നു.

www.ingramcontent.com/pod-product-compliance
Lightning Source LLC
LaVergne TN
LVHW100841051026
849519LV00006B/2386
* 9 7 8 9 3 8 3 4 3 2 9 1 2 *